INSIGHT PUBLICA

INSIGHT PUBLICA®
Nadakkavu, Kozhikode, Kerala
www.insightpublica.com
e-mail: insightpublica@gmail.com

Mangiyum Thelinjum
Chila Cinemakazhchakal
(Malayalam)
Dr. Sangeetha Chenampulli

First Edition: November 2021

ISBN 978-93-5517-182-5

മങ്ങിയും തെളിഞ്ഞും

ചില സിനിമാകാഴ്ചകൾ

ഡോ. സംഗീത ചേനംപുല്ലി

INSIGHT PUBLICA ®

ഒറ്റപ്പാലം താലൂക്കിൽ മുണ്ടനാട്ടുകരയിൽ ജനിച്ചു. ഒറ്റപ്പാലം എൻ. എസ്. എസ് കോളേജ്, മഹാത്മാഗാന്ധി സർവ്വകലാശാല സ്കൂൾ ഓഫ് കെമിക്കൽ സയൻസസ് എന്നിവിടങ്ങളിൽ ബിരുദ, ബിരുദാനന്തര പഠനം. കോഴിക്കോട് എൻ. ഐ. ടിയിൽ നിന്ന് രസതന്ത്രത്തിൽ പിഎച്ച്ഡി ബിരുദം നേടി (2017). കോഴിക്കോട് ഗവണ്മെന്റ് ആർട്സ് ആന്റ് സയൻസ് കോളേജിൽ രസതന്ത്ര വിഭാഗം അസിസ്റ്റന്റ് പ്രൊഫസർ., ആനുകാലികങ്ങളിൽ ശാസ്ത്ര, സിനിമ ലേഖനങ്ങളും കവിതകളും എഴുതുന്നു. 2015 ലെ ഉപന്യാസത്തിനുള്ള കുട്ടേട്ടൻ സ്മാരക പുരസ്കാരം, 2016 ലെ പായൽബുക്സ് കവിതാ പുരസ്കാരം, 2019 ലെ ദേവകീ വാര്യർ സ്മാരക സാഹിത്യ പുരസ്കാരം, 2020 ലെ ചലച്ചിത്ര അക്കാദമി ഗവേഷണ ഫെലോഷിപ്പ് എന്നിവ ലഭിച്ചു. നിരവധി ആന്തോളജികളുടെ ഭാഗമായിട്ടുണ്ട്.

sangeethachenampulli@gmail.com
ഡോ. സംഗീത ചേനംപുല്ലി
അസിസ്റ്റന്റ് പ്രൊഫസർ,
കെമിസ്ട്രി
ഗവണ്മെന്റ് ആർട്സ് ആന്റ് സയൻസ് കോളേജ്
മീഞ്ചന്ത, കോഴിക്കോട്
673018

ഡോ. സംഗീത ചേനംപുല്ലി

ഉള്ളടക്കം

അവതാരിക

ജി പി രാമചന്ദ്രൻ

ഒരിക്കലും എഴുതിത്തീരാൻ കഴിയാത്ത ഒരു ആത്മകഥയായിരിക്കണം, സിനിമയുടേത് എന്നാണ് സിനിമാപ്രേമികൾ സിനിഫിലുകൾ വിചാരിക്കുന്നത്. എന്നാൽ അതിന്റെ എഴുത്ത് ആരംഭിക്കുന്നത് നമുക്ക് അനന്തകാലത്തേക്ക് നീട്ടി വെക്കാനുമാവില്ല. അതെത്രയോ ആളുകൾ, എവിടെയൊക്കെയോ ഇരുന്ന് ഏതൊക്കെയോ ഭാഷകളിൽ പരസ്പരം അറിയാതെ എഴുതിക്കൊണ്ടേ ഇരിക്കുന്നുണ്ട്. അതിലുമധികം ആളുകൾ എഴുതാതെയും ഇരിക്കുന്നുണ്ട്. അവരുടെ മനസ്സുകളും ബോധങ്ങളും ചിന്തകളും ആകുലതകളും ആസക്തികളും ഉറക്കമില്ലാരാവുകളും പേടിസ്വപ്നങ്ങളും സൗഹൃദങ്ങളും ആവിഷ്ക്കാരങ്ങളും പക്ഷെ, സിനിമയുടെ ചരിത്രം കൊണ്ട് നിബിഡമാണെന്നതാണ് പറയാതെ പറയേണ്ടത്.

ശാസ്ത്രാധ്യാപികയും ജനകീയ ശാസ്ത്രസാഹിത്യകാരിയും കവിയുമായ ഡോ. സംഗീത ചേനംപുല്ലി അക്കൂട്ടത്തിലൊരാളാണ്. സിനിമയുടെ മാസ്മരികവലയത്തിൽ സംഗീത എത്തിച്ചേർന്നിട്ട് കാലം കുറച്ചായി. പറഞ്ഞും എഴുതിയും പ്രസിദ്ധീകരിച്ചും, പറയാതെയും എഴുതാതെയും ഉള്ളിലേക്കെടുത്തും സംഗീത സിനിമ എന്ന രാഷ്ട്രത്തിന്റെ അലിഖിത പൗരത്വം സ്വീകരിച്ചിരിക്കുന്നു. പാസ്പോർട്ടുകളും വിസകളും വേണ്ടിയിരുന്ന ആ രാഷ്ട്രത്തിലേക്ക് പുതുകാലത്ത് സകലരും കള്ളലോഞ്ചിലാണ് കടന്നു കയറുന്നത്. സംഗീതയും അങ്ങിനെ തന്നെയായിരിക്കണം. തനിക്കിഷ്ടപ്പെട്ട സിനിമകളെക്കുറിച്ച് സംഗീത അപ്പപ്പോൾ എഴുതിയ ആസ്വാദനക്കുറിപ്പുകളാണ് ഇവിടെ സമാഹരിക്കപ്പെട്ടിരിക്കുന്നത്.

സിനിമ കാണുന്നവരിൽ പൊതുവേ രണ്ടു തരക്കാരുണ്ട്. ഏതാണോ കമ്പോളത്തിൽ ലഭ്യമായത് അതു കാണുന്നവരാണ് ബഹുഭൂരിപക്ഷവും. ഏതാനും കുറച്ചാളുകൾ, തങ്ങൾക്ക് ഇതല്ല കാണേണ്ടത് എന്ന് മനസ്സിലാക്കി തിരഞ്ഞും അന്വേഷിച്ചു ചെന്നും തേടിക്കണ്ടെത്തിയും നല്ല സിനിമകൾ കാണാനായി ദിശാബോധവും ഭാവുകത്വവും മാറ്റിപ്പണിയുന്നവരാണ്. ഇവരാണ് ലോകവും മാറ്റിപ്പണിയുന്നവർ. അവരിൽ നല്ല സിനിമകൾ കാണിക്കാനവസരം ഒരുക്കുന്നവരുണ്ട്, കയ്യിലുള്ളത് മറ്റുള്ളവർക്കായി കൈമാറുന്നവരുണ്ട്, കണ്ട സിനിമയെക്കുറിച്ച് വിശദമായ പഠനങ്ങളെഴുതി മറ്റുള്ളവരെ അവ കാണാൻ പ്രേരിപ്പിക്കുന്നവരുണ്ട്. ഈ പഠനങ്ങളുടെ ധർമം അതിനാൽ ന്താണെന്ന് വ്യക്തമാണല്ലോ.

ആന്ദ്രേ സൈ്വഗിൻസ്റ്റേവിന്റെ ലവ് ലെസ്സിനെക്കുറിച്ച് സംഗീത ഇപ്രകാരം എഴുതുന്നു., 'അമ്മ എന്ന നിലക്കുള്ള സ്ത്രീയുടെ സ്റ്റീരിയോ ടൈപ്പ് ആവിഷ്ക്കാരങ്ങളെ ഈ ദ്വന്ദ്വത്തിലൂടെ അക്ഷരാർത്ഥത്തിൽ തന്നെ സംവിധായകൻ പൊളിച്ചു കളയുന്നുണ്ട്. മകനായ അലോഷ്യയെ കുടുംബത്തിൽ നിന്ന് തിരിച്ചു വരവില്ലാത്ത കാണാപ്പുറങ്ങളിലേക്ക് ഓടിച്ചുകൊണ്ടു പോകുന്നതും അമ്മയിൽ നിന്നും മുത്തശ്ശിയിൽ നിന്നും അവനിൽ വന്നടിഞ്ഞ വെറുപ്പിന്റെ അണുക്കൾ തന്നെയാവാനേ തരമുള്ളൂ. തങ്ങളുടെ മകനെ സംബന്ധിച്ച സാധാരണ കാര്യങ്ങൾ പോലും മാതാപിതാക്കൾക്ക് അറിയില്ല എന്നത് കുടുംബത്തിനകത്ത് നടക്കുന്ന ഭീകരമായ അന്യവത്ക്കരണത്തെ തുറന്നു കാട്ടുകയും ചെയ്യുന്നു. അവർ (ഭാര്യാഭർത്താക്കന്മാർ/മാതാപിതാക്കൾ) ആത്യന്തികമായും സ്നേഹം വരണ്ടു പോയ മനസ്സിന്റെ മരുഭൂമികൾ കൊണ്ട് വേർതിരിക്കപ്പെട്ട രണ്ടു മനുഷ്യരായി സിനിമയിലുടനീളം നിലനില്ക്കുന്നു.

എപ്രകാരമാണ് സ്നേഹവും ബന്ധങ്ങളും ദാമ്പത്യവും ഭാര്യാഭർത്തൃ/മാതാപിതാ പദവികളും കുടുംബവും അസാധ്യവും അപ്രസക്തവുമാവുന്നതെന്ന മാരകമായ ചോദ്യമാണ് ആന്ദ്രേ സൈ്വഗിൻസ്റ്റേവ് ലവ് ലെസ്സിലൂടെ ഉന്നയിക്കുന്നത്. അപ്രകാരം അത് സ്നേഹത്തിന്റെ രാഷ്ട്രീയം വെളിപ്പെടുത്തുകയും ചെയ്യുന്നുണ്ട്. നിർണായകമായ ഈ യാഥാർത്ഥ്യത്തെ നിരീക്ഷണത്തിലൂടെ ഉന്നയിക്കുന്നുവെന്നതാണ് സംഗീതയുടെ വിശകലനത്തിന്റെ മർമ്മം'.

സുപ്രസിദ്ധ ചിലിയൻ ഡോക്കുമെന്ററി സെവിധായകനായ പട്രീഷ്യോ ഗുസ്മാന്റെ പേൾബട്ടൻ(പവിഴക്കുടുക്ക്) എന്ന ശ്രദ്ധേയമായ ചിത്രം ഗ്രന്ഥകാരിയാൽ നിർവചിക്കപ്പെടുന്നത് ഇപ്രകാരമാണ്.' ചിലിയിലെ ആദിമ നിവാസികളുടെ വംശഹത്യയെയും പില്ക്കാലത്ത് അഗസ്റ്റോ പിനാഷെയുടെ ഏകാധിപത്യ ഭരണകാലത്തെ ഭീകര നരഹത്യകളെയും ബന്ധിപ്പിക്കുന്ന കണ്ണിയായി ജലം മാറുന്നു'.

ഇതിവൃത്തത്തിലെന്നതു പോലെ ആവിഷ്ക്കാരത്തിലും നൂതനത്വവും രാഷ്ട്രീയമായ ജാഗ്രതയും പുലർത്തുന്ന ഗുസ്മാന്റെ ശൈലി ഈ ചിത്രത്തെയും അവിസ്മരണീയമാക്കുന്നുണ്ട്. കടലിലും കടൽത്തീരത്തുമായി മനുഷ്യവംശത്തിന്റെ പ്രസക്തിയും അപ്രസക്തിയും അന്വേഷിക്കുന്ന ആഖ്യാനം. വെള്ളമാണ് ജീവന്റെ തുടക്കം എന്ന ശാസ്ത്രീയമായ വസ്തുതയിൽ നിന്നാണ് ആരംഭിക്കുന്നത്. വെള്ളവും പ്രകാശവും ചേർന്ന് രൂപീകരിക്കുന്ന ജീവൻ എന്ന അതിസങ്കീർണപ്രതിഭാസത്തെ അമിതാധികാര വാഴ്ചയിലൂടെ ലോകത്തിന്റെ തന്നെ ശത്രുവായി മാറിയ പിനോച്ചെയുടെ ദുർഭരണ കാലത്ത് തകർക്കുന്നതിന്റെ രാഷ്ട്രീയ ചരിത്രമാണ് ചിത്രത്തെ അതീവപ്രസക്തമാക്കുന്നത്. ചിലിയുടെ ഭൂമിശാസ്ത്രം ദൃശ്യവത്ക്കരിക്കുന്നതിനു വേണ്ടി, നിലത്തു വിരിച്ച ഒരു പട്ടുകുറ്റൻ പേപ്പർ മാപ്പിൽ നിന്ന് ക്യാമറ സഞ്ചരിക്കുന്നതു പോലുള്ള സമയത്ത്, ചലച്ചിത്ര ഭാഷയിലുള്ള കൈയടക്കവും അതിന്റെ രാഷ്ട്രീയ സൗന്ദര്യാത്മകതയും ഒരേ സമയം അനുഭവവേദ്യമാകുന്നു. യൂറോപ്യൻ അധിനിവേശക്കാർ, ആദിമനിവാസികളെ വംശഹത്യ ചെയ്തതാണ് യഥാർത്ഥ പ്രമേയം. ആദിമ നിവാസികൾ എന്ന ജീവന്റെ പ്രതിഭാസത്തെ പരിചയപ്പെടുത്തുന്നതിലെ കണിശതയും ശാസ്ത്രീയതയുമാണ് വിസ്മയാവഹം. ഇന്ത്യൻ വേട്ട എന്നറിയപ്പെട്ടിരുന്ന മനുഷ്യവേട്ട ഒരു കായികാഭ്യാസമായിപ്പോലും അധിനിവേശകാലത്ത് പ്രചരിപ്പിക്കപ്പെട്ടിരുന്നു. ആദിമ നിവാസികളുടെ സംസ്ക്കാരമെന്നതു പോലെ കടലുമായി അഭേദ്യമായി ബന്ധപ്പെട്ടു കിടക്കുന്ന അവരുടെ ജീവിതാടിസ്ഥാനങ്ങളും യൂറോപ്യൻ അധിനിവേശകർ മുഴുവനായി തുടച്ചു നീക്കി.

1973ൽ സാൽവദോർ അലൻഡെയുടെ നേതൃത്വത്തിലുള്ള സോഷ്യലിസ്റ്റ് സർക്കാരിനെയാണ് അമേരിക്കൻ പിന്തുണയോടെ പിനോച്ചെ തുത്തെറിഞ്ഞത്. പിന്നീടുണ്ടായ അമിതാധികാര മനുഷ്യവിരുദ്ധ തേർവാഴ്ച ഇതിനു മുമ്പും പല സിനിമകളിലും നോവലുകളിലും അനുഭവവിവരണങ്ങളിലും വിശദീകരിക്കപ്പെട്ടിട്ടുണ്ടെങ്കിലും; നരവംശ ശാസ്ത്രം, ഭൂമിശാസ്ത്രം, ചരിത്രം, ഊർജ്ജതന്ത്രം, ജീവശാസ്ത്രം എന്നിവയുമായി എല്ലാം ബന്ധപ്പെടുത്തി അതിനെ ആലോചിക്കുന്നത് നൂതനമെന്നതു പോലെ ആത്മാർത്ഥവുമായ ഒരു വികാസമാണ്.

ഇറാനിയൻ മാസ്റ്ററായ മൊഹ്സെൻ മഖ്മൽ ബഫ് തന്റെ ഫോം വീണ്ടെടുത്ത ചിത്രം എന്ന നിലയിൽ കൂടി അടയാളപ്പെടുത്തപ്പെടുന്ന പ്രസിഡണ്ട്; ജനവിരുദ്ധമായി കുതിക്കുന്ന അമിതാധികാരികളായ ഫാസിസ്റ്റുകൾ വർദ്ധിച്ചുകൊണ്ടിരിക്കുന്ന വർത്തമാനകാല ലോകത്തിനു മുമ്പിൽ അവതരിപ്പിക്കപ്പെടുന്ന ഏറ്റവും നിർണായകമായ ചൂണ്ടുപലകയാണ്. മനുഷ്യർക്കും അവരുടെ ജീവവായു പോലെ പ്രധാനമായ

സ്വാതന്ത്ര്യത്തിനും വേണ്ടിയുള്ളതാണീ, അപഹാസ്യനാടകം പോലെ പ്രകടനാത്മകമായ സിനിമ. വിപ്ലവങ്ങൾ അരാജകത്വത്തിലേക്ക് മാത്രം നയിക്കുന്ന എന്ന ലളിതവത്ക്കരണം, പക്ഷേ ചിത്രത്തിന്റെ രാഷ്ട്രീയത്തെ ആത്യന്തികമായി ദുർബലപ്പെടുത്തുന്നുണ്ട് എന്ന്, ലോക സിനിമയുടെയും മാസ്റ്റർമാരുടെയും മുമ്പിൽ പകക്കാതെ തന്നെ വിമർ ശനകൃത്യമാവാനും സംഗീതക്ക് കഴിയുന്നുണ്ട് എന്ന കാര്യം എടുത്തു പറയേണ്ടതാണ്.

'എത്രയേറെ ഇരുട്ട് നിറഞ്ഞ സാഹചര്യങ്ങൾക്കിടയിലും ഒറ്റപ്പെട്ടു പോകുന്ന സ്ത്രീകൾക്കിടയിൽ പൊടിക്കുന്ന നന്മയുടെ, സ്നേഹത്തിന്റെ പാരസ്പര്യത്തിന്റെ പച്ചകളെ മനോഹരമായി അതിശയോക്തികളി ല്ലാതെ ആവിഷ്ക്കരിക്കുന്ന എന്നതാണ് റ്റമാര ആന്റ് ദി ലേഡിബ ഗിന്റെ വിജയം'; 'പ്രണയത്തിന് രൂപമില്ലെന്ന മുഖ്യകഥാതന്തുവിനെ ആവിഷ്ക്കരിക്കുമ്പോൾ തന്നെ ലൈംഗികത, അപരത്വം, എക്കോഫെ മിനിസം തുടങ്ങി ഒട്ടേറെ ആശയങ്ങളെ മാജിക്കൽ റിയലിസത്തിന്റെ മൂടുപടത്തിനിടയിൽ മനോഹരമായി പ്രശ്നവത്ക്കരിക്കുന്നുണ്ട് ഈ ചിത്രം'(ഷേപ്പ് ഓഫ് വാട്ടർ) എന്നിങ്ങനെ ഒറ്റ വാചകത്തിൽ തന്നെ പരാമർശിതമാകുന്ന സിനിമയുടെ രൂപഭാവഗരിമ പ്രത്യക്ഷീകരിക്കുക യും അടയാളപ്പെടുത്തുകയും ചെയ്യുന്ന രീതിയും ശ്രദ്ധേയമാണ്.

മനുഷ്യേതരത്വത്തിന്റെ ദൃശ്യത്തെ സംബന്ധിച്ച് ഹോളിവുഡ് നിർമ്മി ക്കുന്ന പ്രതീതികൾ, ഷേപ്പ് ഓഫ് വാട്ടറിന്റെ പശ്ചാത്തലത്തിൽ സംഗീത വിശദീകരിക്കുന്നതിപ്രകാരമാണ്. 'അപരത്വത്തോടുള്ള ഭീതിയാണ് രാക്ഷസൻ എന്ന സങ്കല്പത്തിന്റെ പോലും ആവിർഭാവത്തിനു പിന്നിൽ. നിറം, വർഗ്ഗം, മതം, ശാരീരിക സവിശേഷതകൾ എന്നിവയുടെയെല്ലാം അടിസ്ഥാനത്തിൽ മനുഷ്യർ നിരന്തരം താന്താങ്ങളിൽ അപരവത്ക്ക രിക്കപ്പെടുന്നു. ഒറ്റയായി അവരവരുടെ ലോകങ്ങളിൽ, പ്രത്യേക ലക്ഷ്യ ങ്ങളില്ലാതെ വെറുതേ ജീവിച്ചുപോകുന്നവരുടെ കഥ കൂടിയാണിത്'.

ജാഫർ പനാഹിയുടെ ഓഫ്സൈഡ് ഒട്ടും ദുർഗ്രഹത ഉള്ള സിനി മയല്ല. എന്നാലതേ സമയത്ത് അത് വിമത ശബ്ദം തന്നെയാണ് മുഴ ക്കുന്നത്. സ്ത്രീവിരുദ്ധമായ ഒരു സാമൂഹ്യാന്തരീക്ഷം പൊതുവിടങ്ങളെ അവളിൽ നിന്ന് കവർന്നെടുക്കുന്നതെങ്ങനെ എന്നാണ് ലളിതമായ ഒരു പ്രമേയ പരിസരത്തെ മുൻനിർത്തി ഓഫ്സൈഡിൽ പനാഹി ആവി ഷ്ക്കരിക്കുന്നത് എന്നാണ് സംഗീത വിശദീകരിക്കുന്നത്.രാഷ്ട്രീയമായും സാമൂഹ്യമായും കലയെ എങ്ങിനെ പ്രതിഷേധത്തിനും വ്യത്യസ്ത സ്വര ത്തിനായും ഉപയോഗിക്കാം എന്നതിന്റെ മികച്ച ഉദാഹരണങ്ങളിലൊ ന്നാണ് ഓഫ്സൈഡ്. അതേ സമയം ബൗദ്ധികത എടുത്തുകാട്ടാൻ വേണ്ടി മന്ദഗതിയിലെടുക്കപ്പെടുന്ന ഒരു ഹൈ ആർട് സിനിമയുമല്ല

ഓഫ്സൈഡ്. ഹർഷോന്മാദത്തിന്റെ ധാരാളിത്തം കൊണ്ട് ചൈതന്യവത്തായ ഒരു സിനിമയാണിത്. ഇറാനിയൻ അവസ്ഥയെ പ്രതിനിധീകരിക്കാൻ ഫുട്ബോൾ ഏറ്റവും യോജിച്ച ഒരു രൂപകമാണ്. അതെല്ലായിടത്തുമുണ്ട്. ആഹ്ലാദത്തിന്റെയും ബഹളത്തിന്റെയുമിടയിൽ പ്രതിഷേധങ്ങൾക്ക് സാധ്യതകളുണ്ട്; നിയമങ്ങൾ ലംഘിക്കപ്പെടുകയും ചെയ്യും. ആ യുവതികൾ വിപ്ലവകാരികളോ രാഷ്ട്രീയ വിമതരോ ബൗദ്ധിക കുഴപ്പക്കാരോ അല്ല; അവർ ഫുട്ബോൾ ഭ്രാന്തികൾ മാത്രമാണ്. പങ്കാളിത്തത്തിന്റെയും സഹവർത്തിത്വത്തിന്റെയും ആഘോഷത്തിന്റെയും ബഹളത്തിന്റെയും സിനിമയാണ് ഓഫ്സൈഡ്.

കുടുംബത്തിനകത്തെ സംഘർഷങ്ങളും സ്ത്രീ പുരുഷ ബന്ധങ്ങളിലെ സങ്കീർണതകളുമാണ് ഇറാനിൽ നിന്നു തന്നെയുള്ള ഫറാദിയുടെ ഇഷ്ടപ്രമേയങ്ങൾ. എന്നാലതിലൂടെ സദാചാരധാർമിക വ്യഥകൾ വിശദീകരിക്കുകയും സമൂഹത്തെയും അതിന്റെ പരിണാമങ്ങളെയും അടയാളപ്പെടുത്തുകയാണദ്ദേഹം. ഭാര്യയുടെ വിശുദ്ധിയെക്കുറിച്ചുള്ള ആകുലതക്കൊപ്പം ആക്രമകാരിയായ മറ്റൊരു പുരുഷനിൽ നിന്ന് അവളെ സംരക്ഷിക്കുന്നതിൽ പരാജയപ്പെട്ടു എന്ന കുറ്റബോധം കൂടി ചേരുമ്പോൾ അത് നായികാനായകന്മാരുടെ സ്വസ്ഥ ദാമ്പത്യത്തിൽ വിള്ളലുകൾ വീഴ്ത്തുന്നു എന്നാണ് ദി സെയിൽസ്മാനെക്കുറിച്ച് സംഗീത വിവരിക്കുന്നത്.നാടകത്തിലെ കഥാപാത്രങ്ങൾ അഭിമുഖീകരിക്കുന്ന അതിതീക്ഷ്ണമായ ആത്മ സംഘർഷങ്ങൾക്കും ഭൗതിക പ്രതിസന്ധികൾക്കും സമാനമായ നിത്യാനുഭവങ്ങളിലൂടെ അഭിനേതാക്കളും കടന്നു പോകുന്നു. അത് അവരുടെ അഭിനയത്തെ മെച്ചപ്പെടുത്തുകയാണോ ചെയ്യുന്നത്? അതോ നാടകപരിശീലനത്തിലൂടെ അവർ സ്വാംശീകരിക്കുന്ന ഇതിവൃത്ത വൈകാരികതകൾ അവരുടെ തന്നെ യാഥാർത്ഥ്യവുമായി കൂടിക്കുഴയുമ്പോൾ അവരുടെ വേദനകൾ കൂടുതൽ സങ്കീർണമാകുകയാണോ ചെയ്യുന്നത്? നാടകത്തിലെയും സിനിമയിലെയും കഥാപ്രമേയങ്ങളുടെ സൂക്ഷ്മാഖ്യാനങ്ങളിലൂടെ കൈവരുന്ന ഈ ബഹുമുഖത്വമാണ് ദ സേൽസ്മാനെ ഗംഭീരമായ ഒരു സൃഷ്ടിയാക്കി മാറ്റുന്നത്. സ്വന്തം ശരീരം എന്നത് അഭിമാനവും അടിസ്ഥാനവും ആസ്തിയുമാകുന്നതിനു പകരം ബാധ്യതയും വെല്ലുവിളിയും കുറ്റത്തിന്റെ വാഹനവുമായിത്തീരുന്ന സ്ത്രൈണാവസ്ഥയാണ്, എല്ലാ സംസ്ക്കാരത്തിലുമുള്ളതു പോലെ ഇവിടെയും സൂചിപ്പിക്കപ്പെടുന്നത്. ഭാര്യയെ പവിത്രമായ ഒരു ശരീരം എന്ന നിലക്കു മാത്രമാണ് അയാളും അയാളിലൂടെ സാമാന്യ പുരുഷത്വവും പുരുഷാധിപത്യ സദാചാരവ്യവസ്ഥയും പരിഗണിക്കുന്നത്. മാറിമറിയുന്ന ഒരു ജീവനും ആത്മാവും സ്വാതന്ത്ര്യവും ആയി സ്ത്രീത്വത്തെ ഉൾക്കൊള്ളാനാകാത്ത സാമാന്യബോധത്തിനെതിരായ

രൂക്ഷ വിമർശനമാണ് റാണയുടെ പെരുമാറ്റത്തിലൂടെ സംവിധായകൻ ഉയർത്തുന്നത്.

ദേശത്തിന്റെ അഭിമാനം എന്നത് അതിന്റെ പൗരന്മാരുടെ സ്വാഭിമാനത്തിലല്ല, കൊടികളും ദേശീയഗാനങ്ങളും പോലുള്ള ഉപരിപ്ലവമായ രൂപകങ്ങളിലാണ് കുടികൊള്ളുന്നത് എന്ന് പൊതുവേ വിശ്വസിക്കപ്പെടുന്ന സാഹചര്യം ഇന്ത്യയിൽ നിലവിലുണ്ട് എന്ന് ന്യൂട്ടൻ എന്ന ഹിന്ദി സിനിമയെക്കുറിച്ചെഴുതുമ്പോൾ സംഗീത കൃത്യമാവുന്നു. ദേശത്തിന്റെ പതാകകൾ ഉയർത്തിപ്പിടിക്കാൻ ചാട്ടവാറടി കൊള്ളുന്ന ദേശത്തിന്റെ തന്നെ മക്കൾ എന്ന വിരോധാഭാസത്തെ ഇതിലും നല്ലൊരു വാചകം കൊണ്ട് എങ്ങനെ അടയാളപ്പെടുത്താനാവും എന്ന് നിശിതമായ വിമർശനാവബോധത്തോടെ അവർ ആകുലയാവുന്നു. ജനാധിപത്യത്തിൽ ഫാസിസത്തിലേക്ക് തുറക്കുന്ന ഒരു വാതിലുണ്ട് എന്നാരോ പറഞ്ഞത് തെളിയിച്ചിട്ടുകുന്ന തെരഞ്ഞെടുപ്പുകൾ നാടൻ ഭാഷയിൽ പറഞ്ഞാൽ നമ്മളെയും (എല്ലാ ഇന്ത്യക്കാരെയും) കൊണ്ടേ പോകൂ എന്ന യാഥാർത്ഥ്യത്തിലേക്ക് നാം എത്തുമ്പോൾ ന്യൂട്ടൻ എങ്ങനെ പരാമർശിക്കാതിരിക്കാനാവും?

ഞാൻ ഡാനിയേൽ ബ്ലേക്ക്(2016) എന്ന സിനിമയിൽ, ആധുനിക മുതലാളിത്തത്തിന്റെ ക്രൂരനീതിയുടെയും മനുഷ്യത്വ രാഹിത്യത്തിന്റെയും ബലിയാടുകളായി തീരുന്നവരുടെ പരിദേവനങ്ങളാണ് പരസ്പരം പങ്കുവെക്കപ്പെടുന്നത്. ജീവിതത്തിലെ എല്ലാ പ്രതീക്ഷയും നഷ്ടപ്പെട്ടവരും അതിദരിദ്രരുമായ മനുഷ്യരോടാണ് കെൻ ലോച്ചിന്റെ ആഭിമുഖ്യം. ആ ആഭിമുഖ്യമാണ് അദ്ദേഹത്തിന്റെ രാഷ്ട്രീയശരി(പൊളിറ്റിക്കൽ കറക്ട്നെസ്സ്)യും. എൺപതു വയസ്സ തികഞ്ഞ കെൻ ലോച്ച്, ആഗോളവത്ക്കരണഉദാരവത്ക്കരണസ്വകാര്യവത്ക്കരണ(എൽപിജി) കാലഘട്ടത്തെ സാമ്പത്തികസാങ്കേതിക യുക്തിയെ സംബന്ധിച്ച് കൃത്യവും വ്യക്തവുമായ ബോധ്യങ്ങളാണ് ഈ ലളിതവും ദൃഢവുമായ സിനിമയിലൂടെ പങ്കു വെക്കുന്നത്. നിസ്സഹായരായ ദരിദ്ര ജനതയോട് അനുതാപം പ്രകടിപ്പിക്കാൻ സാധിക്കുന്നില്ലെങ്കിൽ പിന്നെ ആധുനിക രാഷ്ട്രത്തിനു തന്നെ എന്തു പ്രസക്തിയാണുള്ളതെന്ന മുഴക്കമുള്ള ചോദ്യമാണ് അദ്ദേഹം ഉന്നയിക്കുത്. ഈ ചോദ്യത്തെ അഭിമുഖീകരിക്കുന്നില്ലെങ്കിൽ ഇന്നത്തെ ലോകവ്യവസ്ഥ അനിവാര്യവും മാരകവുമായ വിനാശത്തിലെത്തിച്ചേരുമെന്ന മുന്നറിയിപ്പും അദ്ദേഹം നൽകുന്നുണ്ട്. മനുഷ്യത്വ വിരുദ്ധവും വരണ്ടതുമായ ഉദ്യോഗസ്ഥ ദുഷ്പ്രഭുത്വത്തിന്റെ ക്രൂര നിഷ്ഠൂരമായ മനോഭാവം സാങ്കേതിക വിന്യാസത്തിന്റെയും ലാഭത്തിൽ മാത്രം അധിഷ്ഠിതമായ മുതലാളിത്ത സാമ്പത്തിക നയത്തിന്റെയും മുഖമായി മാറുകയും ചെയ്തിരിക്കുന്നു. എന്നാലീ സിനിമ, കേവലം

സാമ്പത്തികസാങ്കേതികബ്യൂറോക്രാറ്റിക് മാനങ്ങളിൽ മാത്രം വിലയിരുത്തപ്പെടേണ്ട ഒന്നല്ല. മനുഷ്യരാശി തന്നെ വംശനാശത്തിനു വിധേയമായേക്കാവുന്ന അതിഗുരുതരമായ നൈതികതാനാശമാണ് ഐ ഡാനിയേൽ ബ്ലേക്കിന്റെ അന്തസ്സത്ത. പൗരൻ എന്നാൽ തിരിച്ചറിയൽ രേഖയിലെ അക്കങ്ങളോ, ഗവണ്മെന്റിന്റെ ദയ കാത്തിരിക്കേണ്ട യാചകരോ അല്ലെന്ന് ബോധ്യപ്പെടുത്തുന്നതുകൊണ്ടാണ് ഡാനിയൽ ബ്ലേക്ക് ദേശാതീതമായി തന്നെ പ്രസക്തമാവുന്നത് എന്നാണ് സംഗീത സാക്ഷ്യപ്പെടുത്തുന്നത്. ആധാരാനന്തരനോട്ടുനിരോധനാനന്തര ഇന്ത്യയെ തന്നെയാണ് നാം മിക്കപ്പോഴും ഡാനിയേൽബ്ലേക്കിലും കണ്ടുമുട്ടുന്നത്.

ഫലസ്തീൻ എന്നത്, ഭൗമ അതിരുകൾക്കകത്തു മാത്രം സ്ഥിതി ചെയ്യുന്ന ഒരു രാഷ്ട്രമല്ല. മടങ്ങിച്ചെല്ലാൻ ഒരുപക്ഷെ ഒരിക്കലും കഴിയാത്തതെന്ന് ബഹുഭൂരിപക്ഷത്തിനുമുറപ്പുള്ളതും, എന്നാൽ എങ്ങിനെയെങ്കിലും അവിടെക്കെത്തുകയും കഴിയുമെങ്കിൽ അവിടെ സ്ഥിരതാമസമാക്കുകയും ചെയ്യാനുള്ള തങ്ങളുടെ ആത്യന്തിക സ്വപ്നം സാക്ഷാത്ക്കരിക്കാനുള്ള എല്ലാ ഫലസ്തീനികളുടെയും വാഗ്ദത്ത ഭൂമിയുമാണ് ഫലസ്തീൻ. ഇസ്രായേലി അധിനിവേശത്താൽ വരിഞ്ഞുമുറുക്കപ്പെട്ട ജീവിത യാഥാർത്ഥ്യമാണ് ഫലസ്തീൻ എന്ന രാഷ്ട്രസങ്കല്പം. ഫലസ്തീൻ സംവിധായികയായ ആൻമേരി ജാസിർ സംവിധാനം ചെയ്ത വജീബ് (കർമ്മം) എന്ന സിനിമ, തലമുറകൾ തമ്മിൽ താല്പര്യങ്ങളിലും നിലപാടുകളിലും വരുന്ന വൈജാത്യങ്ങൾ, നിരന്തരമായ സമരവും ചോദ്യം ചെയ്യലിനും പീഡനങ്ങൾക്കും വിധേയപ്പെടലും അതിനിടയിൽ കുടുംബത്തിനകത്തുണ്ടാകുന്ന പ്രശ്നങ്ങൾ, അതിന്റെ പരിഹാരനിർദേശങ്ങൾ, സാമുദായികവും സാമൂഹ്യവും പ്രാദേശികവുമായ അലിഖിത പെരുമാറ്റച്ചട്ടങ്ങൾ അനുസരിക്കുകയും നിരാകരിക്കുകയും ചെയ്യുമ്പോഴുണ്ടാകുന്ന സങ്കീർണതകൾ എന്നിങ്ങനെ തികച്ചും ചട്ടുലവും യാഥാർത്ഥ്യപൂർണവുമാണ് വജീബിന്റെ ഉൾപ്പിരിവുകൾ. വിദേശത്തും സ്വദേശത്തുമുള്ള ഫലസ്തീനി സ്വത്വങ്ങളും സ്വത്വബോധങ്ങളും അവയുടെ സാമ്യതകളും വൈജാത്യങ്ങളും തന്നെയാണ് മറ്റൊരർത്ഥത്തിൽ വജീബ് വിശകലനം ചെയ്യുന്നത്. വജീബ് എന്ന അറബ് വാക്കിന് കർമ്മം അഥവാ ചുമതല(ഡ്യൂട്ടി) എന്ന് വാച്യാർത്ഥം. എന്താണ് ഫലസ്തീനി പൗരന്റെ കർമ്മമണ്ഡലം എന്ന ആത്മപരിശോധനയാണ് സംവിധായിക നടത്തുന്നത്. താനൊഴിച്ച് മറ്റുള്ളവരെ അംഗീകരിക്കുക എന്ന ചുമതല; ഫലസ്തീനി പൗരന്മാരെ ഫലസ്തീനികളായി ഇസ്രായേൽ അംഗീകരിക്കാത്ത ഒരു ഇസ്രായേലി നഗരത്തിനകത്ത് ഫലസ്തീനി സ്വത്വവും സംസ്ക്കാരവും സംരക്ഷിക്കുക എന്നീ ചുമതല; എല്ലാത്തിലുമുപരി ഫലസ്തീൻ രാഷ്ട്രീയ നേതൃത്വത്തെ

വിമർശിക്കുക എന്ന ചുമതല എന്നിവയെല്ലാം വജീബിൽ നിർവഹിക്ക പ്പെടുന്നുണ്ട്. വജീബിനെക്കുറിച്ചുള്ള വിശകലനവും പ്രസക്തമായി.

സിനിമയുടെ കാഴ്ചക്കാരിൽ ഭാവുകത്വപരമായ ഒരു പിളർപ്പ് നില നില്ക്കുന്നുണ്ടെന്നുന്നയിക്കുന്നത് വരേണ്യവാദപരമായ ഒരു നിലപാടല്ല. സാമാന്യതയുടെയും ചരാചരത്വത്തിന്റെയും താര/പ്രശസ്തി/ജനപ്രിയ തബഹളങ്ങളുടെയും മായികപ്രതീതിയിൽ സ്വയം ഒളിപ്പിക്കുകയോ അലിഞ്ഞ് വിലയം പ്രാപിക്കുകയോ ചെയ്യുകയാണ് ഭൂരിപക്ഷമെന്നിരിക്കെ, നേരു വിളിച്ചുപറയാനുള്ള ഏഴാമത്തെ മനിതന്റെ (പ്രയോഗത്തിന് ഭാരതിയാറോട് കടപ്പാട്) നിയോഗമാണ് നിരീക്ഷകരും നിരൂപകരും വിമർശകരും ഏറ്റെടുക്കുന്നത്. ആ ക്ലേശകരമായ നിയോഗം ഡോ. സംഗീത ചേനംപുല്ലി ഏറ്റെടുത്തു എന്നതാണ് ഈ പുസ്തകം മുന്നോട്ടുവെക്കുന്ന സർഗാത്മകചരിത്ര യാഥാർത്ഥ്യം.

ഡിജിറ്റൽ ഇന്ത്യയും ഡാനിയൽ ബ്ലേക്കും തമ്മിൽ

ഇന്ത്യയിൽ സാമ്പത്തിക ഉദാരവത്കരണം നടപ്പാക്കപ്പെടുന്നത് 1991 ലാണ്. മുംബൈയ്ക്കും ഡൽഹിക്കുമിടയിൽ ആദ്യത്തെ ഇന്റർനെറ്റ് ലൈൻ സ്ഥാപിക്കപ്പെടുന്നതും ഇതേ വർഷം തന്നെ. ഇരുപത്തഞ്ച് വർഷങ്ങൾക്കപ്പുറം ഡിജിറ്റൽ ഇന്ത്യക്കാലത്ത് ഈ രണ്ട് മാറ്റങ്ങളും ഇന്ത്യയിലെ അടിസ്ഥാന വർഗ്ഗത്തിന്റെ ജീവിതത്തെ എത്രത്തോളം സ്വാധീനിച്ചിട്ടുണ്ട് എന്ന് ഇന്ത്യൻ സിനിമ ഇനിയും ചർച്ചചെയ്തിട്ടില്ല. ജനങ്ങൾക്ക് വേണ്ടി എന്ന പേരിൽ ഭരണകൂടം നടപ്പാക്കുന്ന പരിഷ്കാരങ്ങൾ അരികുവത്കരിക്കപ്പെട്ട ജീവിതങ്ങളെ കൂടുതൽ ഇരുണ്ട അരികുകളിലേക്ക് തള്ളിനീക്കുന്നതെങ്ങനെ എന്നാണ് ഐ ഡാനിയൽ ബ്ലേക്ക് പറയുന്നത്. പുതുമകളൊന്നും അവകാശപ്പെടാനില്ലാത്ത ആവിഷ്കരണരീതി കൊണ്ട് സാധാരണമായിപ്പോകാമായിരുന്ന ചിത്രം വേറിട്ടുനിൽക്കുന്നത് അതിന്റെ മനുഷ്യപക്ഷ രാഷ്ട്രീയവും നൈതികതയും കൊണ്ടാണ്. തൊഴിലാളിവർഗ്ഗ,സോഷ്യലിസ്റ്റ് കാഴ്ചപ്പാടുകൾ തന്റെ സിനിമകളിലൂടെ നിരന്തരം ആവിഷ്കരിക്കുന്ന ബ്രിട്ടീഷ് സംവിധായകൻ കെൻ ലോച്ചിന്റെ ഈ ചിത്രത്തിന്റെ ആഖ്യാന പരിസരത്തെ ഡിജിറ്റൽ ഇന്ത്യയുടെ കാലത്തെ കർഷക, തൊഴിലാളി ജീവിതങ്ങളുമായി അനായാസമായി ചേർത്തുവായിക്കാവുന്നതാണ്.

ആധുനിക കാലത്തെ വികസന കാഴ്ചപ്പാടുകൾ പ്രധാനമായും ഊന്നുന്നത് പശ്ചാത്തലസൗകര്യങ്ങളുടെയും സാങ്കേതികവിദ്യയുടേയും മുന്നേറ്റങ്ങളിലാണ്. കൂടുതൽ വേഗത്തിലുള്ള സേവനങ്ങൾ, തൊഴിൽഭാരം കുറയ്ക്കുക തുടങ്ങിയ ന്യായങ്ങൾ മുൻനിർത്തിയാണ് സർക്കാർ സേവനങ്ങൾ ഉൾപ്പടെ ഡിജിറ്റലൈസ് ചെയ്യപ്പെടുന്നത്. പക്ഷേ, ഇത്തരം നൂതന സങ്കേതങ്ങൾ സംബന്ധിച്ച പ്രാഥമിക ധാരണകൾ പോലുമില്ലാത്ത വലിയൊരു വിഭാഗത്തെ തങ്ങൾക്ക് ന്യായമായി ലഭിക്കേണ്ടുന്ന അവസരങ്ങളിൽ നിന്നും അവകാശങ്ങളിൽ നിന്നും മാറ്റിനിർത്താൻ കാരണമാകുന്ന എന്നിടത്താണ് സിനിമ ഊന്നുന്നത്. സ്വാഭാവികമായും ഇങ്ങനെ മാറ്റിനിർത്തപ്പെടുന്നത് സമൂഹത്തിന്റെ ഏറ്റവും താഴേത്തട്ടിൽ

നിൽക്കുന്ന , വിദ്യാഭ്യാസത്തിനോ നൂതനസൌകര്യങ്ങൾ നേടുന്നതിനോ സാധ്യതകളില്ലാത്ത വിഭാഗങ്ങളാണ്. വർഗ്ഗങ്ങൾ തമ്മിലുള്ള അകലത്തിന് വീണ്ടും ആക്കം കൂട്ടാൻ നവസാങ്കേതികവിദ്യകൾ നേരിട്ടല്ലെങ്കിലും കാരണമാകുന്നു എന്നത് ഡിജിറ്റൽ കാലത്തെ സ്വപ്നം കാണുന്ന ഭരണാധികാരികൾ മറന്നുപോകുന്നു.

പൗരന്റെ സാമൂഹ്യാവകാശങ്ങൾ സംരക്ഷിക്കുന്നതിൽ മുൻപന്തിയിൽ എന്ന് അവകാശപ്പെടുന്ന വികസിതരാജ്യങ്ങളിലൊന്നാണ് ബ്രിട്ടൻ. ജോലിചെയ്യാനാകാത്തവർക്കും, തൊഴിൽ തേടുന്നവർക്കും ഉള്ള സാമ്പത്തിക സഹായങ്ങൾ, വീടില്ലാത്തവർക്കുള്ള പാർപ്പിട പദ്ധതികൾ, ഫുഡ് ബാങ്ക് എന്നിവയൊക്കെ സിനിമയിൽ തന്നെ കടന്നു വരുന്നുണ്ട്. എന്നാൽ ഈ ക്ഷേമ പദ്ധതികൾ തീർത്തും അർഹരായ അനേകം പേർക്ക് കേവലം സാങ്കേതികത്വങ്ങളുടെ പേരിൽ നിഷേധിക്കപ്പെടുന്നു എന്നത് ഒരിക്കലും ചർച്ചാവിഷയം ആവാറില്ല. ശരിയായി അപേക്ഷാഫോം പൂരിപ്പിക്കാൻ കഴിയാത്തതിനാൽ, നിശ്ചയിക്കപ്പെട്ട കൂടിക്കാഴ്ചയ്ക്ക് വൈകിഎത്തിയതിന്റെ പേരിൽ ഒക്കെ പൗരന് അർഹമായ അവകാശങ്ങളിൽ നിന്ന് അവർ മാറ്റിനിർത്തപ്പെടുന്നു. അർഹരായവർക്ക് സഹായം എങ്ങനെ എത്തിക്കാം എന്നതിനുപകരം എത്രപേരെ ക്ഷേമ പദ്ധതികളുടെ പരിധിയിൽ നിന്ന് മാറ്റിനിർത്താം എന്നാണ് ആധുനിക ഭരണകൂടങ്ങൾ ചിന്തിക്കുന്നത്. ഉദാരവത്കരണാനന്തരം സമൂഹത്തിന്റെ, ഭരണകൂടങ്ങളുടെ കാഴ്ചപ്പാടിൽ വന്ന മാറ്റത്തിന്റെ നേർപ്രതിഫലനം കൂടെയാണിത്. സേവനമേഖലകളിൽ നിന്നും സബ്സിഡികളിൽ നിന്നും ഗവണ്മെന്റ് പിന്മാറുന്നത് സാമ്പത്തിക വളർച്ചയ്ക്കല്ല മറിച്ച് പണക്കാരും പാവപ്പെട്ടവരും തമ്മിലുള്ള ഭീകരമായ അന്തരത്തിലേക്കാണ് നയിക്കുക എന്നതിന് ഇന്ത്യൻ സാഹചര്യങ്ങൾ നല്ല ഉദാഹരണമാണ്. നവഉദാരീകരണ നയങ്ങളുടെ ഫലങ്ങളിൽ ഒന്നാണ് വർദ്ധിച്ചുവരുന്ന നഗര-ഗ്രാമ അന്തരം. വികസനം മുഴുവൻ നഗരങ്ങളിൽ കേന്ദ്രീകരിക്കുമ്പോൾ പാവപ്പെട്ടവർ ഗ്രാമങ്ങളിലേക്ക് പുറംതള്ളപ്പെടുന്നു, ഈ സാഹചര്യങ്ങളുടെ ഇരയാണ് സ്വാഭാവികമായും ഡാനിയൽ ബ്ലേക്ക് എന്ന പണിയെടുക്കാതെ അന്നത്തെ അന്നം കണ്ടെത്താനാവാത്ത, എന്നാൽ പണിയെടുക്കാൻ ആരോഗ്യം അനുവദിക്കാത്ത മരപ്പണിക്കാരൻ.

സാങ്കേതിക വിദ്യയുടെ ആനുപാതികമല്ലാത്ത വികാസം നഗരഗ്രാമ അന്തരങ്ങളെ വർദ്ധിപ്പിക്കുന്നുണ്ട്. ഡിജിറ്റൽ ഡിവൈഡ് എന്ന പുതിയ അസമത്വം ഇതിന്റെ സൃഷ്ടിയാണ്. അടിസ്ഥാന വിദ്യാഭ്യാസമോ, ഡിജിറ്റൽ സാക്ഷരതയോ നേടാനുള്ള സാഹചര്യം ഇല്ലാത്തവരുള്ള രാജ്യത്ത്; സേവനങ്ങൾ, അപേക്ഷകൾ ഒക്കെ പൂർണ്ണമായും ഡിജിറ്റൽ

ആയി മാറുമ്പോൾ അത് അവരെ എങ്ങനെ ബാധിക്കും എന്നതിന് നവംബർ എട്ടിന് ശേഷമുള്ള ഇന്ത്യതന്നെ ഏറ്റവും നല്ല ഉദാഹരണം. പകുതിയിലധികം പേരും ഡിജിറ്റൽ സാക്ഷരല്ലാത്ത സമൂഹത്തിനു മുന്നിലേക്കാണ് ഡിജിറ്റൽ ഇന്ത്യ, കാഷ്‌ലസ് എക്കോണമി തുടങ്ങിയ മനോഹരമായ വാക്കുകൾ അവതരിപ്പിക്കപ്പെടുന്നത്. പണമില്ലാതെ മുടങ്ങിപ്പോയ കൃഷിയും, പാളംതെറ്റിയ ചരക്കുഗതാഗതവും വിലക്കയറ്റവുമെല്ലാമായി അതിന്റെ ആഘാതങ്ങൾ ഇനിയും പൂർണ്ണരൂപത്തിൽ വെളിപ്പെടാനിരിക്കുന്നതേയുള്ളൂ. വികസിത രാജ്യത്തെ തൊഴിലാളിയായിരുന്നിട്ടും, ലൈബ്രറികളിലെങ്കിലും സൗജന്യമായി ഇന്റർനെറ്റ് സൗകര്യങ്ങൾ ലഭ്യമായിട്ടും ഡാനിയൽ ബ്ലേക്ക് സാമൂഹ്യക്ഷേമ അലവൻസിനു അപേക്ഷിക്കുന്നതിൽ പരാജയപ്പെടുന്നു. ജോലി ചെയ്യാനാകില്ലെന്ന് ഡോക്ടറുടെ നിർദ്ദേശം ഉണ്ടായിരിക്കെ തന്നെ അലവൻസ് കിട്ടാത്തതിനാൽ ജോലി ചെയ്യേണ്ട സാഹചര്യങ്ങളിലേക്ക് നയിക്കപ്പെടുന്നു. തൊഴിലില്ലായ്മ എന്ന യാഥാർത്ഥ്യത്തെ മതസരാധിഷ്ഠിത ലോകത്തിന്റെ കേവലയുക്തികൾ കൊണ്ട് മറികടക്കുകയല്ല, മറിച്ച് തൊഴിലില്ലായ്മ എന്ന സത്യത്തെ അംഗീകരിക്കുകയും നേരിടുകയുമാണ് വേണ്ടതെന്ന് ഡാനിയൽബ്ലേക്ക് വ്യക്തമായിതന്നെ സൂചിപ്പിക്കുന്നുണ്ട്. വിപണിയുടെ യുക്തിയെ അതിന്റെ തന്നെ രീതികൾ പിന്തുടർന്ന്, സാങ്കേതിക വിദ്യയുടെ സഹായത്തോടെ മറികടക്കാനാണ് ഡാനിയൽ ബ്ലേക്കിന്റെ അയൽക്കാരനായ ചൈന എന്ന് വിളിക്കപ്പെടുന്ന കഥാപാത്രം ശ്രമിക്കുന്നത്. അതിൽ അയാൾ വിജയിക്കുന്നുണ്ടോ, വിജയിക്കാനാകുമോ എന്ന ചോദ്യങ്ങൾ പ്രേക്ഷകനായി മാറ്റിവെയ്ക്കപ്പെടുന്നു.

തൊഴിൽ ദാതാവ് എന്ന നിലയിൽ നിന്ന് ഗവണ്മെന്റ് പിന്മാറുന്നതിന്റെ ഭാഗമായും, സാമ്പത്തിക പ്രതിസന്ധി മറികടക്കാൻ എന്ന പേരിലുമാണ് ഗവണ്മെന്റ് സേവനങ്ങൾ ഔട്ട്സോഴ്സ് ചെയ്യപ്പെട്ടു തുടങ്ങിയത്. ലാഭക്കണ്ണോടെ പ്രവർത്തിക്കുന്ന സ്വകാര്യകുത്തകകൾ സേവനമേഖലകൾ കൈകാര്യം ചെയ്യുമ്പോൾ ഉണ്ടാകുന്ന പ്രശ്നങ്ങൾ പഠിക്കപ്പെട്ടിട്ടില്ല. മാനുഷികമൂല്യങ്ങളിൽ നിന്നെല്ലാമകന്ന് ആളുകളെ അക്കങ്ങൾ മാത്രമായി കാണുന്ന, നിയമാവലികളുടെ ഏടുകൾക്കപ്പുറം ജീവിതം കാണാത്ത ഒരു സേവനസംസ്കാരം രൂപപ്പെടുന്നതിൽ ഇത്തരം എജൻസികൾക്കുള്ള പങ്കിനെക്കൂടി ഐ ഡാനിയൽ ബ്ലേക്ക് പ്രശ്നവത്കരിക്കുന്നുണ്ട്. ഉത്തരങ്ങൾ കോൾ സെന്റർ വഴിയും , റെക്കോഡ് ചെയ്യപ്പെട്ട ശബ്ദം വഴിയുമാകുമ്പോൾ ആവലാതിക്കാരന്റെ മുഖത്തെ ദീനതയെ അഭിമുഖീകരിക്കേണ്ട പ്രയാസമില്ല. സെക്യൂരിറ്റി ജീവനക്കാരൻ മുതൽ, ഡോക്ടർ വരെ കരാർ അടിസ്ഥാനത്തിൽ നിയമിക്കപ്പെടുമ്പോൾ ഉണ്ടാകുന്ന ദീർഘകാല തൊഴിൽ ഉത്തരവാദിത്വത്തിന്റെ അഭാവം വിദ്യാഭ്യാസമടക്കമുള്ള മേഖലകളിൽ സൃഷ്ടിക്കുന്ന പ്രശ്നങ്ങൾ ചർച്ചചെയ്യപ്പെടേണ്ടത് തന്നെയാണ്.

"എത്ര നിർവികാരമീ പുതുതാം തലമുറ" എന്ന് തന്റെ തുരുത്തിൽ അശ്രദ്ധനും നിശബ്ദനുമായിരിക്കുന്ന ഇളമുറക്കാരനെ നോക്കി ആകുലപ്പെട്ടത് കവി വൈലോപ്പിള്ളി ശ്രീധരമേനോനാണ്. സമാനമായ ആശങ്കകൾ ഐ ഡാനിയൽ ബ്ലേക്ക് എന്ന ചിത്രവും പങ്കുവെയ്ക്കുന്നുണ്ട്. അവശത അനുഭവിക്കുന്നവരോട്, പാവപ്പെട്ടവരോട്, സ്ത്രീകളോട്, കുട്ടികളോട് ഒക്കെയുള്ള പെരുമാറ്റത്തിൽ മുൻ തലമുറ പുലർത്തിയിരുന്ന നൈതികത ലാഭകേന്ദ്രീകൃതമായ പുതിയ കാലത്ത് വറ്റിപ്പോകുന്നുവോ എന്ന ആശങ്ക ചിത്രം പങ്കുവെയ്ക്കുന്നു, മുതലാളിത്ത ലോകം അച്ചുകൾക്കുള്ളിൽ വാർത്തെടുത്ത് ഞെരുക്കി മനുഷ്യനിൽ നിന്ന് മനുഷ്യത്വം ചോർത്തിക്കളയുന്നുവോ എന്നത് സിനിമ മുന്നോട്ട് വെയ്ക്കുന്ന ആകുലതകളിലൊന്നാണ്. അവർ ഒരു സ്ത്രീയല്ലേ എന്ന ചോദ്യത്തെ രാഷ്ട്രീയ ശരിയുടെ അളവുകോലുകളിൽ പരിശോധിച്ചാൽ തെറ്റാകാമെങ്കിലും അത് ഡാനിയൽ ബ്ലേക്കിന്റെ തലമുറ കാണിച്ചിരുന്ന പരിഗണനകളിൽ ഒന്നാണ്. ഒറ്റപ്പെട്ടവർക്ക് കൂട്ടായാണ് നിൽക്കേണ്ടതെന്ന ആ തലമുറയുടെ നീതിബോധം പുതിയ കാലത്തിന് അംഗീകരിക്കാൻ കഴിഞ്ഞെന്നുമാവില്ല. തൊഴിലിനുവേണ്ടിയുള്ള അവസാനിക്കാത്ത അന്വേഷണങ്ങളിൽ ക്യൂവിൽ ഒന്നാമനാവുക എന്ന യുക്തിയെ ഡാനിയൽ ബ്ലേക്കിനു അംഗീകരിക്കാനാവാത്തതും തന്റേതായ ഒരു മൂല്യ വ്യവസ്ഥ കഠിനകാലത്തും അയാൾ നിലനിർത്തുന്നതുകൊണ്ടാണ്. കേവല ലാഭ നഷ്ടങ്ങൾക്കപ്പുറം അരികുവത്കരിക്കപ്പെട്ട മനുഷ്യർക്കിടയിൽ

ഉടലെടുക്കുന്ന ബന്ധങ്ങളുടെ, കൂട്ടായ്മകളുടെ സാധ്യതകൾ ചിത്രം മുന്നോട്ടുവെയ്ക്കുന്നുണ്ട്, അതിനെ ഒരു രാഷ്ട്രീയ പരിഹാരം എന്ന നിലയിലേക്ക് ഉയർത്തിക്കാണിക്കുന്നില്ല എങ്കിൽ തന്നെയും.അനീതികൾക്കെതിരെ, കവർന്നെടുക്കപ്പെടുന്ന അവകാശങ്ങൾ വീണ്ടെടുക്കാൻ ശബ്ദമുയർത്താത്താതിരിക്കുമ്പോൾ ക്രമേണ അത്തരമൊരവസ്ഥയോട് സമൂഹമൊന്നാകെ പൊരുത്തപ്പെടുന്നു. അങ്ങനെ നിശബ്ദമായി പൊരുത്തപ്പെടാൻ ഡാനിയൽ ബ്ലേക്ക്തയാറാവുന്നില്ല. പ്രതികരണശേഷി മറന്ന് തുടങ്ങിയ പുതിയ തലമുറയുടെ മുഖത്താണ് അയാൾ കറുത്ത നിറത്തിൽ ഐ ഡാനിയൽ ബ്ലേക്ക് എന്നെഴുതി വെയ്ക്കുന്നത്.

രോഗത്താൽ അവശനായ ഫാക്ടറിതൊഴിലാളി, രണ്ട് കുട്ടികളുമായി ഒറ്റയ്ക്ക് ജീവിക്കുന്ന സ്ത്രീ എന്നിവർ പ്രധാന കഥാപാത്രങ്ങളായി വരുന്നത് സമൂഹത്തിലെ അവശമേഖലകളെ സിനിമയുടെ രാഷ്ട്രീയം കൃത്യമായി അഭിമുഖീകരിക്കാൻ ശ്രമിക്കുന്നതിന്റെ ഭാഗമായി തന്നെ കാണേണ്ടതുണ്ട്. പഠനം തുടരാനാഗ്രഹിച്ചിട്ടും വേശ്യാവൃത്തിയിലെത്തുന്ന അമ്മ, പൗരൻ എന്ന നിലയിൽ നേരിടുന്ന അവഗണനകൾക്കൊടുവിൽ മരണമടയുന്ന വൃദ്ധൻ തുടങ്ങിയ ചില പതിവ് രൂപകങ്ങളോട് ചിത്രം ചേർന്നുനിൽക്കുന്നു എന്നത് പരിമിതിയാണ്. ആഖ്യാന ശൈലിയിലും പുതുമകൾ ഒന്നും തന്നെ അവകാശപ്പെടാനില്ല. എന്നിട്ടും പാം ഡി ഓർ പുരസ്കാരത്തോളം ചിത്രത്തെ എത്തിച്ചത് അതിന്റെ തെളിഞ്ഞ രാഷ്ട്രീയം തന്നെയാണ്. പൗരൻ എന്നാൽ തിരിച്ചറിയൽ രേഖയിലെ അക്കങ്ങളോ, ഗവണ്മെന്റിന്റെ ദയ കാത്തിരിക്കേണ്ട യാചകരോ അല്ലെന്ന് ബോധ്യപ്പെടുത്തുന്നു എന്നത് കൊണ്ടാണ് ഡാനിയൽ ബ്ലേക്ക് ദേശാതീതമായിത്തന്നെ പ്രസക്തമാകുന്നത്.

"ശവകുടീരത്തിൽ നീയുറങ്ങുമ്പോഴും
ഇവിടെ നിൻ വാക്കുറങ്ങാതിരിക്കുന്നു"

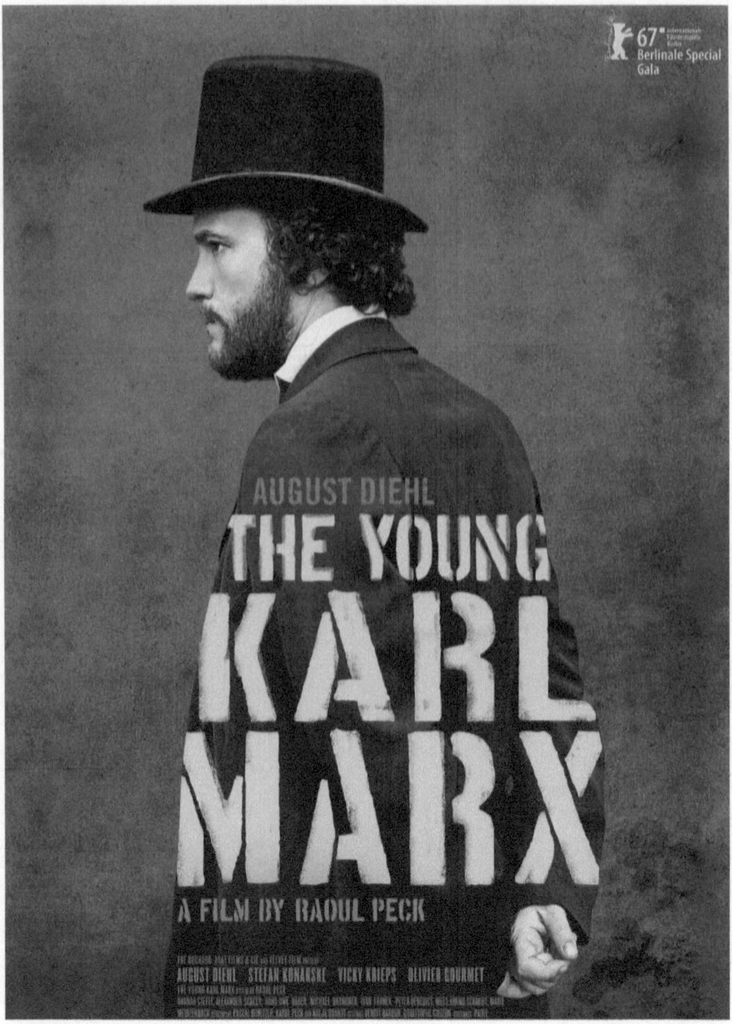

മരണത്തിന് ഒരു നൂറ്റാണ്ടിന് ശേഷം ലോകത്തിന്റെ മറ്റൊരു കോണിൽ തീർത്തും ഭിന്നമായ മറ്റൊരു കാലത്ത് ജനിച്ചു വളർന്ന കവിയുടെ കാവ്യഭാവനയ്ക്ക് വീര്യം പകരാൻ ഒരേയൊരു ചിന്തകന് മാത്രമേ കഴിഞ്ഞുള്ളൂ. അതെ, കാൾ മാർക്സിനു മാത്രം. കാൽപനിക രോമാഞ്ചങ്ങൾക്കും, ഗൃഹാതുരതകൾക്കുമപ്പുറം, ലോകത്തെയാകെ പിടിച്ചുകുലുക്കുന്ന സാമ്പത്തിക പ്രതിസന്ധിയുടെ നാളുകളിലും ലോകം പരിഹാരത്തിനായി മാർക്സിനെ വായിക്കുന്നു. അടിസ്ഥാനവർഗ്ഗത്തിന്റെ അന്തസ്സെന്തെന്ന് മനസ്സിലാക്കിക്കൊടുത്ത, ബൂർഷ്വാസിയുടെ ചൂഷണത്തിന്റെ ഇരകളായി നരകിക്കുന്ന നിസ്വവർഗ്ഗത്തിന് മോചനം സാധ്യമാണെന്ന് വിളിച്ചുപറഞ്ഞ മാർക്സ് ചരിത്രം പിറന്ന നാൾ മുതലുള്ള ചിന്തകന്മാർക്കും സാമൂഹ്യപരിഷ്കർത്താക്കൾക്കുമിടയിൽ അനന്യമായ സ്ഥാനമാണ് കൈയാളുന്നത്. അതുകൊണ്ടു തന്നെ മാർക്സിനെക്കുറിച്ച് എഴുതപ്പെടുന്നതോ ചിത്രീകരിക്കപ്പെടുന്നതോ ആയ എന്തും വ്യാപകമായ ശ്രദ്ധനേടുകയും നിശിതമായിത്തന്നെ വിലയിരുത്തപ്പെടുകയും ചെയ്യും. റൗൾ പെക്കിന്റെ യംഗ് കാൾ മാർക്സ് എന്ന ചിത്രത്തിന്റെ കാര്യവും വിഭിന്നമല്ല. മാർക്സ് എന്ന ലോകം കണ്ട ഏറ്റവും മികച്ച ചിന്തകന്റെ ജീവിതത്തിലെ ചെറുതെങ്കിലും പ്രധാനപ്പെട്ട ഒരു ഘട്ടത്തെ ആവിഷ്കരിക്കുക മാത്രമല്ല, വിയർപ്പും ചോരയും കണ്ണീരും പലായനങ്ങളും നിറഞ്ഞ മാർക്സിന്റെ ദരിദ്രജീവിതത്തെ, മാർക്സ് എന്ന ജെന്നിയുടെ ഭർത്താവും രണ്ടു പെൺമക്കളുടെ അച്ഛനുമായ മനുഷ്യനെ ആവിഷ്കരിക്കുക കൂടി ചെയ്യുന്നു ഈ ബയോപിക്.

മാർക്സും എംഗൽസും പാരീസിൽ വെച്ച് കണ്ടുമുട്ടുന്ന 1844 മുതൽ കമ്യൂണിസ്റ്റ് മാനിഫെസ്റ്റോ പ്രസിദ്ധീകരിക്കപ്പെടുന്നതുവരെയുള്ള നാല് വർഷക്കാലമാണ് സിനിമയിൽ കടന്നുവരുന്നത്. ഈ കാലഘട്ടത്തിലെ സംഭവങ്ങളിലൂടെ മാർക്സ് എന്ന ചിന്തകനേക്കാൾ മാർക്സും മാർക്സിസവും രൂപപ്പെട്ട കാലത്തെ ആവിഷ്കരിക്കാനാണ് സിനിമ

ശ്രമിക്കുന്നത്. അത് കൊണ്ട് തന്നെ മാർക്സിയൻ ദർശനത്തിന്റെ അരികും പൊടിയും മാത്രമേ ഈ ചിത്രത്തിൽ ആവിഷ്കരിക്കപ്പെടുന്നുള്ളൂ. എങ്കിലും ബൂർഷ്വാസി, പ്രോലിറ്ററേറ്റ്, മിച്ചമൂല്യം, സമ്പത്ത് തുടങ്ങിയ അടിസ്ഥാന ആശയങ്ങളിലേക്ക് ഉപരിപ്ലവമായിട്ടാണെങ്കിലും സിനിമ എത്തിനോക്കുന്നുണ്ട്. ജെനിയെ പ്രണയിക്കുകയും കാമിക്കുകയും ചെയ്യുന്ന, കുടുംബം പോറ്റാനുള്ള പങ്കപ്പാടിനിടെ എഴുത്ത് തുടരാനാവാതെ കഷ്ടപ്പെടുന്ന, ചിരിക്കുകയും കരയുകയും രോഷാകുലനാകുകയും ചെയ്യുന്ന മാർക്സ് എന്ന സാധാരണ മനുഷ്യനെയാണ് ചിത്രത്തിലുടനീളം കാണാനാവുക. വിവിധഘട്ടങ്ങളിൽ മാർക്സിന്റെ ചിന്താധാരയ്ക്ക് വരുന്ന പരിണാമവും വളർച്ചയും ചിത്രം ആവിഷ്കരിക്കുന്നുണ്ട്. പ്രുദോമുമായും വൈറ്റ്ലിങ്ങുമായും ഹെഗലിയൻ ചിന്താധാര പിന്തുടരുന്ന മറ്റുള്ളവരുമായുമെല്ലാം മാർക്സ് നിരന്തരം സംവാദത്തിലും വാഗ്വാദത്തിലും ഏർപ്പെടുന്നു. അറിവില്ലാത്ത അധ്വാനവർഗ്ഗത്തെ നേതാക്കന്മാരുടെ ഇച്ഛയ്ക്കൊത്ത് നയിക്കുകയല്ല തങ്ങൾക്ക് വേണ്ടത് തിരഞ്ഞെടുക്കാനുള്ള അറിവുള്ളവരാക്കിത്തീർക്കുകയാണ് വേണ്ടത് എന്ന് മാർക്സ് ഉറച്ചുവിശ്വസിക്കുന്നു. ഇത് പറഞ്ഞുവെയ്ക്കാനുള്ള ശ്രമത്തിനിടെ മറ്റുള്ളവരുടെ വികാരങ്ങളെ അദ്ദേഹം പരിഗണിക്കുന്നേയില്ല, താൻ പറയുന്നത് എന്താണെന്ന് ഉത്തമബോധ്യമുള്ള ഒരാൾക്ക് മാത്രം സാധ്യമാകുന്നതാണ് ആ നിർമമത. വൈറ്റ്ലിംഗുമായുള്ള സംവാദത്തിനിടെ വിമർശനമാണ് മാർക്സിന്റെ സ്വഭാവമെന്നും മറ്റുള്ളവരെ തിന്നുതീർത്ത ശേഷം ആ വിമർശന ത്വര മാർക്സിനെത്തന്നെ തിന്നു തീർക്കുമെന്ന് വൈറ്റ്ലിംഗ് പറയുന്നുണ്ട്. നിരന്തരം സ്വയം വിമർശനം നടത്തിയും തിരുത്തിയും മുന്നോട്ടു പോകുന്ന മാർക്സിയൻ പ്രത്യയശാസ്ത്രത്തിന് അടിത്തറ പാകാൻ പോകുന്നത് ആ വിമർശന ത്വരയാണല്ലോ എന്നോർക്കുമ്പോഴാണ് സിനിമയുടെ ആഴത്തിലേക്ക് മാർക്സ് ഇറങ്ങി നിൽക്കുന്നതായി മനസ്സിലാവുക.

മാർക്സും എംഗൽസും തമ്മിലുള്ള സൗഹൃദമാണ് ചിത്രത്തിന്റെ മറ്റൊരു പ്രധാന പ്രതിപാദ്യം. അനിഷ്ടകരമായിത്തുടങ്ങി ആത്മസൗഹൃദമായി വളർന്ന ആ ബന്ധത്തിന്റെ വളർച്ച സിനിമ ആവിഷ്കരിക്കുന്നു. പരസ്പര ബഹുമാനത്തിലും ബൗദ്ധികമായ പങ്കു വെക്കലിനുമൊപ്പം ഒന്നിച്ച് മദ്യപിച്ച് പാതിരാത്രി വീട്ടിലെത്തുന്ന കൂട്ടുകാർ കൗതുകമുള്ള കാഴ്ചയാണ്. എന്നാൽ വഴിയിൽ പരിശോധന നടത്തുന്ന ഉദ്യോഗസ്ഥരിൽ നിന്ന് ഓടി രക്ഷപ്പെടുന്ന രംഗം കോമാളിക്കാഴ്ചയായി മാറുന്നുമുണ്ട്. എളുപ്പത്തിൽ പ്രകോപിതനാകുന്ന മാർക്സിനെ ഉറപ്പിച്ചു നിർത്തുന്ന നങ്കൂരം പോലെ ചിത്രത്തിൽ എംഗൽസ് നിലകൊള്ളുന്നു. അനേകം മില്ലുകളുള്ള ധനികനായ പിതാവിന്റെ മകനായി ജീവിച്ചു കൊണ്ട്

അടിസ്ഥാന വർഗ്ഗത്തിനായി നിലകൊള്ളുന്ന എംഗൽസിന്റെ സംഘർഷങ്ങളെ ആവിഷ്കരിക്കാൻ സിനിമയ്ക്ക് കഴിഞ്ഞിട്ടില്ല. രസികനായ എംഗൽസിനെ അവതരിപ്പിക്കാനുള്ള ശ്രമം പാളിപ്പോവുകയും ചെയ്യുന്നു.

മാർക്സിനേയും എംഗൽസിനേയും പ്രകടനമികവ് കൊണ്ട് മറികടക്കുന്നത് ശക്തരായ സ്ത്രീ കഥാപാത്രങ്ങളാണ്. മാർക്സിന്റെ ഭാര്യ ജെന്നിയും എംഗൽസിന്റെ പങ്കാളി മേരി ബേൺസും സിനിമയിൽ ശക്തമായ രാഷ്ട്രീയ സാന്നിധ്യങ്ങളാകുന്നു. പ്രഭുകുടുംബത്തിൽ ജനിച്ച് വളർന്ന് മാർക്സിനൊപ്പമുള്ള ദരിദ്രജീവിതം തെരഞ്ഞെടുത്തയാളാണ് ജെന്നി. മാർക്സിനൊപ്പം രാഷ്ട്രീയ യോഗങ്ങളിൽ പങ്കെടുക്കുന്ന, അഭിപ്രായങ്ങൾ പറയുന്ന ജെന്നിയെ ചിത്രത്തിൽ ഒട്ടാകെ കാണാം. ഒപ്പം സന്ധിശ്ധതകളിൽ ഉലഞ്ഞുപോകാതെ അദ്ദേഹത്തെ താങ്ങുന്ന നങ്കൂരമായും അവർ മാറുന്നു. സമ്പന്നമായ ഒരു ജീവിതം തനിക്ക് ബോറടിച്ചേനെ എന്നും വിപ്ലവകരമായ ഒരു ജീവിതം നയിക്കുന്നതാണ് തനിക്കിഷ്ടമെന്നും എംഗൽസിനോടുള്ള മറുപടിയായി ജെന്നി പറയുന്നുണ്ട്. ഈ പഴഞ്ചൻ ലോകം പൊട്ടിത്തകരാൻ പോകുകയാണെന്നും പറയുന്നു. എന്നാൽ, നമ്മൾ മൂന്നുപേരും ചേർന്ന് പുതിയൊരു ലോകം നിർമ്മിക്കാൻ ശ്രമിക്കും എന്ന് എംഗൽസ് പറയുമ്പോൾ അതിന് നമ്മൾ മൂന്നുപേർ മതിയാകും എന്ന് തോന്നുണ്ടോ എന്ന മറുചോദ്യം കൊണ്ടാണ് ജെന്നി എന്ന കഥാപാത്രം അതിശയിപ്പിക്കുന്നത്. ലീഗ് ഓഫ് ജസ്റ്റിന്റെ സമ്മേളനത്തിൽ പങ്കെടുക്കാൻ തന്നേയും മക്കളെയും

വിട്ടുപോകാൻ വൈമനസ്യം കാണിക്കുമ്പോൾ മാർക്സിനെ അതൊരു വലിയ അവസരമാണെന്ന് ബോധ്യപ്പെടുത്തി പറഞ്ഞയക്കുന്നതും ജെന്നിയാണ്. ജെന്നിയെ അവതരിപ്പിച്ച വിക്കി ക്രീപ്സ് എന്ന നടി അഭിനയ മികവുകൊണ്ട് സിനിമയിലെ മറ്റെല്ലാവരേയും മറികടക്കുന്നു.

എംഗൽസിന്റെ കാമുകിയായ മേരി ബേൺസാണ് തൊഴിലാളികളുടെ ദയനീയ സാഹചര്യങ്ങളെക്കുറിച്ച് മനസ്സിലാക്കാൻ അദ്ദേഹത്തെ സഹായിക്കുന്നത്. ജീവിതപങ്കാളി എന്നതിനപ്പുറം പോരാട്ടങ്ങളിൽ സഖാവും സഹയാത്രികയുമായിരുന്നു അവർ. വിവാഹം എന്ന ബൂർഷ്വാ വ്യവസ്ഥിതിയെ എതിർക്കുന്നതിനാൽ എംഗൽസും ബേൺസും ഒരിക്കലും വിവാഹിതരായില്ല. ദരിദ്രജീവിതത്തിലാണ് സംതൃപ്തി എന്നും അത്തരമൊരു ജീവിതത്തിലേക്ക് കുഞ്ഞുങ്ങളെ ജനിപ്പിക്കേണ്ടതില്ല എന്നും അവരിരുവരും ചേർന്ന് തീരുമാനിക്കുന്നു. മേരി ബേൺസും സിനിമയിലെ ശക്തമായ സാന്നിധ്യമാണ്.

മാർക്സിന്റെ ജീവിതത്തിലെ നിർണ്ണായകമായ ഒരു ഘട്ടത്തെ അവതരിപ്പിക്കുന്നതിൽ ഏറെക്കുറെ സംവിധായകൻ വിജയിച്ചിട്ടുണ്ട്. മാർക്സിസം എന്ന സങ്കീർണ്ണമായ പ്രത്യയശാസ്ത്രത്തെ ഒരു ബയോപിക്കിൽ സംഗ്രഹിച്ച് അവതരിപ്പിച്ച് ഫലിപ്പിക്കാനാവുമെന്ന് കരുതുന്നതിൽ അർത്ഥമില്ല. ലോകത്തെ മാറ്റിമറിച്ച ചിന്താപദ്ധതിയുടെ ഉപജ്ഞാതാവായി മാർക്സ് നിലകൊള്ളുമ്പോൾ അദ്ദേഹത്തിന്റെ സംഭവബഹുലമായ കാലത്തെ അവതരിപ്പിക്കൽ സംവിധായകനെ

സംബന്ധിച്ചിടത്തോളം വെല്ലുവിളി തന്നെയാണ്. ഒരു മഹത്തായ ചിത്രം എന്ന നിലയ്ക്കല്ലെങ്കിലും മാർക്സിന്റെ വ്യക്തിത്വത്തോട് നീതി പുലർത്താനുള്ള ആത്മാർഥമായ ശ്രമം എന്ന നിലയ്ക്ക് യംഗ് കാൾ മാർക്സ് ഓർമ്മിക്കപ്പെടും. പുതിയ മാർക്സ് വായനകളും മാർക്സിനെക്കുറിച്ചുള്ള ആഖ്യാനങ്ങളും ഇനിയും തുടർന്നുകൊണ്ടേയിരിക്കും.

മങ്ങിയും തെളിഞ്ഞും ഈ പെൺനോവുകൾ

കുഷ്ഠരോഗിയായ ഭർത്താവിനെ ഊട്ടി, ഒരുക്കി വേശ്യാഗൃഹത്തിലേക്ക് ചുമന്നുകൊണ്ടുപോയ ശീലാവതിയും അപഥസഞ്ചാരിയായ ഭർത്താവിനെച്ചൊല്ലി ഒരു പട്ടണം തന്നെ ശാപത്താൽ എരിച്ച കണ്ണകിയും

ഇന്ത്യൻ യാഥാസ്ഥിതികത്വത്തിന്റെ ആദർശസ്ത്രീബിംബങ്ങളിൽ പ്രഥമസ്ഥാനീയരാണ്. മറ്റ് യാഥാസ്ഥിതിക സമൂഹങ്ങളിലെ അവസ്ഥയും വ്യത്യസ്ഥമല്ല. ഭർത്താവിന്റെ കാമം ശമിപ്പിക്കാൻ ഏതവസ്ഥയിലും സ്ത്രീ ബാധ്യസ്ഥയാണെന്ന് അനുശാസിക്കുന്ന മതത്തിന് ഭൂരിപക്ഷമുള്ള ഒരു രാജ്യത്തെ വിദ്യാഭ്യാസത്തിന്റെയോ തൊഴിലിന്റെയോ പിൻബലമില്ലാത്ത ഒരു സ്ത്രീയുടെ ജീവിതം എത്രത്തോളം അരക്ഷിതമാണെന്ന് ഒരു സ്ത്രീയുടെ തന്നെ (യെസീം ഉസ്തോഗ്ലു) സംവിധാനത്തിൽ ആവിഷ്കരിക്കുന്ന ടർക്കിഷ് ചിത്രമായ ക്ലെയർ ഒബ്സ്ക്യുറിൽ. ഒപ്പം, വിഭിന്നമായ ജീവിതതലങ്ങളിൽ നിൽക്കുമ്പോഴും പ്രത്യക്ഷത്തിൽ ഏറെ വ്യത്യസ്ഥമെന്ന് പുറമേ തോന്നുമ്പോഴും ആന്തരികമായി സ്ത്രീയുടെ വൈകാരിക ലോകവും അരക്ഷിതാവസ്ഥകളും പ്രതീക്ഷകളും സമാനമാണെന്ന് ഈ ചിത്രം പറയുന്നു. മികച്ച സംവിധായികക്കുള്ള രജതചകോരവും മികച്ച നടിക്കുള്ള പ്രത്യേക പുരസ്കാരവും തിരുവനന്തപുരം ചലച്ചിത്രമേളയിൽ ഈ ചിത്രം നേടിയിരുന്നു.

തികച്ചും വ്യത്യസ്ഥരായ രണ്ട് സ്ത്രീകഥാപാത്രങ്ങളുടെ ജീവിതം ഒരു പ്രത്യേക സാഹചര്യത്തിൽ ഒരു ബിന്ദുവിൽ സംഗമിക്കുമ്പോൾ സ്വാതന്ത്ര്യത്തെപ്പറ്റി അവരിൽ ഉണ്ടാകുന്ന തിരിച്ചറിവുകളാണ് ക്ലെയർ ഒബ്സ്ക്യൂർ ആവിഷ്കരിക്കുന്നത്. മുപ്പതുകളിൽ എത്തിയ ഷഹനാസ് ഒരു ആശുപത്രിയിൽ സൈക്ക്യാട്രിസ്റ്റ് ആയി ജോലി ചെയ്യുന്നു. ഐടി പ്രോഫഷനലായ സെമുമായി ദീർഘകാലമായുള്ള ലിവ് ഇൻ റിലേഷൻഷിപ്പിലാണ് അവർ. ആധുനികമായ എല്ലാ ജീവിതസൗകര്യങ്ങളോടെ ഇഷ്ടമുള്ള തൊഴിൽ ചെയ്ത് ഇഷ്ടമുള്ള വസ്ത്രം ധരിച്ച് ജീവിക്കുന്ന ഷെഹനാസ് തുർക്കിയിലെ നാഗരികസ്ത്രീയുടെ പ്രതിനിധിയാണ്.

പ്രായപൂർത്തിപോലും ആകാത്ത എൽമാസ് തന്റെ അച്ഛനാകാൻ പ്രായമുള്ള ഒരാളിനാൽ പതിമൂന്നാം വയസ്സിൽ വിവാഹം ചെയ്യപ്പെട്ടവളാണ്. വീട്ടുജോലിക്കാരിയായും അമ്മായിയമ്മയെ പരിചരിക്കുന്ന നേഴ്സായും പുറം ലോകത്തിൽ നിന്ന് അകറ്റപ്പെട്ട് ജീവിക്കുന്ന ഏകാകിനി. ഭർത്താവിനാൽ ക്രൂരമായി നിരന്തരം ബലാൽസംഗം ചെയ്യപ്പെടുന്ന അവൾ പ്രതിഷേധിക്കാൻ പോലും അവസരമില്ലാത്തവിധം നിസ്സഹായയാണ്. അയൽക്കാരി പോപ്പ് സംഗീതത്തിനൊപ്പം നൃത്തം ചെയ്യുന്നത് കണ്ടും രഹസ്യമായി സിഗരറ്റ് വലിച്ചുമാണ് തന്റെ ജീവിതത്തോട് എൽമാസ് പരിമിതമായെങ്കിലും, കലഹിക്കുന്നത്. ഭർത്താവിന്റെയും ശ്വശ്രൂരയുടേയും (കൊലപാതകമെന്ന് സംശയിക്കപ്പെടുന്ന) മരണത്തെത്തുടർന്ന് മാനസികവിഭ്രാന്തിയോടെ ഷഹനാസിന്റെ ചികിത്സയിലേക്ക് എൽമാസ് എത്തുമ്പോൾ രണ്ട് സ്ത്രീകളുടേയും ജീവിതങ്ങൾ കൂട്ടിമുട്ടുന്നു.

എൽമാസിന്റെ വിഭ്രാന്തിയുടെ വേരുകൾ തേടിപ്പോകുന്ന ഷഹനാസ് സ്വതന്ത്രമെന്ന് ധരിക്കപ്പെടുന്ന സ്വന്തം ജീവിതാവസ്ഥകളുടെ പൊള്ളത്തരം തിരിച്ചറിയുന്നു.

മകളെ ബാധ്യതയായിക്കാണാൻ നിർബന്ധിതരാകുന്ന മാതാപിതാക്കൾ ചീഞ്ഞളിഞ്ഞ യാഥാസ്ഥിതിക വ്യവസ്ഥിതിയുടെ മാത്രം സൃഷ്ടികളാണ്. മറ്റൊരു വഴിക്ക് ചിന്തിക്കാൻ പോലും സാധ്യമാകാത്ത വിധം പിതൃവ്യവസ്ഥിതി അവരെ അടിമപ്പെടുത്തുന്നു. പതിമൂന്നാംവയസ്സിൽ എനിക്ക് സ്കൂളിൽ പോകണമെന്ന് കരയുന്ന മകളെ അച്ഛനേക്കാൾ പ്രായമുള്ളയാളുടെ ലൈംഗികഅടിമയും അപ്രഖ്യാപിത വേലക്കാരിയുമായി തള്ളിവിടുന്ന വ്യവസ്ഥിതിയെ ഏത് അളവുകോലുകൾ കൊണ്ടാണ്

ന്യായീകരിക്കാനാകുക. ഇങ്ങനെയൊക്കെയാണ് എൽമാസുമാരും ഷഹനാസുമാരും ശീലാവതിയുടെ എതിർപക്ഷത്തേക്ക് കൂറുമാറുന്നത്.

മാതാപിതാക്കളുടെ പോലും തിരസ്കാരം അവളെ എത്തിക്കുന്ന ആഴമറിയാത്ത ഇരുട്ട് ആത്മഹത്യയിലേക്കോ കൊലപാതകത്തിലേക്കോ നയിക്കുന്നത് അസാധാരണമെങ്കിലും അസംഭവ്യമല്ല. തിരിച്ചുചെന്നാൽ സ്വീകരിക്കില്ല എന്നുറപ്പുള്ള മാതാപിതാക്കളെ കാണാൻ പോലും വിസമ്മതിക്കും വിധം തീക്ഷ്ണമാണ് വ്യവസ്ഥിതിയോടുള്ള അവളുടെ അമർത്തിയ വെറുപ്പ്. സ്വന്തം ലൈംഗികതക്കുമേലുള്ള സ്വയംനിർണ്ണയാധികാരം കൂടിയാണ് സ്ത്രീസ്വാതന്ത്ര്യം എന്ന് ചിത്രം വ്യക്തമായി തന്നെ പറയുന്നുണ്ട്.

എൽമാസിന്റെ ആശങ്കകൾ സ്വതന്ത്രമല്ലാത്ത ഭൗതികസാഹചര്യങ്ങളെക്കുറിച്ചാണെങ്കിൽ ഷഹനാസിന് കലഹിക്കേണ്ടി വരുന്നത് സ്ത്രീയുടെ ആന്തരിക സത്തക്കുമേൽ പൗരുഷം സദാ പുലർത്താൻ ശ്രമിക്കുന്ന മാനസികമേധാവിത്വത്തോടാണ്. ഒരു പുരുഷകേന്ദ്രീകൃത വ്യവസ്ഥയിൽ അതിന്റെ ഗുണഭോക്താവായും മറ്റൊരർത്ഥത്തിൽ അതിന്റെ ഇരയായും വളർന്നുവരുന്ന പുരുഷൻ എത്ര അഭ്യസ്തവിദ്യനായാലും അവനിൽ വേരുറപ്പിച്ച വ്യവസ്ഥാപിതമൂല്യങ്ങളെ കുടിയൊഴിപ്പിക്കുക എളുപ്പമല്ല. പുറം മോടിയിൽ തുല്യതയ്ക്ക് വേണ്ടി നിൽക്കുമ്പോഴും ആത്യന്തികമായി ഉൾച്ചേർക്കപ്പെട്ട യാഥാസ്ഥിതികത്വം അവനെ അവനറിയാതെ സമത്വത്തിന്റെ ശത്രുപക്ഷത്ത് നിർത്തുന്നു. ശാരീരികമായ അടിച്ചമർത്തലോ മാനസികമായ തുറസുകൾ തടഞ്ഞുവെയ്ക്കലോ ഏതാണ് കൂടുതൽ ദോഷകരം എന്നത് ഒരിക്കലും അവസാനിക്കാത്ത സംവാദത്തിലേക്ക് മാത്രമേ നയിക്കുകയുള്ളൂ. ഇരയാക്കപ്പെടുന്നവളെ സംബന്ധിച്ചിടത്തോളം രണ്ടും തമ്മിൽ താരതമ്യം തന്നെ സാധ്യമല്ല.

ക്ലെയർ ഒബ്സ്ക്യൂർ അവതരിപ്പിക്കുന്ന സ്ത്രീപുരുഷ ഭാവതലങ്ങൾ ഒരു പുരുഷാധിപത്യസമൂഹം ആയത് കൊണ്ട് തന്നെ നമ്മുടെ സാമൂഹ്യാവസ്ഥകളുമായി താദാത്മ്യപ്പെടുന്നുണ്ട്.

എൽമാസിന്റെ മാനസികാവസ്ഥയുടെ കാരണം തേടുന്ന ഷഹനാസിന്റെ ചികിത്സാരീതികൾ ചിത്രത്തിന്റെ ഒരു പ്രധാനഭാഗമാണ്. കുറച്ചൊക്കെ ദൈർഘ്യം കൊണ്ടും നാടകീയതകൊണ്ടും വിരസതയിലേക്ക് വഴുതുന്ന, എൽമാസ് സ്വന്തം ജീവിതം വെളിപ്പെടുത്തുന്ന രംഗം ആ കഥാപാത്രത്തെ അവതരിപ്പിച്ച എസെം ഉസൂൻ സ്വന്തം പ്രകടനം കൊണ്ട് ഉജ്ജ്വലമാക്കുന്നുണ്ട്. ഷഹനാസിന്റെ ആകുലതകളെ വിശ്വസനീയമായ വിധത്തിൽ അവതരിപ്പിക്കാൻ സാധിക്കാത്തിടത്ത് മാത്രമാണ് സംവിധായിക പരാജയപ്പെടുന്നത്. ഷഹനാസിന്റെ സഹപ്രവർത്തകനായ പുരുഷകഥാപാത്രം പുരുഷവിദ്വേഷം എന്ന ആരോപണത്തിൽ നിന്ന് സംവിധായികയെ രക്ഷിക്കുന്നുണ്ട്. കൂട്ട് എന്നത് കൊണ്ട് ആത്യന്തികമായി ഒരു സ്ത്രീ എന്താണ് ആഗ്രഹിക്കുന്നതെന്ന് തിരിച്ചറിയുന്ന പുരുഷന്മാർ അപൂർവ്വമെങ്കിലും പിതൃകേന്ദ്രീകൃത വ്യവസ്ഥയിലും നിലനിൽക്കുന്നുണ്ടെന്ന് ഈ കഥാപാത്രം പ്രേക്ഷകരേ ആശ്വസിപ്പിക്കുന്നു.

ഷോട്ടുകളുടെ വിഭജനവും ചിത്രീകരണമികവും ചിത്രത്തിന് ആസ്വാദ്യതകൂട്ടുന്നുണ്ട്. ഷഹനാസിന്റെ മാനസികഭാവങ്ങൾ കടലിന്റെ ദൃശ്യങ്ങളുമായി മനോഹരമായി കൂട്ടിയിണക്കിയിട്ടുണ്ട്. കേന്ദ്ര

കഥാപാത്രങ്ങളെ അവതരിപ്പിച്ച സ്ത്രീകൾ രണ്ടു പേരും, ഫന്റ എറീഗിറ്റ് (ഷഹനാസ്), എസെം ഉസൂൻ (എൽമാസ്) മികച്ച അഭിനയം കാഴ്ച്ചവെച്ചിട്ടുണ്ടെങ്കിലും താൻ അവതരിപ്പിച്ച കഥാപാത്രത്തിന്റെ സവിശേഷതകൊണ്ട് കൂടിയാവാം. എസെം ഉസൂൻ മുന്നിട്ട് നിൽക്കുന്നു. ചിത്രത്തിലെ പ്രകടനം ഉസൂനിന് തിരുവനന്തപുരം അന്താരാഷ്ട്ര ചലച്ചിത്രമേളയിൽ അഭിനയത്തിനുള്ള പുരസ്കാരം നേടിക്കൊടുത്തു. സ്ത്രീയുടെ ആന്തരികസംഘർഷങ്ങളും ലൈംഗികസ്വാതന്ത്ര്യത്തിനായുള്ള കുതറലുകളും ആവിഷ്കരിക്കുന്നതിൽ സംവിധായികയായ യെസീം ഉസ്തോഗ്ലു വിജയിച്ചിട്ടുണ്ട്. സ്വതന്ത്രചിന്തക്ക്മേൽ മതം പിടിമുറുക്കിത്തുടങ്ങിയ തുർക്കിയുടെ സമകാലിക അവസ്ഥയിലും സിനിമയിൽ ഇതിന്റെ സ്വാധീനം കണ്ടുതുടങ്ങിയിട്ടില്ല എന്നതും, യാഥാസ്ഥിതികസങ്കൽപ്പങ്ങളെ വെല്ലുവിളിക്കുന്ന സംവിധായികയുടെ ധീരമായ നിലപാടും ആഹ്ലാദകരം തന്നെ.

പട്ടണങ്ങളുടെ ഒരു സംഘാതമായ കേരളത്തിലിരുന്ന് ക്ലെയർ ഒബ്സ്ക്യൂറിലെ അങ്ങേയറ്റം വിഭിന്നമായ സ്ത്രീകഥാപാത്രങ്ങളെ മനസ്സിലാക്കുക എളുപ്പമാവില്ല. പക്ഷേ ഉത്തരേന്ത്യയിലെ ഗ്രാമങ്ങളും

നഗരങ്ങളും തമ്മിലുള്ള അന്തരം കണ്ടോ കേട്ടോ അറിഞ്ഞവരെ സംബന്ധിച്ചിടത്തോളം അത് ഒട്ടും പ്രയാസമുള്ളതാവില്ല. നഗരത്തിലെ അഭ്യസ്തവിദ്യയായ സ്ത്രീയും ഗ്രാമത്തിലെ പ്രൈമറിക്ലാസിനപ്പുറം കടക്കാൻ ഭാഗ്യം ലഭിക്കാത്ത സ്ത്രീയും പ്രത്യക്ഷത്തിൽ തെളിഞ്ഞ ചിത്രവും മങ്ങിയ പ്രതിബിംബവും പോലെ (Clear and obscure) വിഭിന്നരെങ്കിലും അവരെ തളച്ചിടുന്ന ചങ്ങലകൾക്ക് ഒരുപക്ഷേ കണ്ണികളുടെ എണ്ണത്തിൽ അല്ലാതെ സാരമായ വ്യത്യാസമില്ലെന്ന് ക്ലെയർ ഒബ്സ്ക്യൂർ കാണിച്ചുതരുന്നു.

ദേശവലകളിൽ
കുടുങ്ങുന്ന പരൽമീനുകൾ

ബഹിരാകാശത്തു നിന്ന് നോക്കുമ്പോൾ,അനേകം നക്ഷത്രങ്ങൾക്കിടയിലെ ദുർബലമായ നീല വെളിച്ചമായി ഭൂമിയെ തിരിച്ചറിയുമ്പോൾ, എല്ലാ അതിരുകളും മാഞ്ഞുപോകുന്നു എന്ന് പറഞ്ഞത് ശാസ്ത്രലേഖകനായ കാൾ സാഗനാണ്. എന്നാൽ, നദി പോലെ ആർക്കും സ്വന്തമല്ലാത്ത പ്രാകൃതിക ജൈവ വ്യവസ്ഥയ്ക്കുമേൽ പോലും അതിർത്തികൾ വരച്ചുവെയ്ക്കുന്ന ദേശീയത എന്ന എക്കാലത്തേയും അപകടകരമായ രാഷ്ട്രീയ മിത്തിനെ പ്രശ്നവത്കരിക്കുകയാണ് കിം കി ദുക്ക് തന്റെ ചിത്രം നെറ്റിലൂടെ. സങ്കുചിത രാഷ്ട്രതന്ത്രം ഭൗതികലോകത്തിനു മുകളിലും, അതേ സമയം തന്നെ മനുഷ്യമനസ്സുകളിലും പതിയ്ക്കുന്ന ചാപ്പകൾ അഥവാ തിരിച്ചറിയൽ മുദ്രകൾ, മനുഷ്യൻ എന്ന അപാരസ്വത്വത്തിൽ നിന്ന്, മാനവികതയുടെ തെളിച്ചത്തിൽ നിന്ന് എത്രമാത്രം അപരവത്കരിക്കുന്നു എന്നാണ് ദുക്കിന്റെ പതിവ് ശൈലിയിൽ നിന്ന് വ്യത്യസ്തമായ മന്ദ്രസ്ഥായിയിൽ അദ്ദേഹം പറയാൻ ശ്രമിക്കുന്നത്. സാധാരണ മനുഷ്യന്റെ ദൈനംദിന വ്യവഹാരങ്ങളെ സംബന്ധിച്ചിടത്തോളം ഒട്ടും പ്രസക്തമല്ലാത്ത, അതിവൈകാരിക, വിജൃംഭിത ദേശസ്നേഹത്തിന്റെ കെടുതികൾ സമീപകാല ഇന്ത്യയെ സംബന്ധിച്ചിടത്തോളവും ഏറെ പ്രസക്തമാവുന്നത് കൊണ്ടാവാം ചിത്രം ഇവിടെ വ്യാപകമായി സ്വീകരിക്കപ്പെട്ടത്.

മുതലാളിത്തത്തിന്റേയും സമഗ്രാധിപത്യ കമ്യൂണിസത്തിന്റേയും(?) വിപരീത ദ്വന്ദ്വങ്ങളിലായി വിഭജിക്കപ്പെട്ടിരിക്കുന്നവരാണ് ദക്ഷിണ-ഉത്തരകൊറിയകളിലെ ജനങ്ങൾ. ഭാഷയും സാംസ്കാരിക പൈതൃകവും സമാനമായിരിക്കുമ്പോഴും ഭരണവ്യവസ്ഥയുടെ വ്യതിയാനത്താൽ പിളർക്കപ്പെട്ടവർ. രണ്ട് രാജ്യങ്ങളിലും നിലവിലുള്ള ഭരണകൂടവ്യവസ്ഥയെപ്പറ്റി, ജനങ്ങളുടെ സ്വാതന്ത്ര്യത്തെപ്പറ്റി ഒക്കെ വിമർശനാത്മകമായ മുൻവിധികൾ നമുക്കെല്ലാമുണ്ടാകാം, എന്നാൽ കിം കി ദുക്ക് ഈ വിഭജിത ദേശീയതയിൽ ഏതിന്റെയും പക്ഷത്ത് നിലയുറപ്പിക്കുന്നില്ല നെറ്റ് എന്ന ചിത്രത്തിൽ. മീൻവല ബോട്ടിന്റെ

എഞ്ചിനിൽ കുടുങ്ങി തീർത്തും നിസ്സഹായനായി, ദക്ഷിണ കൊറിയൻ തീരത്ത് എത്തിപ്പെടുന്ന നാം ചുൽ വൂ എന്ന മീൻപിടിത്തക്കാരന്റെ കഥയാണ് നെറ്റ് പറയുന്നത്. മനുഷ്യൻ സ്ഥാപിക്കുന്ന വിർച്വൽ അതിർത്തികൾ നദിക്ക്, പ്രകൃതിക്ക് ബാധകമാകാത്തത് കൊണ്ട് ഒഴുകുന്ന പുഴക്ക് അയാളെ ദക്ഷിണകൊറിയൻ തീരത്ത് എത്തിക്കാനേ കഴിയുന്നുള്ളൂ. അതിർത്തി കടന്നെത്തുന്ന ശത്രുരാജ്യത്തെ പൗരൻ ചാരനാണ് എന്ന ഭരണകൂടത്തിന്റെ സാമാന്യയുക്തി അയാളെ എത്തിക്കുന്നത് തടവറയിലേക്കും നിരന്തരമുള്ള ചോദ്യംചെയ്യലുകളിലേക്കുമാണ്. സമുദ്രാതിർത്തി ലംഘിച്ചതിന് പാക് ജയിലുകളിൽ കഴിയുന്ന ഇന്ത്യൻ മീൻപിടുത്തക്കാരുടേയും ഇന്ത്യൻ ജയിലുകളിൽ കുടുങ്ങിയ പാകിസ്ഥാനി മീൻപിടുത്തക്കാരുടേയും അവസ്ഥ തന്നെയാണ് അയാളുടെയും.

ചോദ്യം ചെയ്യാനെത്തുന്ന അന്വേഷാണോദ്യോഗസ്ഥന്റെ ഉദ്ദേശം അയാളെ സംബന്ധിച്ചുള്ള യാഥാർത്ഥ്യം തിരിച്ചറിയുക എന്നതിലുപരി അപരസ്ഥാനത്ത് നിൽക്കുന്ന ഒരു ഇരയെ കണ്ടെത്തി തന്റെ അരക്ഷിതാവസ്ഥയുടെ ഭാരം അയാളിൽ ചാർത്തുക എന്നതാണ്. ശാരീരികവും മാനസികവുമായ പീഡനങ്ങളിലൂടെ തന്നിലെ തിന്മകളുടെ പ്രതിരൂപമായ ഒരു ശത്രുവിനെ സൃഷ്ടിച്ചെടുക്കാനാണ് അയാൾ നിരന്തരം ശ്രമിക്കുന്നത്. പിടിക്കപ്പെട്ടയാൾ ചാരനല്ല എന്ന് തിരിച്ചറിയുമ്പോൾ മുറിവേൽക്കുന്നത് അയാളിലെ വീരനായകത്വത്തിനാണ്. എന്നാൽ, ഇയാളുടെ മേലധികാരിയായ ഉന്നതഉദ്യോഗസ്ഥനെ ഭരിക്കുന്നത് അഴുക്കുകുഴിയിൽ കിടക്കുന്ന ഒരാളെ കൈപിടിച്ചുകയറ്റി കഴുകി വൃത്തിയാക്കുകയാണ്, നാം ചുൽ വൂവിനെ ദക്ഷിണകൊറിയൻ പൗരനാക്കുന്നതിലൂടെ താൻ ചെയ്യുന്നത് എന്ന വ്യാജാഭിമാനബോധമാണ്. അടിച്ചമർത്തപ്പെട്ട ഒരാളെ സ്വാതന്ത്ര്യത്തെക്കുറിച്ച് ബോധാവാനാക്കുന്നു എന്ന് ഭാവിക്കുന്ന അയാൾ നടത്താൻ ശ്രമിക്കുന്നതും ദേശീയതയിൽ

ഊന്നിയ മസ്തിഷ്കപ്രക്ഷാളനം തന്നെയാണ്. ഇതിനായി നാം ചുൽ വൂവിനെ ദക്ഷിണകൊറിയയിലെ വിപണി കേന്ദ്രീകൃത മായക്കാഴ്ചകളി ലേക്ക് നിർബന്ധിച്ച് കണ്ണുകൾ തുറപ്പിക്കുന്നുണ്ട്. എന്നാൽ സ്വാതന്ത്ര്യം എന്ത് കൊണ്ട് സന്തോഷം കൊണ്ടുവരുന്നില്ല എന്ന ചോദ്യത്തിലേക്ക് അയാളെ നയിക്കാൻ മാത്രമേ ഈ നിർബന്ധിത നഗരക്കാഴ്ചയ്ക്ക് കഴി യുന്നുള്ളൂ.

ചാരനാക്കി തുറുങ്കിലടക്കാനും പ്രലോഭിപ്പിച്ച് ലിബറൽ ജനാധി പത്യത്തിലേക്ക് മതംമാറ്റാനുമുള്ള ശ്രമങ്ങൾക്കിടയിൽ അയാൾക്ക് തുണയായി നിൽക്കുന്നത് ചെറുപ്പക്കാരനായ സെക്യൂരിറ്റി ഉദ്യോഗസ്ഥൻ മാത്രമാണ്. കാവൽക്കാരൻ എന്നതിലുപരി വൂവിന്റെ ആകുലതകൾ തിരിച്ചറിഞ്ഞ് അനുഭാവം പ്രകടിപ്പിക്കാൻ അയാൾ തയ്യാറാവുന്നുണ്ട്. മുത്തച്ഛന്റെ ഉത്തരകൊറിയൻ ബന്ധം എന്നത് അയാളിലെ മാനവി കതയ്ക്ക് വികലമായ ഒരു നിർവചനം ചമയ്ക്കൽ മാത്രമേ ആകുന്നുള്ളൂ. കർക്കശനിയമങ്ങളിലുരഞ്ഞു പരുപരുത്തുപോയിട്ടില്ലാത്ത അയാളുടെ മനസ്സിന് പങ്കുവെയ്ക്കപ്പെടുന്ന ദേശീയപാരമ്പര്യത്തിന്റെ സാധൂകരണം ആവശ്യവുമല്ല.

ദക്ഷിണകൊറിയയിൽ എത്തിയപ്പോൾ മുതൽ ചുറ്റുമുള്ള കാഴ്ചകളെ കണ്ണടച്ച് പുറത്താക്കുന്നുണ്ട് നാം ചുൽ വൂ. ഒരു മുതലാളിത്തവ്യവസ്ഥ യുടെ ദൃശ്യപ്രലോഭനങ്ങളിൽ നിന്ന് അകന്നുനിൽക്കുക എന്നതിനൊപ്പം തിരിച്ചെത്തുമ്പോൾ സ്വന്തം ഭരണാധികാരികളിൽ നിന്നുണ്ടാകുന്ന ചോദ്യം ചെയ്യലിനെ അതിജീവിക്കുക എന്ന ഉദ്ദേശം കൂടി അയാൾക്കു ണ്ട്. കഠിനമായ പീഡനങ്ങൾക്കിടയിലും തനിക്കറിയാവുന്ന ചെറിയ രഹസ്യങ്ങൾ അയാൾ സംരക്ഷിക്കുന്നുമുണ്ട്. കുടുംബത്തെ ഉപേക്ഷിച്ച് അവിടെ ഒരു പുതിയ ജീവിതം ആരംഭിക്കുക എന്ന പ്രലോഭനത്തെ

നിഷ്പ്പയാസം അതിജീവിക്കാൻ കുടുംബത്തോടുള്ള കൂറിനൊപ്പം ദേശ സ്നേഹവും പ്രേരണയാകുന്നുണ്ട്.

ദക്ഷിണകൊറിയൻ നഗരക്കാഴ്ചകൾക്കിടെ യാദൃശ്ചികമായി ഒരു ലൈംഗികതൊഴിലാളിയുമായി അയാൾ കണ്ടുമുട്ടുന്നുണ്ട്. നവലിബറൽ സ്വതന്ത്ര ജനാധിപത്യം എല്ലാവരുടെയും സന്തോഷം ഉറപ്പുവരുത്തുന്നില്ല എന്നും, സമൂഹത്തിന്റെ ഏറ്റവും താഴെക്കിടയിൽ നിൽക്കുന്നവരെ അത് നിഷ്കരുണം പുറംതള്ളുന്നു എന്നും വൂ മനസ്സിലാക്കുന്നു. 'വെളിച്ചത്തിന്റെ തീവ്രത എത്ര കണ്ട് കണ്ട് കൂടുന്നുവോ അത്രയും തന്നെ ഇരുണ്ടതാവും നിഴലുകളും. സ്വാതന്ത്ര്യം സന്തോഷം എപ്പോഴും ഉറപ്പാക്കി എന്നു വരില്ല' എന്ന സെക്യൂരിറ്റി ഉദ്യോഗസ്ഥന്റെ മറുപടി വ്യവസ്ഥിതിയെക്കുറിച്ചുള്ള സംവിധായകന്റെ രാഷ്ട്രീയ വിലയിരുത്തലാണ്. അങ്ങനെയാണ് നെറ്റ് ഒരു രാഷ്ട്രീയ സിനിമയാകുന്നത്.

സ്വന്തം എന്ന് കരുതുന്ന ദേശം വ്യക്തിയെ അപരവത്കരിച്ച് പ്രതിസ്ഥാനത്ത് നിർത്തി എങ്ങനെ വേട്ടയാടുന്നു എന്നാണ് വൂ ഉത്തര കൊറിയയിൽ തിരിച്ചെത്തിയ ശേഷമുള്ള രംഗങ്ങൾ കാണിക്കുന്നത്. വ്യക്തിശരീരം ഭരണകൂടത്തിന്റെ മർദ്ദനം ഏറ്റുവാങ്ങാനുള്ള ഉപകരണം മാത്രമായി മാറുന്നു. ഒറ്റപ്പെട്ട പൗരനെ സംശയദൃഷ്ടിയോടെവീക്ഷിക്കുകയും അവന്റെ സ്വാതന്ത്ര്യത്തിലേക്ക് കടന്നുകയറുകയും ചെയ്യുന്ന ഭരണകൂടം അപരനോടുള്ള പരിഗണനയാണ് ദേശീയത എന്ന നിർവചനത്തെയാണ് അപ്രസക്തമാക്കുന്നത്. ഉത്തര കൊറിയൻ, ദക്ഷിണകൊറിയൻ ദേശീയ ഗാനങ്ങൾ ആലപിക്കുന്ന രണ്ട് രംഗങ്ങൾ ചിത്രത്തിലുണ്ട്. ആദ്യ രംഗത്തിൽ അന്വേഷണോദ്യോഗസ്ഥൻ ദേശീയഗാനം അലറിപ്പാടുന്നത് തന്റെ ചെയ്തികൾക്കുള്ള ന്യായീകരണം എന്ന നിലയ്ക്കാണ്. സങ്കുചിതമനസ്കരായ ദേശീയവാദികൾ തങ്ങളുടെ ഉപകരണമായി ദേശീയതയെ എങ്ങനെ ഉപയോഗിക്കുന്നു എന്ന് ആ രംഗം സൂചിപ്പിക്കുന്നുണ്ട്. രണ്ടാമത്തെ രംഗത്ത് നാം ചുൽ വൂവിനാണ് തന്റെ ദേശത്തോടുള്ള കൂറ് പ്രകടിപ്പിക്കാൻ മറ്റ് മാർഗ്ഗമില്ലാതെ ദേശീയഗാനം ആലപിക്കേണ്ടി വരുന്നത്. ദേശീയഗാന വിവാദത്തിന്റെ പശ്ചാത്തലത്തിലാണ് ചിത്രം പ്രദർശിപ്പിക്കപ്പെട്ടത് എന്ന് കൂടി ഈ അവസരത്തിൽ ഓർക്കാവുന്നതാണ്. ദേശീയപതാക എന്ന ദേശാഭിമാനത്തിന്റെ വിജൃംഭിത ചിഹ്നത്തെ ചിത്രത്തിൽ സംവിധായകൻ ചോദ്യം ചെയ്യുന്നുണ്ട്. ഉത്തരകൊറിയയിൽ തിരിച്ചെത്തി ദക്ഷിണകൊറിയയിൽ നിന്നുള്ള വസ്ത്രങ്ങൾ ഉപേക്ഷിക്കുന്ന വൂവിന് ശരീരം മറയ്ക്കാൻ നൽകപ്പെടുന്നത് ദേശീയപതാകയാണ്.

പരസ്യമായി ദക്ഷിണകൊറിയയിൽ നിന്ന് മോചിപ്പിക്കപ്പെട്ട സഖാവിനെ ആഘോഷിക്കുകയും അതേസമയം ഇരുട്ടറയ്ക്കുള്ളിൽ

അയാളെ പീഡിപ്പിക്കുകയും ചെയ്യുന്ന ഇരട്ടത്താപ്പ് ഉത്തരകൊറിയൻ അനുഭവങ്ങളിൽ കാണാം. മാധ്യമങ്ങൾക്ക് മുന്നിൽ വിടർന്ന ചിരി ചിരിക്കാൻ നിർബന്ധിക്കപ്പെടുന്ന പൗരൻ ലോകത്തെ ഏതൊരു സമഗ്രാധിപത്യവ്യവസ്ഥയിലെയും പൗരന്റെ നേർപ്രതിബിംബം തന്നെയാണ്. അടിച്ചമർത്തപ്പെട്ട ഒരു വ്യവസ്ഥയിൽ ഉടലെടുക്കുന്ന അഹിതമായതിനോടുള്ള ആർത്തിയും അഴിമതിയുമാണ് ഉത്തരകൊറിയൻ രാഷ്ട്രീയവ്യവസ്ഥയോടുള്ള വിമർശനം എന്ന നിലയിൽ കിം കി ദുക്ക് ഉന്നയിക്കുന്നത്. നിസ്സഹായനായ പൗരനെ അവന്റെ ജീവിതമാർഗ്ഗത്തിൽ നിന്ന് അകറ്റിയും, അന്യനായി മുദ്രകുത്തി വെടിവെച്ചുകൊന്നുമാണ് വ്യവസ്ഥിതി അതിന്റെ അപ്രമാദിത്വത്തെ നിലനിർത്തുന്നതും ആഘോഷിക്കുന്നതും.

കിം കി ദുക്കിന്റെ പതിവ് ചിത്രണരീതികളിൽ നിന്നും കിം കി ദുക്ക് സിനിമയുടെ പ്രമേയപരമായ പതിവ് കാൻവാസിൽ നിന്നും നെറ്റ് വഴിമാറി നടക്കുന്നുണ്ട്. കാഴ്ച്ചയുടെ ധാരാളിത്തം പ്രമേയത്തെ ദുർബലപ്പെടുത്തും എന്നതിനാലാവാം, ദൃശ്യസമൃദ്ധിക്ക് കാര്യമായ പ്രാധാന്യം നൽകിയിട്ടില്ല. സെക്സ്, വയലൻസ് തുടങ്ങിയ കിം കി ദുക്ക് സിനിമകളിലെ സ്ഥിരം ചേരുവകൾ ഒഴിവാക്കി ലളിതമായി കഥ പറഞ്ഞുപോകുന്ന രീതിയാണ് അവലംബിച്ചിരിക്കുന്നത്.എന്നാൽ ഹൃദയത്തിൽ തറയ്ക്കുന്ന ചില കാഴ്ചകൾ സിനിമ ബാക്കിവെയ്ക്കുന്നുമുണ്ട്.

ഭരണകൂടത്തിനെതിരെ എപ്പോഴും തിരിയാവുന്ന ശത്രുവായി രാഷ്ട്രം പൗരനെ വീക്ഷിക്കുന്നിടത്തോളം കാലം, വസുധൈവ കുടുംബകം എന്ന ബോധത്തിലേക്ക് മനുഷ്യൻ ഉണരാത്തിടത്തോളം നെറ്റ് ഉന്നയിക്കുന്ന ആകുലതകൾ പ്രസക്തമാകും.

കളിപ്പുരയിൽ തളിർക്കുന്ന പെൺകിനാവുകൾ

വാസനസോപ്പിന്റെ മണവും, കുളിക്കാൻ വരും വഴി ധൃതിപ്പെട്ട് ചീന്തിയെടുത്ത ചകിരിനാരുകളുടെ അവശിഷ്ടങ്ങളും പരന്നു കിടക്കുന്ന കുളപ്പടവുകളിൽ തുണിതിരുമ്പിയും, മേൽതേച്ചും കാലുരച്ചും, വർത്തമാനത്തിൽ മുഴുകുന്ന പെണ്ണുങ്ങൾ അടുത്തകാലം വരെ കേരളത്തിലെ ഏത് ഗ്രാമങ്ങളിലേയും നാട്ടുവഴികളെ ജീവിതം കൊണ്ട് നിറച്ചിരുന്നു. സ്വകാര്യതകളെക്കുറിച്ചുള്ള വേവലാതികളില്ലാതെ, ഒളിഞ്ഞുനോട്ടങ്ങളെച്ചൊല്ലി ഏറെയൊന്നും ആശങ്കപ്പെടാതെ അവർ തങ്ങളുടെ മാത്രമായ ഒരു അപരലോകത്തെ കുളപ്പടവുകളിൽ നിർമ്മിച്ചെടുത്തു. സ്വകാര്യ ദുഖങ്ങളും, പലതരം രഹസ്യങ്ങളും, നേരംപോക്കും, ദുഖവുമെല്ലാം കൈമാറ്റച്ചരക്കുകളായി. കുടുംബവഴക്കുകളും, അതിർത്തിതർക്കങ്ങളും, പരദൂഷണവും, വാക്കേറ്റങ്ങളുമെല്ലാം ചേർന്ന് പുരുഷാതീതമായൊരു സാമൂഹ്യക്രമം കുളക്കടവുകളിൽ ഉരുത്തിരിഞ്ഞു.അവിടെ പെണ്ണിന്റെ കാഴ്ചയിലൂടെ പുരുഷന്റെ ലോകം വിലയിരുത്തപ്പെട്ടു. ഈ പെൺലോകത്തിന്റെ മധുരവുമുപ്പും പങ്കിടാൻ സ്ത്രീകൾ തിരക്കുകളിൽ നിന്ന് സ്വയം മോചിപ്പിച്ച് എണ്ണയും സോപ്പുമായി ഓടിയെത്തി. കുളക്കടവിൽ പലപ്പോഴും കുളി ഒരു അനുബന്ധപ്രവർത്തി മാത്രമായി. സമൂഹത്തിന്റെ മറ്റ് തുറസ്സുകൾ അന്യമായവർക്കും സമൂഹത്തിന്റെ ഒരു ചെറുകഷണത്തെ കുളിക്കടവുകൾ വാഗ്ദാനം ചെയ്തു.ജോലിത്തിരക്കുകളിൽ നിന്നും ഉത്തരവാദിത്വങ്ങളിൽ നിന്നുമുള്ള താൽക്കാലിക ആശ്വാസം കൂടിയായിരുന്നു കുളി. മറ്റുവിധത്തിൽ സ്വതന്ത്രരല്ലാത്ത, അഭിപ്രായസ്വാതന്ത്ര്യം നിഷേധിക്കപ്പെട്ട സ്ത്രീകൾക്ക് തങ്ങളുടെ കാഴ്ചപ്പാടുകൾ പങ്കുവെക്കാൻ ഇടം നൽകുക എന്ന വലിയ സാമൂഹ്യദൌത്യം കൂടി കുളിക്കടവുകൾ നിർവഹിച്ചിരുന്നു. ഉദ്യോഗവുമായി ബന്ധപ്പെട്ടുള്ള സമയക്കുറവും, അനുദിനം തങ്ങളിലേക്കൊതുങ്ങാൻ പ്രേരിപ്പിക്കുന്ന സ്വകാര്യതാബോധവും, മാറിമറിഞ്ഞ സദാചാര സങ്കൽപ്പങ്ങളും കുട്ടക്കുളിയെ നാട്ടിൻപുറങ്ങളിൽ നിന്ന് ഏറെക്കുറെ പുറത്താക്കിക്കഴിഞ്ഞിരിക്കുന്നു. ബ്യൂട്ടിപാർലറുകൾ ആവണം അത്തരമൊരു സാമൂഹ്യദൗത്യത്തെ

പരിമിതമായ തോതിലെങ്കിലും ഇപ്പോൾ ഏറ്റെടുക്കുന്നത്. അൾജീരിയൻ/ഫ്രഞ്ച് സംവിധായിക റെയ്ഹാനയുടെ ഈവൻ അറ്റ് മൈ ഏജ് ഐ സ്റ്റിൽ ഹൈഡ് ടു സ്മോക്ക് എന്ന ചിത്രം സമൂഹക്കുളിയിലൂടെ ഉരുവംകൊള്ളുന്ന തനത് പെൺലോകത്തെയാണ് പ്രേക്ഷകന് മുന്നിൽ പ്രദർശിപ്പിക്കുന്നത്.

വൃത്തി എന്ന സങ്കല്പത്തിന് വ്യക്തിശുചിത്വം എന്നതിനപ്പുറം ആഴത്തിലുള്ള രാഷ്ട്രീയമാനങ്ങളുണ്ട്. വെള്ളമടക്കമുള്ള വിഭവങ്ങളുടെ ലഭ്യതയും, തൊഴിൽ സമയവും, സാമൂഹ്യശ്രേണിയിലെ സ്ഥാനവുമെല്ലാം ചേർന്നാണ് കുളി എന്ന ദൈനംദിന പ്രവർത്തിയുടെ സാമൂഹ്യമാനത്തെ നിയന്ത്രിക്കുന്നത്. അങ്ങനെ കുളി ഒരു രാഷ്ട്രീയപ്രവർത്തനമായി മാറുന്നു. ഓട്ടോമൻ സാമ്രാജ്യത്തിന്റെ കാലത്താണ് ഹമാമുകൾ എന്ന സമൂഹകുളിപ്പുരകൾ വ്യാപകമാകുന്നത്. പ്രാർത്ഥനക്ക് മുന്പ് വിശദമായ ദേഹശുദ്ധിവരുത്തുക എന്ന ഇസ്ലാമിക ആശയമാണ് ഹമാമുകളുടെ പിറവിക്ക് കാരണം. മതശാസനങ്ങളനുസരിച്ച് രോഗമുക്തിക്ക് ശേഷമോ, പ്രസവശേഷമോ ഉള്ള വിശദമായ കുളിക്കായി മാത്രമേ സ്ത്രീകൾക്ക് ഹമാമുകളിൽ പ്രവേശനമുള്ളൂ. മാത്രമല്ല ശരീരഭാഗങ്ങൾ മറയ്ക്കുന്നത് സംബന്ധിച്ചും നിയമങ്ങളുണ്ട്. എന്നാൽ മതവിശ്വാസത്തിന് അനുബന്ധമായി ആരംഭിച്ചതെങ്കിലും, പിൽക്കാലത്ത് സ്ത്രീകൾക്ക് സ്വതന്ത്രമായ സാമൂഹ്യഇടപെടലിനുള്ള ഇടമായി ഹമാമുകൾ മാറി. നഗ്നതയെക്കുറിച്ചുള്ള മതപരമായ ആശങ്കകളെ കാറ്റിൽപ്പറത്തി നഗരവാസികളും, ഗ്രാമീണരുമായ, വ്യത്യസ്ത സാമൂഹ്യപദവികളിലും സാമ്പത്തികസാഹചര്യങ്ങളിലും നിന്ന് വരുന്ന നിരവധി സ്ത്രീകൾ ഇവിടെ ഇടപഴകുന്നു. വ്യക്തിപരമായ പ്രശ്നങ്ങളേയും, ലൈംഗികതയേയും, സാമൂഹ്യാവസ്ഥകളെയും, രാഷ്ട്രീയാന്തരീക്ഷത്തേയുമെല്ലാം കുറിച്ചുള്ള ചർച്ചകൾ ഈ കുളിപ്പുരകളിലെ സ്ത്രീജീവിതത്തെ ജീവസ്സുറ്റതാക്കുന്നു. മൊറോക്കോ, സിറിയ. ഈജിപ്റ്റ്, തുർക്കി തുടങ്ങിയ ഇസ്ലാമിക സംസ്കാരത്തിന് മേൽക്കൈയുള്ള രാജ്യങ്ങളിലെല്ലാം ഹമാമുകൾ വ്യാപകമാണ്. അൾജീരിയയിലെ ഇത്തരമൊരു സമൂഹകുളിപ്പുരയിൽ പതിനാറുകാരിയും, അവിഹിത ബന്ധത്തിലൂടെ ഗർഭിണിയുമായ മറിയം അഭയം തേടിയെത്തുന്നതും, തുടർന്നുണ്ടാകുന്ന സംഭവങ്ങളുമാണ് സിനിമയുടെ ഉള്ളടക്കം.

കുളിപ്പുര നടത്തിപ്പുകാരിയായ ഫാത്തിമ, അവിടെ ജോലിക്കാരിയായ സാമിയ, കുഞ്ഞു ലൈല, കുളിക്കാനെത്തുന്ന നാദിയ, സഹിയ, കെൽത്തും, ലൂയിസ തുടങ്ങിയ സ്ത്രീകളിലൂടെയും അവർ തമ്മിലുള്ള സംഭാഷണങ്ങളിലൂടെയും മതപരവും, രാഷ്ട്രീയവും സാമൂഹ്യവുമായ സാഹചര്യങ്ങളേയും നിലപാടുകളേയും പ്രശ്നവത്കരിക്കുകയാണ്

ഈ ചിത്രം. ഒപ്പം സ്ത്രീയുടെ സാമൂഹ്യപദവി, ലൈംഗികത തുടങ്ങിയ വയെ വ്യത്യസ്ത തരക്കാരായ സ്ത്രീകളുള്ള ഒരു സമൂഹം വിലയിരുത്തു ന്നതെങ്ങനെയെന്നും റെയ്ഹാന കാണിച്ചുതരുന്നു. അത്യന്തം സ്വ കാര്യമായ ചില വേദനകളേയും അവയ്ക്കിടയിൽ നിന്നും കണ്ടെത്തുന്ന പരിമിതമായ ആനന്ദങ്ങളേയും സ്ത്രീകൾ തങ്ങൾത്തങ്ങളിൽ പങ്കുവെ യ്ക്കുന്നതെങ്ങനെയെന്നും കാണാം. ശരീരം അടച്ചുമൂടിയ വസ്ത്രങ്ങളിൽ നിന്നുള്ള മോചനവും, സ്ത്രീകൾമാത്രമുള്ള അന്തരീക്ഷവും ചേരുമ്പോൾ ആന്തരികവും ബാഹ്യവുമായ വിലക്കുകളെ മറികടന്ന്, സ്വാഭാവികമായ ഒരു സംഭാഷണവിഷയമായി ലൈംഗികത മാറുന്നു. ചിത്രത്തിന്റെ തുടക്കത്തിൽ തന്നെ പുറത്ത് തുണിവിരിക്കുന്ന സ്ത്രീയെ അകത്തേക്ക് വലിച്ച്, നിലത്തുതള്ളിയിട്ട് ഭോഗിക്കുന്നതിന്റെ കണ്ണാടിക്കാഴ്ച കാണാം. പതിനൊന്നാം വയസ്സിൽ പുതിയ കിടക്കവിരിയുടേയും പതുപതുത്ത കിടക്കയുടെയും രസം ആസ്വദിച്ചുകൊണ്ടിരുന്ന ലൂയിസ ഭർത്താവിനാൽ ബലാൽക്കാരം ചെയ്യപ്പെട്ടത് ഹമാമിലെ സംഭാഷണങ്ങൾക്കിടെ വിവരിക്കുന്നുണ്ട്. കുളിയും മസാജുമെല്ലാം മറന്ന് പെൺകൂട്ടം അവരുടെ അനുഭവകഥനത്തിൽ പങ്കാളികളാകുന്നു. മകളെ അറക്കുള്ളിലാക്കി പുറത്ത് പൊട്ടിക്കരയുന്ന അമ്മയും, പുരുഷന്റെ കഴിവും, പെൺകുട്ടിയുടെ പാതിവ്രത്യവും തെളിയിക്കുന്ന രക്തംപുരണ്ട പുതപ്പ് ആവശ്യപ്പെട്ട് മുറി ക്കുപുറത്ത് ബഹളം വെയ്ക്കുന്നവരുമെല്ലാം ചേർന്ന് ലൈംഗികത എന്ന അനുഭവത്തെ തന്നെ കൊന്നുകളയുന്നു. പിന്നീട് പിറന്ന ആറുമക്കളും ഭർതൃസഹോദരന്റെയാണെന്നും അവൻ തന്നെ സ്നേഹിച്ചിരുന്ന

എന്നും ഖേദങ്ങളില്ലാതെ പറയാൻ ലൂയിസയെ പ്രാപ്തയാക്കിയത് ആ ആദ്യാനുഭവത്തിന്റെ വേദനയാണ്. ഹമാമിലെ സ്ത്രീലോകം ആ വെളിപ്പെടുത്തലിനെ സ്വാഭാവികമായിത്തന്നെ സ്വീകരിക്കുന്നു.

ലൂയിസയുടെ മറുപുറമെന്നോണം അധ്യാപികയായ കെൽതൂം മൂന്നുമാസത്തിലൊരിക്കൽ വീട്ടിലെത്തുന്ന ഭർത്താവിനായി, ശരീരമൊരുക്കി ആസക്തിയോടെ കാത്തിരിക്കുന്നത് കാണാം. പ്രണയത്തിലൂടെ തുടങ്ങി, വിവാഹത്തിലൂടെ, ക്ഷമാപൂർവ്വമായ കാത്തിരിപ്പിലൂടെ ഭർത്താവ് തന്നെ സ്വന്തമാക്കിയതെങ്ങനെ എന്ന് കെൽതൂം വിവരിക്കുന്നുണ്ട്. സ്നേഹവും കരുതലും കാത്തിരിപ്പും ചേർന്ന രതി സ്ത്രീയെ മനോഹരമായി മാറ്റിമറിക്കുന്നു. സാമിയയാവട്ടെ മതം വിലക്കുന്നു എന്നറിഞ്ഞിട്ടും അവനവന്റെ ആനന്ദം സ്വയം കണ്ടെത്താൻ മടിക്കുന്നില്ല. ഇങ്ങനെ സ്ത്രീയുടെ ലൈംഗിക സ്വത്വത്തിന്റെ ഭിന്നലോകങ്ങളെ സിനിമ ആവിഷ്കരിക്കുന്നു.

സാമൂഹ്യജീവിതത്തിലാകെയും, സ്ത്രീയുടെ നിലനിൽപ്പിൽ വിശേഷിച്ചുമുള്ള മതത്തിന്റെ, മതഭ്രാന്തിന്റെ ഇടപെടലാണ് സിനിമയുടെ മുഖ്യപ്രതിപാദന വിഷയം. ഹമാമിലേക്കുള്ള യാത്രയിൽ ഫാത്തിമ കാണുന്ന ബോംബ്സ്ഫോടനം അവിടത്തെ സാമൂഹ്യജീവിതത്തെ മതതീവ്രവാദം വികലമാക്കുന്നതിനുള്ള ആമുഖമാണ്. ലിബറലായ അനേകം സ്ത്രീകളും, വിപ്ലവകാരിയെന്നു വിശേഷിപ്പിക്കാവുന്ന നാദിയയും, തീവ്രമതബോധത്താൽ അന്ധയായിത്തീർന്ന വിധവയായ സഹിയയുമെല്ലാം ചേർന്ന് സ്ത്രീയുടെ മതജീവിതത്തിന്റെ വ്യത്യസ്തതലങ്ങളെ പകർത്തിവെക്കുന്നു. മതവിശ്വാസത്തിന്റെ പേരിൽ പൂർണ്ണഗർഭിണിയായ സഹോദരിയെ കൊല്ലാനൊരുങ്ങുന്ന സഹോദരനിൽ നിന്ന് അഭയം തേടിയെത്തിയ

മറിയത്തെ ഹമാം നടത്തിപ്പുകാരിയായ ഫാത്തിമ ഒളിക്കാൻ സഹായിക്കുന്നു. യാഥാർത്ഥ്യമറിയുമ്പോൾ മകന് വേണ്ടി ഫ്രാൻസിൽ നിന്ന് പെണ്ണുകാണാനെത്തിയ സ്ത്രീയടക്കം

ഹമാമിലെ എല്ലാ സ്ത്രീകളും മറിയത്തെയും കുഞ്ഞിനേയും ഏറ്റെടുക്കാൻ തയ്യാറാകുന്നു. ഹമാമിലെ കുളിയെ, സ്ത്രീയുടെ ചിരിയെ എല്ലാം പാപമായിക്കാണുന്ന മതഭ്രാന്തിയായ സഹിയ, പതിവിനുവിരുദ്ധമായി ഹമാമിലെത്തുന്നത് മറിയത്തെ തിരഞ്ഞുപിടിക്കാൻ ഹമാമിൽ സ്ത്രീസഹായം ആവശ്യമുള്ളതുകൊണ്ടാണ്. സഹിയയെ ഹമാമിലെ സ്ത്രീകളെല്ലാം അവജ്ഞയോടെ അവഗണിക്കുന്നു. സഹിയയും നദിയയുമായുള്ള സംഭാഷണങ്ങൾ രൂക്ഷമായ മതവിമർശനമായി പരിണമിക്കുന്നത് കാണാം. മതവിമർശകർക്കെല്ലാം സഹിയ കമ്യൂണിസ്റ്റ് പട്ടം ചാർത്തിക്കൊടുക്കുന്നുമുണ്ട്. ഹിജാബണിയാൻ അധ്യാപികയായ കെൽത്തുമിനെ ഭീഷണിപ്പെടുത്തുന്നത് അവരുടെ വിദ്യാർഥി തന്നെയാണ്. ഫാത്തിമ സംരക്ഷിക്കുന്ന ലൈല എന്ന പെൺകുട്ടി, മതതീവ്രവാദികളാൽ കുടുംബാംഗങ്ങൾ കൊല്ലപ്പെടുന്നത് കണ്ട് സംസാരശേഷി നഷ്ടപ്പെട്ടവളാണ്. ആർത്തവരക്തം കാണുമ്പോൾ പോലും ബോധംകെട്ടുവീഴുന്ന നിലയിലേക്ക് അവളെയെത്തിച്ചത് ഖുറാനിലെ സൂക്തങ്ങൾ ചൊല്ലി കൊലനടത്തിയ, സഹോദരിമാരെ ബലാത്സംഗം ചെയ്ത, ഗർഭിണിയായ അമ്മയുടെ വയറുപിളർന്ന മതവിശ്വാസമാണെന്ന് കെൽത്തും വേദനയോടെ ഓർമ്മപ്പെടുത്തുന്നു. മതത്തിന്റെ പേരിൽ മരിച്ച നിന്റെ ഭർത്താവും അയാൾ കൊന്ന മറ്റുള്ളവരും ഇപ്പോൾ പുഴുക്കൾ നരയ്ക്കുന്ന മൃതദേഹങ്ങൾ മാത്രമാണെന്ന ഫാത്തിമയുടെ വാക്കുകൾ മതതീവ്രവാദത്തിന്റെ മുഖത്ത് പെണ്ണിന്റെ കാർക്കിച്ചുതുപ്പലാണ്. മുഖാവരണം ധരിക്കാത്തതിന് ആസിഡ് ആക്രമണവിധേയയായ നാദിയ തകർന്നുപോയ മാറിടം തുറന്നുകാട്ടുന്ന രംഗവും മറിയത്തെ പ്രസവിക്കാൻ സഹായിച്ചശേഷം, പിഴച്ചവളെ പ്രസവശേഷം കല്ലെറിഞ്ഞുകൊല്ലാനാണ് നബി പറഞ്ഞതെന്ന് പറഞ്ഞ് കൊലവിളിയുമായെത്തിയ മതഭ്രാന്തരെ സഹിയ പ്രോത്സാഹിപ്പിക്കുന്ന രംഗവും മതം സാമൂഹ്യവിപത്തായി മാറുന്നതിന്റെ പ്രത്യക്ഷമായി മാറുന്നു.

ഫാത്തിമ, സാമിയ, നാദിയ എന്നീ സ്ത്രീകളുടെ സ്വഭാവ ചിത്രീകരണത്തിൽ സംവിധായികയുടെ അനാദൃശമായ വിരൽപ്പാടുകൾ പതിഞ്ഞിരിക്കുന്നു. തന്റേടിയും പരുക്കനായ സ്വഭാവ വിശേഷങ്ങൾ ഉള്ളവളുമായ മധ്യവയസ്സ് പിന്നിട്ട ഫാത്തിമയാണ് ചിത്രത്തിന്റെ ജീവൻ. സാന്ത്വനം വേണ്ടിടത്ത് കരുണാപൂർവ്വവും, നേതൃത്വമേറ്റെടുക്കേണ്ട സന്ദർഭങ്ങളിൽ അങ്ങനേയും, വേണ്ട സമയത്ത് കർശനനിർദ്ദേശങ്ങൾ നൽകിയും അവർ ഹമാമിലല്ല സിനിമയിലാണ് നിറയുന്നത്. കടലുകാണാൻ മട്ടുപ്പാവിൽ

കയറാനായി വീട്ടിലെ തുണികൾ മുഴുവനലക്കുന്ന ഇരുപത്തൊമ്പതര വയസ്സുള്ള സാമിയ ലളിതമനസ്കയായ പെൺകുട്ടിയാണ്. വിവാഹത്തിലൂടെ മറ്റൊരു ലോകത്തേക്ക് താൻ പറന്നുപോകുമെന്ന സുന്ദരസ്വപ്നം അവൾക്ക് അപ്പോഴും ബാക്കിയുണ്ട്. പുരുഷനിലേക്ക് ഈയാംപാറ്റയെപ്പോലെ പറന്നുചെല്ലുന്ന അവളുടെ സ്വഭാവം മറിയത്തിന് അപകടം വരുത്തിവെക്കുന്നുവെങ്കിലും പ്രായശ്ചിത്തമെന്നോണം സാമിയ സ്വന്തം ജീവൻ ബലിനൽകുന്നു. സമാധാനപരമായ അന്തരീക്ഷവും കാത്തിരിക്കാൻ ഒരാളുമുള്ള ജീവിതം എന്ന അവളുടെ സ്വപ്നം ഹമാമിനുള്ളിൽ തന്നെ പൊലിഞ്ഞുപോകുന്നു. വിവാഹ മോചനത്തിന്റെ സന്തോഷം പങ്കിടാനാണ് നാദിയ ഹമാമിലെത്തുന്നത്. സ്നേഹിച്ചത് കൊണ്ട് വിവാഹം ചെയ്തു, സ്നേഹമില്ലാത്തതിനാൽ വിവാഹമോചനവും എന്ന് പറയുന്ന അവൾ പ്രതിസന്ധികളിൽ പതറാത്ത പോരാളിയാണ്. ഹമാമിലെത്തുന്ന മുൻശ്വശ്രുരയുമായി വാഗ്വാദത്തിലേർപ്പെടുന്ന നാദിയ കാര്യകാരണ ബോധത്തോടെ സംഭവങ്ങളെ നേരിടുന്നത് കാണാം. സഹിയയുമായുള്ള സംഭാഷണങ്ങളും നാദിയ എന്നകഥാപാത്രത്തിന്റെ ഉൾക്കാതൽ വെളിപ്പെടുത്തുന്നു.

സ്ത്രീകളുടെ മാത്രമായ ഒരു ലോകത്തെ ആവിഷ്കരിക്കുമ്പോൾ ഏറ്റവും പ്രധാനമായി നിൽക്കുക അവളുടെ സാമൂഹ്യപദവിയും, സ്നേഹത്തിനും അംഗീകാരത്തിനുമായുള്ള ദാഹവും തന്നെയാണ്. വെള്ളം, ഉരുളക്കിഴങ്ങ് തുടങ്ങിയ നിത്യോപയോഗവസ്തുക്കൾക്കെന്നപോലെ സ്നേഹത്തിനും അവിടെ ക്ഷാമമാണെന്ന് സാമിയ പറയുന്നുണ്ട്. അതീവരഹസ്യമായി ഫാത്തിമ കൈവശപ്പെടുത്തുന്ന സിഗരറ്റ് പോലെ ചിലത് മാത്രമാണ് അവരുടെ സ്വകാര്യാനന്ദങ്ങൾ. ഇതിനിടക്കും സ്ത്രീകളുടെ മാത്രമായ ഇടത്തിൽ രൂപപ്പെടുന്ന ആർപ്പുവിളികളും, പാട്ടും, നൃത്തവുമെല്ലാം ചിത്രത്തിൽ കാണാം. വൈദ്യുതി നിലയ്ക്കുമ്പോൾ മെഴുകുതിരിവെട്ടവുമായി പരസ്പരം മുതുകിൽ പിടിച്ച് തീവണ്ടിയായി പോകുന്ന സ്ത്രീകൾ മുതിർന്നിട്ടും ബാക്കിനിൽക്കുന്ന കളിമ്പങ്ങളെ കാട്ടിത്തരുന്ന മനോഹര രംഗമാണ്. സ്ത്രീജീവിതത്തിന്റെ പ്രതിസന്ധികളെ പകർത്തിവെക്കുമ്പോൾ തന്നെ നർമ്മരസം തുളുമ്പുന്ന സംഭാഷണങ്ങൾ ചിത്രത്തിന്റെ ഒഴുക്കിനെ അനായാസമാക്കുന്നു. ഭ്രാന്തനായ ഭർതൃസഹോദരൻ ഒറ്റയടിക്ക് അഞ്ചുപത്രം വിഴുങ്ങിയെന്നു പറയുമ്പോൾ, വാർത്തകളുടെ സ്വഭാവം വെച്ച് ദഹിക്കാൻ പ്രയാസമാണെന്നു സ്ത്രീകൾ മറുപടി പറയുന്നത് ഉദാഹരണം.

അധികംപ്രാർഥിക്കുന്നവർക്ക് അധികം കൂലി നൽകുന്നു എന്ന വിശ്വാസം നിങ്ങളുടെ ദൈവത്തെ അപമാനിക്കലല്ലേയെന്നാണ് ഫാത്തിമ മതസമൂഹത്തോട് ചോദിക്കുന്നത്.ബുർഖയിൽ

മൂടിപ്പൊതിഞ്ഞാലും, ആധുനികമായ വസ്ത്രങ്ങൾ അണിഞ്ഞാലും വ്യത്യാസമൊന്നുമില്ലെന്നും പുരുഷന് അവൾ ഭോഗവസ്തുവായ പെണ്ണുമാത്രമാണെന്നും തന്നെയാണ് തന്റെ കഥാപാത്രങ്ങളിലൂടെ സംവിധായിക പറയുന്നത്. അൾജീരിയയിലെ ഈ പെൺ ജീവിതങ്ങളെ ഏത് മതാധിഷ്ഠിത സമൂഹത്തിലേക്കും എളുപ്പത്തിൽ മാറ്റി പ്രതിഷ്ഠിക്കാം. പെണ്ണവസ്ഥകൾക്ക് സാർ ലൗകികമായൊരു തലം കൂടി നിലനിൽക്കുന്നു. വൈരുധ്യങ്ങൾക്കിടയിലും, സാമൂഹ്യശ്രേണിയിലെ വിവിധ തട്ടുകളിൽ നിൽക്കുമ്പോഴും, സ്ത്രീ എന്ന നിമ്നാവസ്ഥ അവരെ തുല്യരാക്കിമാറ്റുന്നു. സമൂഹം ചാർത്തിക്കൊടുത്ത ഈ തുല്യതയെ അതിനോടുതന്നെ പടപൊരുതാനുള്ള ഊർജ്ജമായി മാറ്റിത്തീർക്കുക എന്നതാണ് പ്രധാനം. മതഭ്രാന്തർക്കുമുന്നിൽ ജീവൻ വെടിഞ്ഞ സാമിയ ലൈലക്ക് മൂടുപടങ്ങളിൽ നിന്നുസ്വതന്ത്രമായ ലോകമാണ് വാഗ്ദാനം ചെയ്യുന്നത്. അവസാന രംഗത്തിൽ സാമിയുടെ ആത്മാവിനൊപ്പം പറന്നകലുന്ന നൂറുകണക്കിന് കറുത്ത മൂടുപടങ്ങൾ സ്വതന്ത്രമായൊരു പെണ്ണുലകം എന്ന സ്വപ്നത്തെ മുന്നോട്ടുവെയ്ക്കുന്നു. അങ്ങോട്ടുള്ള നടപ്പിന് കരുത്തുപകരുകയാ.ണ് ഐ സ്റ്റിൽ ഹൈഡ് ടു സ്മോക്കിലൂടെ റെയ്ഹാന.

കഥയിത് തുടരും,
ജാതിയുള്ള കാലംവരെ

വ്യത്യസ്ഥ ജാതികളിൽ പെട്ട രണ്ട് പേർ തമ്മിലുള്ള പ്രണയം നേരിടുന്ന വെല്ലുവിളികൾ ഇന്ത്യൻ സിനിമയേ സംബന്ധിച്ചിടത്തോളം പുതുമയല്ല. ഏതാണ്ട് എല്ലാ ഇന്ത്യൻ ഭാഷകളിലും ഒട്ടേറെ സിനിമകൾ ഈ ഫോർമുല ആവിഷ്കരിച്ച് വിജയം കൊയ്തിട്ടുമുണ്ട്. ഈ ശ്രേണിയിൽ ഉൾപ്പെടുത്താവുന്ന ജനപ്രിയ ചിത്രം എന്ന് എളുപ്പത്തിൽ തെറ്റിദ്ധരിക്കപ്പെടാവുന്ന സിനിമയാണ് സൈറാട്. ജനപ്രിയ സിനിമകളുടെ എല്ലാ ചേരുവകളും ഉൾച്ചേർത്തുകൊണ്ട് തന്നെ നിലവിലുള്ള സാമൂഹ്യഘടനയെ അതിശക്തമായി ചോദ്യം ചെയ്യുന്നുണ്ട് നാഗ് രാജ് മഞ്ജുളെയുടെ ഈ സിനിമ. ജാതി, രാഷ്ട്രീയത്തിൽ ജാതിയുടെ സ്വാധീനം, സമൂഹത്തിലെ സ്ത്രീയുടെ സ്ഥാനം തുടങ്ങി ഇന്ത്യൻ സാമൂഹ്യാവസ്ഥകളെ യഥാതഥമായ ആവിഷ്കരണത്തിലൂടെ പ്രശ്നവത്കരിക്കുന്നുണ്ട് ഈ സിനിമ. പിസ്റ്റുല്ല്യ(നോൺഫീച്ചർ), ഫാന്ട്രി എന്നീ മുൻസംരംഭങ്ങളെപ്പോലെ സൈറാടിലും നാഗ് രാജ് മഞ്ജുളെ ജാതി എന്ന ഇന്ത്യൻ യാഥാർത്ഥ്യത്തെ പ്രതിക്കൂട്ടിൽ നിർത്തുന്നു. മഹാരാഷ്ട്രയിലെ ഗ്രാമത്തിലെ സ്വന്തം ദളിത്ജീവിതമാണ് ജാതിവ്യവസ്ഥയുടെ ക്രൂരതകളെ ആവിഷ്കരിക്കാൻ തന്റെ സാംസ്കാരികമൂലധനം എന്ന് ആദ്ദേഹം സമ്മതിക്കുന്നുണ്ട്.

മറ്റ് ഇന്ത്യൻ ഭാഷകൾക്ക് മാതൃകയാക്കാവുന്ന വിധത്തിൽ മറാട്ടി സിനിമ വളരുന്നത് കോർട്ട്, ഫാണ്ട്രി, സൈറാട് തുടങ്ങിയ സിനിമകളുടെ വിജയത്തിലൂടെ കാണാം.മറാട്ടിയിൽ നൂറ് കോടി ക്ലബിൽ എത്തിയ ഏക സിനിമയാണ് സൈറാട്. മറ്റ് സംസ്ഥാനങ്ങളിലും ഇംഗ്ലീഷ് ഉപശീർഷകങ്ങളോടെ വ്യാപകമായി ഈ സിനിമ പ്രദർശിപ്പിക്കപ്പെട്ടു. അത് കൊണ്ട് തന്നെ കൈകാര്യം ചെയ്യുന്ന വിഷയം കൂടുതൽ പേരിലേക്ക് എത്തിക്കാനും സംവിധായകന് കഴിഞ്ഞു. മഹാരാഷ്ട്രയിലെ ഉൾനാടൻ ഗ്രാമത്തിൽ ഉയർന്ന ജാതിയിൽ പെട്ട ജന്മികുടുംബത്തിലെ പെൺകുട്ടി അർച്ചനയും, താഴ്ന്നജാതിയിൽ പെട്ട മത്സ്യവിൽപ്പനക്കാരന്റെ മകനായ പ്രശാന്തുമായുണ്ടാകുന്ന പ്രണയവും തുടർന്നുണ്ടാകുന്ന

ദുരന്തങ്ങളുമാണ് ചിത്രത്തിന്റെ മുഖ്യപ്രമേയം. ധാരാളം ഭൂസ്വത്തും, ബന്ധുബലവും, രാഷ്ട്രീയ സ്വാധീനവുമുള്ള അച്ഛന്റെ മകളാണ് നായികയായ അർച്ചന. നിലവിലുള്ള നായികാസങ്കൽപ്പങ്ങളെ ഈ കഥാപാത്രം അനായാസം തലതിരിച്ചിടുന്നു. ബൈക്കും ട്രാക്ടറും ഓടിക്കുന്ന, പ്രണയത്തിനു വേണ്ടി ആരോടും എതിരിടാനും പിന്തുടരുന്ന ബന്ധുവിനെ വെടിവെച്ചിടാനും പോലും മടിക്കാത്ത, പെൺകുട്ടി. മൃദുഭാഷിയായ, നായകന്റെ തോളിൽ തലചായ്ച്ച് രക്ഷതേടുന്ന പതിവ് നായികമാരിൽ നിന്ന് വ്യത്യസ്ഥമായി അവൾ, അഹങ്കാരമെന്ന് തുടക്കത്തിൽ തെറ്റിദ്ധരിച്ചേക്കാവുന്ന രീതിയിൽ ഗ്രാമ്യശൈലിയിൽ സംസാരിക്കുകയും പ്രണയത്തിന്റെ ഭാരം നായകനൊപ്പം പങ്കിടുകയും ചെയ്യുന്നു. വികലാംഗനായ സുഹൃത്തിനെ വൈകല്യത്തെ പരിഹസിക്കുന്നത് നിർത്തി പേരുവിളിച്ചുകൂടെ എന്ന് ചോദിക്കുന്നിടത്താണ് യഥാർത്ഥ അർച്ചന ആദ്യമായി വെളിപ്പെടുന്നത്. പുഴുക്കളെപ്പോലെ ഇങ്ങനെ ചേരിയിൽ ജീവിക്കാൻ വയ്യ എന്ന് ആദ്യം പറയുന്നെങ്കിലും സാഹചര്യങ്ങളോട് പൊരുത്തപ്പെട്ട് ക്രമേണ കൂടുതൽ നല്ല ജീവിതത്തിലേക്ക് കാമുകന്റെ കൈപിടിച്ച് നടക്കാൻ അവൾക്ക് കഴിയുന്നുമുണ്ട്. അടുക്കളജോലികൾ ഭാര്യയുടേത് എന്ന സ്ഥിരം പതിച്ചുകൊടുക്കലിൽ നിന്ന് വ്യത്യസ്തമായി പാചകം ചെയ്യുന്ന, വിരുന്നുകാർക്ക് ചായ കൊടുക്കുന്ന നായകനേയും ചിത്രത്തിൽ കാണാം.

പക്ഷേ സൈറാട് എന്ന ചിത്രത്തെ പ്രണയവും ദുരഭിമാനക്കൊലയും പ്രമേയമാക്കിയ മറ്റ് ചിത്രങ്ങളിൽ നിന്ന് വ്യത്യസ്ഥമാക്കുന്നത് അത് സൂക്ഷ്മമായി അവതരിപ്പിക്കുന്ന രാഷ്ട്രീയ വിവക്ഷകളാണ്. ഒരു എന്റർടെയിനർ എന്ന നിലയ്ക്ക് സിനിമ കാണുന്നവർക്ക് അവഗണിച്ച് കളയാവുന്നതും സൂക്ഷ്മമായി സിനിമകാണുന്നവർക്ക് നടുക്കമുണ്ടാക്കാവുന്നതുമായ വിധത്തിൽ കഥയോട് അതിനെ തുന്നിച്ചേർത്തിരിക്കുന്നു. സിനിമയുടെ തുടക്കത്തിൽ രാഷ്ട്രീയ നേതാവ് എന്ന നിലയ്ക്ക് അർച്ചനയുടെ പിതാവിന് കിട്ടുന്ന ബഹുമാനവും അധികാരവും ചിത്രീകരിക്കുന്നുണ്ട്. അവസാനത്തിന് തൊട്ട് മുൻപുള്ള ഒരു രംഗത്തിലാവട്ടെ എംഎൽഎ സ്ഥാനത്തേക്ക് മറ്റൊരു സ്ത്രീ കടന്നുവരുന്നത് വിഷണ്ണനായി നോക്കിയിരിക്കുന്ന അയാളെക്കാണാം. മകളുടെ പ്രണയവും വിജാതീയ വിവാഹവും മങ്ങലേൽപ്പിച്ചത് അയാളുടെ രാഷ്ട്രീയഭാവിക്ക് കൂടിയാണ്. ജാതി, രാഷ്ട്രീയത്തിന് മേൽ പിടിമുറുക്കുന്നത് ഉത്തരേന്ത്യൻ സംസ്ഥാനങ്ങളിൽ ഒട്ടും പുതുമയല്ല. എങ്കിലും വംശവിശുദ്ധി എന്ന സങ്കൽപ്പത്തിന് രാഷ്ട്രീയത്തിലും ഗണ്യമായ സ്ഥാനമുണ്ടെന്ന് സൈറാട് കാണിച്ചുതരുന്നു. നഷ്ടമാകുന്ന ഈ വിശുദ്ധിയെയാണ് ദുരഭിമാനക്കൊലയിലൂടെ വീണ്ടെടുക്കാൻ ശ്രമിക്കുന്നത്. വിജാതീയപ്രണയകഥകളിലെ

നായികമാർ ഉയർന്നജാതിയിൽ പെട്ടവരാകുമ്പോഴാണ് കൂടുതൽ അഭിമാനക്കൊലകളും അരങ്ങേറുന്നത് എന്ന വസ്തുത സ്ത്രീയിലൂടെ മുളച്ച് അടുത്തതലമുറയിലേക്ക് പടരുന്ന അധകൃതന്റെ ജനിതകത്തെയാണ് ദുരഭിമാനികളുടെസമൂഹം ഭയപ്പെടുന്നത് എന്നാണ് കാണിക്കുന്നത്.. എത്രവർഷം കഴിഞ്ഞാലും മാപ്പ് കൊടുക്കാനാവാത്ത വിധത്തിൽ ആ ഭീതിയുടെ ദുർഗന്ധവും മനസ്സിൽ പേറി നടക്കുന്നവർ ജീവനുകളെ, ജീവിതങ്ങളെ അരിഞ്ഞുതള്ളുന്നു.

ചിത്രത്തിലെ പ്രധാനകഥാപാത്രങ്ങളെ അവതരിപ്പിച്ച റിങ്കു രാജ് ഗുരുവും ആകാശ് തോസറും പുതുമുഖങ്ങളാണ്. എങ്കിലും തങ്ങളുടെ കഥാപാത്രങ്ങളെ അവർ ഭംഗിയാക്കിയിരിക്കുന്നു. പ്രത്യേകിച്ച് അർച്ച നയെ അവതരിപ്പിച്ച റിങ്കു എന്ന പതിന്നാലുകാരി കഥാപാത്രത്തിന്റെ അവസ്ഥകളെ കൃത്യമായി തിരിച്ചറിഞ്ഞിട്ടും ആവിഷ്കരിച്ചിട്ടുമുണ്ട്. ബർലിൻ ചലച്ചിത്രോത്സവത്തിലെ ഇന്ത്യയുടെ ഔദ്യോഗിക പ്രാതിനി ധ്യമായിരുന്ന ചിത്രം മേളയിൽ വ്യാപകമായ പ്രശംസ നേടുകയുണ്ടായി. ഒരു സാധാരണ ജനപ്രിയസിനിമയുടെ ചേരുവകൾ നിറഞ്ഞ ആദ്യ പകുതിയേക്കാൾ രണ്ടാം പകുതി മികച്ചു നിൽക്കുന്നുണ്ട്. ചിത്രത്തിന്റെ ക്ലൈമാക്സ് സംവിധായകന്റെ കൈയടക്കത്തിനുള്ള നല്ല തെളിവാകു ന്നുമുണ്ട്. ജാതീയതക്കെതിരെ ഇന്ത്യയിൽ ഉണർന്നുവരുന്ന മുന്നേറ്റങ്ങ ളിലേക്ക് അതിന്റെ രാഷ്ട്രീയം കൊണ്ട് സൈറാട് കണ്ണിചേർക്കപ്പെടുന്നു.

കുളിർ നീരുറവല്ല പൊള്ളുന്ന കണ്ണീർപ്പാച്ചിലാണ് അരുവി

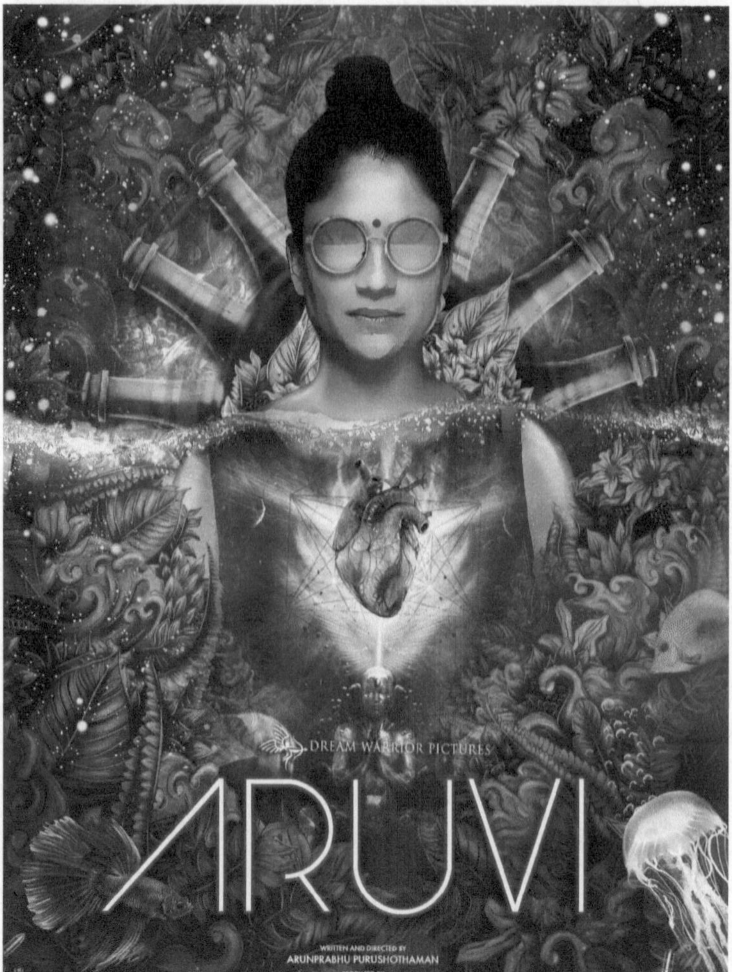

രോഗബാധിതനായ ഒരു വ്യക്തിയോട് സമൂഹത്തിന്റെ പ്രതികരണം എങ്ങനെയാവും? അത് എയ്ഡ്സ് പോലെ മാരകമായ, സമൂഹം ഏറ്റവും ഭീതിയോടെ കാണുന്ന രോഗമാകുമ്പോഴോ? എയ്ഡ്സ് ബാധിതയായ ഒരാൾ സ്വന്തം വീട്ടിൽ നിന്നുപോലും എങ്ങനെ അന്യവത്കരിക്കപ്പെടുന്നു എന്നാണ് അരുവി എന്ന തമിഴ് ചിത്രം ആവിഷ്കരിക്കുന്നത്. അച്ഛന്റെ ഓമനയായി വളർന്ന അരുവി എന്ന പെൺകുട്ടി ഒറ്റ ദിവസം കൊണ്ട് വീട്ടുകാർക്ക് അനഭിമതയാകുന്നതും വീട്ടിൽ നിന്ന് പുറംതള്ളപ്പെടുന്നതും തുടർന്ന് സമൂഹത്തോട് അവൾ നടത്തുന്ന പോരാട്ടവും വൈവിധ്യപൂർണ്ണമായ ആഖ്യാനശൈലിയിലൂടെ അവതരിപ്പിക്കുകയാണ് അരുവി. താരങ്ങളില്ലാത്ത അരുവിയിൽ കഥയ്ക്കൊപ്പം കഥപറഞ്ഞ രീതിയും താരമാകുന്നു.

നടപ്പുള്ള സാമൂഹ്യ വ്യവസ്ഥയോടുള്ള ശക്തമായ വിമർശനം ഉൾക്കൊള്ളുന്ന ഒരു സോഷ്യൽ സറ്റയർ ആണ് അരുവി. എന്നാൽ സിനിമ ഉൾച്ചേർക്കുന്ന രാഷ്ട്രീയം അതിന്റെ കലാമേന്മയ്ക്ക് പരിക്കേൽപ്പിക്കാത്ത വിധം കഥയോട് ഇണക്കിച്ചേർക്കാൻ കഴിയുന്നിടത്താണ് അരുവിയുടെ വിജയം. ഒരു അരുവി ഒരിക്കലും നേർരേഖയിൽ ഒഴുകാറില്ല. വളഞ്ഞും പുളഞ്ഞും തട്ടിത്തടഞ്ഞും കുതിച്ചുപാഞ്ഞുമൊക്കെയാണ് അതിന്റെ ലക്ഷ്യത്തിലേക്കുള്ള യാത്ര. അരുവി എന്ന സിനിമ അതിന്റെ പേരിനോട് നീതിപുലർത്തുന്നത് അതിന്റെ ആഖ്യാനശൈലികൊണ്ടാണ്. റിയലിസം മുതൽ ഡോക്യുമെന്ററി വരെ വിവിധ ആഖ്യാനശൈലികൾ ഇടകലർത്തി എന്നാൽ സ്വാഭാവിക ഒഴുക്കോടെ സിനിമയെ അതിന്റെ ലക്ഷ്യത്തിലേക്ക് നയിക്കാൻ സംവിധായകന് കഴിഞ്ഞിട്ടുണ്ട്. ഹാസ്യത്തെ സാമൂഹ്യവിമർശനത്തിനുള്ള ശക്തമായ ഉപാധിയായി ഉപയോഗിക്കുന്നത് ചാർളിചാപ്ലിന്റെയും മറ്റും സിനിമകളിൽ നാം കണ്ടിട്ടുണ്ട്. അരുവിയുടെ ആഖ്യാനവും ആ പാതയാണ് ഒരു ഘട്ടത്തിൽ പിൻതുടരുന്നത്. രാഷ്ട്രീയപരമായി ഹാസ്യത്തെ ഉപയോഗിക്കുകയെന്നത് ഒരിക്കലും എളുപ്പമല്ല. കാരണം ഹാസ്യം സ്വയമേവ തന്നെ

അരാഷ്ട്രീയവും മനുഷ്യവിരുദ്ധമായ ഉള്ളടക്കങ്ങളെ സംവഹിക്കുന്നുണ്ട്. എന്നാൽ അരുവിയിൽ ഹാസ്യത്തെ തികഞ്ഞ രാഷ്ട്രീയ ജാഗ്രതയോടെ വ്യവസ്ഥിതിയുടെ വൈകല്യങ്ങളെ തെളിച്ചുകാണിക്കുന്ന കണ്ണാടിയായി ഉപയോഗിച്ചിരിക്കുന്നു. തുടക്കത്തിൽ അരുവിയുടെ സന്തോഷകര മായ കുട്ടിക്കാലം ഗ്രാമഭംഗി നിറഞ്ഞ കുട്ടിരേവതിയുടെ ഗാനങ്ങളുടെ പശ്ചാത്തലത്തോടെ ഫ്ലാഷ്ബാക്കായിഅവതരിപ്പിക്കുന്നു. എന്നാൽ കഥ വിവിധ ഘട്ടങ്ങളിലേക്ക് പോകുന്തോറും ആഖ്യാനശൈലിയും അതി നനുസരിച്ച് സ്വയമെന്നോണം മാറിക്കൊണ്ടേയിരിക്കുന്നു.

നായകകേന്ദ്രീകൃതമായി നില കൊണ്ട് പ്രണയം, പ്രതികാരം തുടങ്ങിയ സ്ഥിരം ഫോർമുലകൾക്ക് ചുറ്റും കറങ്ങിയ തമിഴ് സിനിമ ഈ നൂറ്റാണ്ടിന്റെ തുടക്കത്തോടെ പതിവ് കഥകളും ആഖ്യാനസ്ഥലികളും വിട്ട് ജീവിതം മണക്കുന്ന ഉൾനാടൻ ഗ്രാമങ്ങളിലേക്കും നഗരത്തിലെ തെരുവിടുക്കുകളിലേക്കുമിറങ്ങി അവിടത്തെ പൊടിയും വിയർപ്പുമണി ഞ്ഞു. തമിഴ് ന്യൂവേവിന്റെ തുടക്കം സംബന്ധിച്ച് വിഭിന്നമായ അഭി പ്രായങ്ങളുണ്ടെങ്കിലും മണികണ്ഠൻ സംവിധാനം ചെയ്ത കാക്കാമുട്ടൈ, അമീർ സുൽത്താന്റെ പരുത്തിവീരൻ, ശശികുമാറിന്റെ സുബ്രഹ്മണ്യപുരം, വെട്രിമാരന്റെ വിസാരണൈ, മിശ്കിന്റെ ഓനായും ആട്ടിൻകുട്ടിയും തുടങ്ങിയ ചിത്രങ്ങൾ തമിഴനൊപ്പം മലയാളിയുടേയും കാഴ്ചാശീലങ്ങളെ പൊളിച്ചെഴുതുന്നതിൽ പ്രധാന പങ്കുവഹിച്ചു എന്നതിൽ തർക്കമുണ്ടാ വാനിടയില്ല. നവതരംഗ സിനിമയുടെ എല്ലാ സവിശേഷതകളേയും സ്വാശീകരിച്ച്, എന്നാൽ ആഖ്യാനശൈലിയിലെ സവിശേഷത കൊണ്ട് നവതരംഗസിനിമ ഇപ്പോൾ നിൽക്കുന്ന ഇടങ്ങളിൽ നിന്നും മുന്നോട്ട് പോകുന്ന ചിത്രമാണ് അരുവി. അരുവിയിലെ ആഖ്യാനം രേഖീയമോ ഏകതാനമോ അല്ലെന്നു മാത്രമല്ല, ഏതെങ്കിലും പ്രത്യേക ജോണറിൽ ഉൾപ്പെടുത്താവുന്നതല്ല അതിന്റെ പ്രതിപാദനശൈലി. സിനിമയുടെ തുടക്കത്തിൽ അരുവി ഗ്രാമത്തിൽ ജീവിക്കുന്ന കാലത്ത് നാടൻ ശീലുകൾക്കൊപ്പമുള്ള ചിതറിയ ചിത്രശകലങ്ങളായും, പിന്നീടു ള്ള ഘട്ടത്തിൽ റിയലിസ്റ്റിക് ശൈലിയിലും, പിന്നീട് കറുത്തഹാസ്യത്തെ ഉപയോഗപ്പെടുത്തുമ്പോൾ തന്നെ പിരിമുറുക്കമുള്ള ത്രില്ലർ ആയും, അടുത്ത ഘട്ടത്തിൽ തമിഴിൽ പതിവുള്ള നെടുങ്കൻ ഡയലോഗുകൾ ഉപയോഗിക്കുന്ന ഇമോഷണൽ ഡ്രാമയായും, അവസാനഭാഗത്ത് ഡോക്യുമെന്ററി ശൈലിയിലുമാണ് അരുവിയുടെ ആഖ്യാനം അതിന്റെ ഒഴുക്കിലെ വിവിധ തട്ടുകൾ പൂർത്തിയാക്കുന്നത്. ആദ്യ സിനിമ കൊണ്ട് തന്നെ തമിഴിലെ മികച്ച സംവിധായകരുടെ നിരയിലേക്കാണ് അരുൺ പ്രഭു പുരുഷോത്തമൻ കടന്നു നിൽക്കുന്നത്.

ശക്തമായ രാഷ്ട്രീയം ഉൾക്കൊള്ളുന്ന ചിത്രമാണ് അരുവി. ലിംഗനീതി, സമത്വം, സാമൂഹ്യഘടനയിലെ വിവിധ തട്ടുകൾക്കിടക്കുള്ള സംഘർഷങ്ങൾ, ഉപരിവർഗ്ഗ മനോഭാവത്തിന്റെ വൃത്തികെട്ട ആഡംബര പ്രകടനങ്ങൾ, ജീവിതത്തേയും മരണത്തേയും, രോഗത്തേയും ദുഖങ്ങളെയും ടാം റേറ്റിംഗ് കൂട്ടാനുള്ള കരുക്കൾ മാത്രമാക്കി മാറ്റുന്ന മീഡിയ സെൻസേഷണലിസം, ട്രാൻസ്ജെൻഡർ വ്യക്തികളുടെ സാമൂഹ്യ പ്രതിനിധാനം തുടങ്ങി രാഷ്ട്രീയആഖ്യാനങ്ങളുടെ നിരവധി തട്ടുകളിലൂടെയാണ് അരുവി ഒഴുകിപ്പോകുന്നത്. ട്രാൻസ്ജെന്റർ ആയ ഒരു കഥാപാത്രം സിനിമയിൽ പരിഹാസപാത്രമാകുന്നതാണ് സാധാരണ പതിവ്. എന്നാൽ നായികയായ അരുവി കഴിഞ്ഞാൽ ഏറ്റവും പ്രധാനപ്പെട്ട കഥാപാത്രമായി എമിലി എന്ന ട്രാൻസ് വുമൺ സിനിമയിൽ നിറഞ്ഞുനിൽക്കുന്നു. അരുവിയുടെ ഏറ്റവും വലിയ താങ്ങും അവളുടെ എല്ലാ പദ്ധതികൾക്കും പശ്ചാത്തലമൊരുക്കുന്ന പിന്തുണയും, രോഗക്കിടക്കയിലെ ആലംബവുമായി തുടക്കംമുതലൊടുക്കം വരെ എമിലിയുണ്ട്. തികഞ്ഞ രാഷ്ട്രീയജാഗ്രത പുലർത്തിക്കൊണ്ട് എന്നാൽ സിനിമയ്ക്ക് അതൊരു ബാധ്യതയാവാതെ സ്വാഭാവികവും അകൃത്രിമവുമായി അങ്ങനെയൊരു കഥാപാത്രം ഇന്ത്യൻ സിനിമയിൽ അവതരിപ്പിക്കപ്പെട്ടുന്നത് ആദ്യമായായാവണം. ഒരർത്ഥത്തിൽ അരുവിക്ക് വ്യവസ്ഥിതിയുടെ കെട്ടുപാടുകളിൽ നിന്ന് പുറത്തുകടക്കാനുള്ള വാതിലായി എമിലിയുടെ സാന്നിധ്യം മാറുന്നുണ്ട്. രോഗാതുരമായ ജീവിതത്തെ ജോലിചെയ്തും ഇഷ്ടമുള്ളിടത്തെല്ലാം യാത്രചെയ്തും സന്തോഷപൂർണ്ണമാക്കാൻ പരസ്പരം തുണയായ അവർക്ക് കഴിയുന്നു. സമൂഹത്തിൽ നിന്ന് പുറംതള്ളപ്പെട്ടവർക്കും സാധാരണമനുഷ്യരുടെ ആനന്ദങ്ങൾക്ക് അവകാശമുണ്ട് എന്ന വലിയ സന്ദേശം സിനിമ മുന്നോട്ട് വെയ്ക്കുന്നുണ്ട്. ട്രാൻസ് ജന്ററായ ഒരാൾക്കും നല്ല കൂട്ടുകാരിയും വിശ്വസ്തയായ സഹയാത്രികയും ആവാൻ കഴിയുമെന്ന് അരുവിയല്ലാതെ മറ്റൊരു സിനിമയും നമുക്കിത് വരെ കാണിച്ചുതന്നിട്ടില്ല.

ദൃശ്യമാധ്യമരംഗത്തെ താരപ്പൊങ്ങച്ചങ്ങളും, സെക്യൂരിറ്റിയും ലൈറ്റ് ബോയും മുതൽ സംവിധായകനും അവതാരകയായ എക്സ് സിനിമാനടിയും വരെയുള്ള ആ മേഖലയിലെ സാമൂഹ്യപിരമിഡിന്റെ ഘടനയും സ്വഭാവവും അരുവിയിൽ ആവിഷ്കരിക്കപ്പെടുന്നുണ്ട്. അപ്രതീക്ഷിതമായ ഒരു ആഘാതമേൽക്കുമ്പോൾ ഈ ഘടന അട്ടിമറിക്കപ്പെടുന്നതെങ്ങനെ എന്നും കാണാം. ഹാസ്യത്തെ സമർത്ഥമായി ഉപയോഗിച്ചുകൊണ്ടാണ് ഈ പൊളിച്ചെഴുത്ത് സംവിധായകൻ സാധ്യമാക്കുന്നത്. അപ്രതീക്ഷിതമായ സംഭവവികാസങ്ങളെ ഊതിപ്പെരുപ്പിച്ച് മാധ്യമങ്ങൾ സമൂഹത്തിൽ ഭീതിപരത്തുന്നതെങ്ങനെ

എന്ന് അരുവിയിൽ നിന്ന് പഠിക്കാവുന്നതാണ്. ന്യൂസുകൾ ബ്രേക്ക് ചെയ്യാനും, ടാം റേറ്റിംഗ് ഉയർത്താനുള്ള തത്രപ്പാടുകൾക്കിടയിൽ മാധ്യമധർമ്മമെന്തായിരിക്കണം എന്ന് സിനിമ ചോദ്യമുയർത്തുന്നു. റിട്ടയേഡ് സിനിമാനടികൾക്ക് നാട്ടുകാരുടെ മൊത്തം പ്രശ്നങ്ങളിൽ ഇടപെടാനുള്ള അധികാരവും ഏത് പ്രശ്നവും പരിഹരിക്കാനുള്ള കഴിവുമുണ്ടെന്ന് ഭാവിച്ചുകൊണ്ടുള്ള ചാനൽ വിചാരണകളെ സിനിമ കണക്കറ്റ് പരിഹസിക്കുന്നുണ്ട്. ഇത്തരം പരിപാടികൾ യാഥാസ്ഥിതിക മൂല്യങ്ങളേയും മനുഷ്യവിരുദ്ധതയേയും അരക്കിട്ടുറപ്പിക്കുന്നത് മലയാളത്തിലെ ദൃശ്യമാധ്യമങ്ങളിലും പതിവ് കാഴ്ച്ചയാണ്. എക്സ് - സിനിമാതാരങ്ങളുടെ കരിസ്മാറ്റിക് സാന്നിധ്യങ്ങൾക്കും അധിക്ഷേപങ്ങൾക്കും മുന്നിൽ ചൂളുണ്ടിരിക്കുന്ന സാധാരണക്കാരുടെ അവസ്ഥയും റേറ്റിംഗ് കൂട്ടാനുള്ള നെറികെട്ട ശ്രമങ്ങളുമെല്ലാം സമൂഹത്തിന്റെ ശ്രദ്ധ പതിയേണ്ട വിഷയം തന്നെയാണ്.

എച്ച് ഐ വി ബാധിതരുടെ പ്രശ്നങ്ങൾ ഇന്ത്യൻ സിനിമയ്ക്ക് അധികം വിഷയമായിട്ടില്ല. മൈ ബ്രദർ നിഖിൽ പോലെയുള്ള അപൂർവ്വം സിനിമകൾ മാത്രമാണ് ഈ വിഷയത്തെ പരിമിതമായെങ്കിലും കൈകാര്യം ചെയ്തിട്ടുള്ളത്. കഴിഞ്ഞ വർഷം കാനിൽ ഗ്രാന്റ് പ്രി പുരസ്കാരം നൽകിയ 120 ബി പി എം എന്ന ചിത്രം എയ്ഡ്സ് ബോധവത്കരണ രംഗത്ത് പ്രവർത്തിക്കുന്ന ആക്റ്റ് അപ്പ് എന്ന സംഘടനയുടെ പ്രവർത്തനങ്ങളുടെ യഥാതഥ ആവിഷ്കരണമാണ്. എയ്ഡ്സ് രോഗികളുടെ പ്രശ്നങ്ങൾ പൊതുശ്രദ്ധയിൽ കൊണ്ടുവരാൻ കൃത്രിമ രക്തം നിറച്ച പാക്കറ്റുകൾ കൊണ്ട് എറിയുക, പ്രധാനപ്പെട്ട വേദികളിൽ പ്രശ്നങ്ങൾ സൃഷ്ടിക്കുക തുടങ്ങിയ പ്രകോപനപരമായ രീതികൾ പിന്തുടരുന്നത് ആ ചിത്രത്തിൽ കാണാനാവും. അരുവിയിലും ഭീതിയുടെ മുൾമുനയിൽ നിർത്തി എല്ലാവരേയും തന്റെ ഇഛകൾക്ക് അനുസരിച്ച് താളം തുള്ളിച്ചാണ് തന്റെ പ്രശ്നങ്ങൾ അരുവി പൊതുജനശ്രദ്ധയിൽ എത്തിക്കുന്നത്. നിസ്സാരയും രോഗിയുമായ ഒരു പെണ്ണിന് സമൂഹത്തിന്റെ ശ്രദ്ധയിൽ കടന്നുവരാൻ ഇത്തരം മാർഗ്ഗങ്ങൾ അവലംബിക്കേണ്ടി വരുന്നു എന്ന വിരോധാഭാസമാണ് അരുവിയുടെ ആഖ്യാനത്തെ ഒരർത്ഥത്തിൽ ശക്തമാക്കുന്നത്.

ആലംബമില്ലാതെ അഭയം പ്രാപിക്കുന്ന അരുവിയെ ചൂഷണം ചെയ്യുന്ന കൂട്ടുകാരിയുടെ അച്ഛനും, തൊഴിലുടമയും, ഭക്തിയുടെ പേരിൽ ചൂഷണം ചെയ്യുന്ന സ്വാമിയുമെല്ലാം ഒറ്റക്കാകുന്ന പെൺകുട്ടിക്ക് നേരിടേണ്ടി വരുന്ന പതിവ് ഹിംസ്രമൃഗങ്ങൾ തന്നെയാണ്. തങ്ങളുടെ ചെയ്തികളെപ്പറ്റി കുറ്റബോധമില്ലാത്ത അവരെക്കൊണ്ട് മാപ്പുപറയിക്കുക എന്നല്ലാതെ അവരോട് പ്രതികാരം ചെയ്യാൻ അരുവി തയ്യാറാകുന്നില്ല.

പെണ്ണിനോടുള്ള സമൂഹത്തിന്റെ മുൻവിധികളോടും എയ്ഡ്സ് എന്നാൽ വഴി തെറ്റിനടന്നവർക്ക് വന്നുചേരുന്ന സ്വാഭാവിക പരിണാമമാണ് എന്നുള്ള തെറ്റിദ്ധാരണയോടും അരുവി കലഹിക്കുന്നു. എന്നാൽ ജീവിതത്തിന്റെ സന്തോഷമെന്താണ് എന്ന് തുടങ്ങുന്ന ഉപഭോഗസംസ്കാരത്തിന്റെയും സാമൂഹ്യവ്യവസ്ഥയുടെയും ദോഷങ്ങളെക്കുറിച്ചുള്ള പ്രഭാഷണം വാചാടോപമായി മാറുന്നു. സിനിമ ദുർബലമാക്കപ്പെടുന്ന ഏക രംഗവും ഇത് തന്നെ. അവസാന രംഗങ്ങളിൽ കൈവിട്ടുപോകുന്ന കഥയുടെ മുറുക്കവും പരിമിതിയായി കാണാം.

അരുവിയുടെ ശക്തി പ്രധാനകഥാപാത്രമായ അരുവി എന്ന ഇരുപത്തഞ്ച്കാരിപ്പെൺകുട്ടി തന്നെയാണ്. ലക്ഷ്മി ഗോപാലസ്വാമി ഒഴികെ മറ്റ് പരിചയസമ്പന്നരായ അഭിനേതാക്കൾ ഒന്നുമില്ലാതിരുന്നിട്ടും സിനിമയെ ഒന്നാകെ തോളിലേറ്റാനും മുന്നോട്ട് നയിക്കാനും ആ കഥാപാത്രത്തിനും അരുവിയെ അവതരിപ്പിച്ച അതിഥിബാലൻ എന്ന പുതുമുഖത്തിനുമാവുന്നുണ്ട്. ഊർജ്ജസ്വലമായ പെൺകുട്ടിക്കാലവും, ആകാംക്ഷയുടെ മുൾമുനയിൽ നിർത്തുന്ന ത്രില്ലർ രംഗങ്ങളും, മരണത്തെ മുഖാമുഖം കാണുന്ന ജീവിതാന്ത്യവുമെല്ലാം റിയലിസ്റ്റിക് ആയി, കല്ലുകടികളില്ലാതെ അഭിനയിച്ചു ഫലിപ്പിക്കാൻ കഴിയുന്നത് ഒരു പുതുമുഖത്തെ സംബന്ധിച്ചിടത്തോളം നൈസർഗ്ഗികപ്രതിഭയുടെ സൂചന തന്നെയാണ്. എമിലിയെ അവതരിപ്പിച്ച ട്രാൻസ്ജെന്റർ തന്നെയായ അഞ്ജലി വരദനും സിനിമയിൽ സ്വാഭാവികമായി തന്നെ ജീവിച്ചുകാണിക്കുന്നു. ആഖ്യാനശൈലിക്കനുസരിച്ച് കാമറയുടെ കാഴ്ച്ച യിൽ വരുന്ന മാറ്റങ്ങളും അരുവിക്ക് ഭംഗി കൂട്ടുന്നു.

അരുവി ഉന്നയിച്ച ചോദ്യങ്ങൾ ചർച്ചചെയ്യപ്പെട്ടാലും ഇല്ലെങ്കിലും ആഖ്യാനശൈലിയിലും ഇതിവൃത്തത്തിലും ഇനി വരാനുള്ള സിനിമകളെ അരുവി സ്വാധീനിക്കുമെന്നതിൽ സംശയമില്ല. തമിഴ് നവതരംഗ സിനിമ വൈവിധ്യമില്ലായ്മയിലേക്കും ദുർബ്ബലമായ ഇതിവൃത്തങ്ങളിലേക്കും വീണുതുടങ്ങിയ കാലത്ത് സിനിമക്ക് പുതിയോരുർജ്ജം പകരാൻ അരുവിക്ക് കഴിയും. വേറിട്ട ഇത്തരം ശ്രമങ്ങളാണ് എക്കാലവും, ഏത് ഭാഷയിലും സിനിമയെ മുന്നോട്ട് നടത്തിയിട്ടുള്ളതും.

അശാന്തിയുടെ തിരപ്പാട്ടുകൾ

അശാന്തിയുടെ കാലത്തും പാട്ടുകളുണ്ടാവാതിരിക്കില്ല അവ പക്ഷേ അശാന്തിയെക്കുറിച്ചായിരിക്കുമെന്നു മാത്രം. സമൂഹത്തെ വിഴുങ്ങുന്ന അശാന്തികളിലേക്ക് ആഖ്യാനത്തിന്റെ കേന്ദ്ര ബിന്ദുവെ തിരിച്ചുവെക്കുമ്പോഴേ ഏതൊരു കലാരൂപവും മനുഷ്യപക്ഷത്ത് നിലയുറപ്പിക്കുന്നു എന്ന് കരുതാനാവൂ. ഇത്തരം സന്ദർഭങ്ങളിൽ മറ്റേതൊരു കലാരൂപത്തെക്കാളും സാർഥകമായ സാമൂഹിക ചിത്രണത്തിനുള്ള സാധ്യതകളും സങ്കേതങ്ങളും സ്വായത്തമായിട്ടുള്ള കല സിനിമയാണ്. യഥാതഥവും കാൽപ്പനികവും വൈകാരികവും വ്യക്തിനിഷ്ഠവും ഒക്കെയായ ഒട്ടേറെ പ്രമേയ, പ്രതിപാദന സാധ്യതകൾ സിനിമയ്ക്കുണ്ട് എന്നത് കൊണ്ടുകൂടിയാണത്. മാത്രമല്ല, ഇത്തരം സാമൂഹിക സന്ദിഗ്ധാവസ്ഥകൾക്ക് മറ്റൊരു തരത്തിൽ സിനിമയെ ഗുണപരമായി സ്വാധീനിക്കാനുമാവും. പ്രമേയാനുസാരിയായ, അതേസമയം സാമൂഹ്യാവസ്ഥയുടെ കാതലിനെത്തൊടുന്ന ഒരു പുതിയ ദൃശ്യഭാഷ വികസിപ്പിച്ചെടുക്കാൻ സിനിമ നിർബന്ധിതമാവും. അത്തരമൊരു ചരിത്രസന്ധിയിലാണ് സിറിയൻ സിനിമയും നിലകൊള്ളുന്നത്. മുല്ലപ്പൂവിപ്ലവത്തിനുശേഷം പടർന്നുപിടിച്ച സാമൂഹ്യഅരക്ഷിതാവസ്ഥയെ രേഖപ്പെടുത്താനനുയോജ്യമായ ദൃശ്യഭാഷക്കായുള്ള അന്വേഷണങ്ങൾ സിറിയൻ സിനിമയിൽ സജീവമാണ്. സിറ്റിസൻ ജേണലിസ്റ്റുകളുടെ അമച്വർ ക്ലിപ്പുകൾ, ഡോക്യുമെന്ററികൾ, ഡോക്യുഫിക്ഷനുകൾ ,ഫീച്ചർ സിനിമകൾ തുടങ്ങി പലതരം മാധ്യമങ്ങളിലൂടെയാണ് സിറിയൻ അശാന്തിയെ പകർത്തിവെക്കാനുള്ള ശ്രമങ്ങൾ നടക്കുന്നത്. സംവിധായകൻ സിറിയയിൽ നിന്നുള്ളയാളല്ലെങ്കിലും ആഭ്യന്തരയുദ്ധവും ഐഎസ് ഭീകരതയും തകർത്തുകളയുന്ന സാധാരണജീവിതത്തെ ആവിഷ്കരിക്കുന്ന പ്രധാനപ്പെട്ട ഒരു ചിത്രമാണ് ബൽജിയൻ സംവിധായകനായ ഫിലിപ്പ് വാൻ ല്യൂവിന്റെ ഇൻ സിറിയ.

യുദ്ധവും കലാപങ്ങളും സമൂഹത്തെ ബാധിക്കുന്നതെങ്ങനെ എന്ന് നിരവധി ചിത്രങ്ങൾക്ക് പ്രമേയമായിട്ടുണ്ട്.അടച്ചിട്ട ഒരു

അപ്പാർട്ട്മെന്റിനുള്ളിൽ ഒരു കുടുംബത്തിന്റെ ഒരു ദിവസത്തെ ജീവിതത്തെ മാത്രം മുൻനിർത്തി കലാപം മനുഷ്യജീവിതത്തെ എങ്ങനെയെല്ലാം ബാധിക്കുന്നു എന്നവതരിപ്പിക്കുന്നിടത്താണ് ഇൻ സിറിയ വ്യത്യസ്തമാകുന്നത്. ഭീതി, ക്ഷാമം, അവസരം മുതലെടുത്തുള്ള കൊള്ള, ലൈംഗികാതിക്രമം, ഭയം മനുഷ്യസ്വഭാവത്തിനുമേൽ ഉണ്ടാക്കുന്ന സ്വാധീനങ്ങൾ തുടങ്ങി കലാപത്തിന്റെ ഉപോത്പന്നങ്ങളെയെല്ലാം ഒരു വീടിനുള്ളിലെ ഒരു ദിവസത്തെ ജീവിതക്കാഴ്ച കൊണ്ട് വരച്ചിടുന്നു ഈ ചിത്രം. നിരവധികാലമായി ഭരണരംഗത്ത് അള്ളിപ്പിടിച്ചിരുന്ന ജീർണ്ണതകളെ പൊളിച്ചെഴുതി ഒരു പുതിയസാമൂഹ്യക്രമത്തെ നിർമ്മിച്ചെടുക്കാനുള്ള ശ്രമമായിരുന്നു അറബ് വസന്തം. എന്നാൽ അഞ്ച് ലക്ഷം മനുഷ്യജീവനുകൾ അപഹരിച്ച, അതിന്റെ മൂന്നിരട്ടി ആളുകളെ അഭയാർഥികളാക്കിയ വലിയ അരക്ഷിതാവസ്ഥയാണ് സിറിയയിൽ പിന്നീടുണ്ടായത്. ബഷർ അൽ അസദിന്റെ ഭരണകൂടവും തീവ്രവാദികളായ ഐഎസും ചേർന്ന് ജനജീവിതത്തെ പിച്ചിച്ചീന്തി. അറബ് വസന്തം ഓരോ രാജ്യത്തും ഉണ്ടാക്കിയ പ്രത്യാഘാതങ്ങൾ വിഭിന്നമാണെങ്കിലും ഈ മേഖലയിൽ നിന്നുള്ള സിനിമകൾ പൊതുവായി മുല്ലപ്പവിപ്ലവത്തിന്റെ ആഘാതങ്ങളെ പ്രശ്നവത്കരിക്കുന്നുണ്ട്. ഏറെ ശ്രദ്ധനേടിയ ക്ലാഷ്, സ്ക്വയർ (2013) തുടങ്ങിയ ചിത്രങ്ങൾ ഉദാഹരണം.കലാപം മൂലം ഏതാണ്ടെല്ലാ അന്തേവാസികളും ഒഴിഞ്ഞുപോയ, ബോംബ് വീണ് ഒരു ഭാഗം തകർന്ന അപ്പാർട്ട്മെന്റിൽ അകപ്പെട്ട ഒൻപത് മനുഷ്യരുടെ കഥയാണ് ഇൻ സിറിയ പറയുന്നത്. ഒരു പ്രഭാതത്തിൽ തുടങ്ങി മറ്റൊന്നിൽ അവസാനിക്കുന്ന ദൈർഘ്യമേ ചിത്രത്തിനുള്ളൂ.

പ്രഭാതത്തിൽ പുറംലോകത്തേക്ക് ജനാലയിലൂടെ കണ്ണയച്ച് നിൽക്കുന്ന വൃദ്ധന്റെ കണ്ണിലൂടെയാണ് കാമറ സിനിമയിലേക്ക് ആദ്യചുവടുവെക്കുന്നത്. പച്ചക്കറി വാങ്ങാൻ കൂടിയ ജനങ്ങളെ ചിതറിച്ചോടിക്കുന്ന വെടിയൊച്ചകളെ കേട്ടുനിൽക്കുന്ന അയാളിൽ തുടങ്ങുന്ന ചിത്രം സംഭവബഹുലമായ ഒരുദിവസത്തിന് ശേഷം നിസ്സഹായമായ ജാലകക്കാഴ്ചയിലെക്ക് തിരിച്ചെത്തുന്ന അയാളിൽത്തന്നെ അവസാനിക്കുന്നു. അബു മോൺസറിന്റെ നോട്ടത്തിൽ നിന്ന് തെന്നിനീങ്ങുന്ന കാമറ വീട്ടിനകത്തെ എല്ലാം സമാധാനപൂർവ്വമെന്ന് തോന്നിപ്പിക്കുന്ന ദൃശ്യങ്ങളിലേക്ക്, അടുക്കിവെച്ച പുസ്തകഷെൽഫ്, വിരിച്ചിട്ട തിരശ്ശീലകൾ , നീങ്ങുന്നു. പുറത്തെ അശാന്തിയുടെ ലോകത്തിൽ നിന്നൊഴിഞ്ഞ തുരുത്തെന്ന തോന്നലിനെ തകർത്തെറിഞ്ഞുകൊണ്ട് കാമറ ചെന്നു നിൽക്കുന്നത് വലിയ രണ്ട് മരത്തടികൾ കൊണ്ട് സംരക്ഷിക്കപ്പെട്ട വാതിലിലേക്കാണ്. പുറത്തെ തകർന്ന ലോകത്തിനും വീട്ടിനുള്ളിലെ കപട സുരക്ഷിതത്വത്തിനുമിടയിൽ നിൽക്കുന്ന കാമറയുടെ സ്ഥാനം

തന്നെയാണ് വാതിലിനും സിനിമയിലുള്ളത്. വീട്ടമ്മയായ ഔം യാസൻ സാധാരണമെന്ന് സ്വയം വിശ്വസിക്കാനും മറ്റുള്ളവരെ വിശ്വസിപ്പിക്കാനും ശ്രമിക്കുന്ന വീട്ടിനകത്തെ വ്യാജലോകത്തിന്റെ കാവൽക്കാരനും ദൃക്സാക്ഷിയുമാണ് ആ വാതിൽ.

മൂന്നുമക്കളും, അമ്മായിയച്ഛനും, ജോലിക്കാരിയായ ദെൽഹാനിയും, സന്ദർശനത്തിനെത്തിയ മകളുടെ കൂട്ടുകാരനും, അഭയംതേടിയെത്തിയ അയൽക്കാരിയായ ഹലീമയും, കുഞ്ഞും അടക്കമുള്ള എല്ലാവരേയും ചേർത്തുനിർത്തുന്ന കർക്കശക്കാരിയായ വീട്ടമ്മയാണ് ഔം യാസൻ. പുറത്തുപോയി തിരിച്ചെത്താത്ത ഭർത്താവിനെക്കുറിച്ചുള്ള ആശങ്കക്കിടയിലും വീട്ടിനകത്തെ ജീവിതത്തെ സാധാരണമാക്കിമാറ്റാൻ അവർ ശ്രമിക്കുന്നു. എന്നാൽ ആ ദിവസത്തെ തുടർന്നുള്ള സംഭവങ്ങൾ അവരുടെ അക്ഷോഭ്യതയെ തകർത്ത് കാറ്റിൽപ്പറത്തുന്നു. ലബനനിലേക്ക് രക്ഷപ്പെടാനുള്ള ഒരുക്കങ്ങൾക്കായി പുറപ്പെടുന്ന ഹലീമയുടെ ഭർത്താവ് സമീറിന് വെടിയേൽക്കുന്നു. സംഭവത്തിന് ദൃക്സാക്ഷിയായ ദെൽഹാനിക്ക് വീട്ടിലുള്ളവരുടെ സുരക്ഷിതത്വത്തെക്കുറിച്ചോർത്തുള്ള ഔം യാസന്റെ താക്കീത് മൂലം നിശബ്ദത പാലിക്കേണ്ടി വരുന്നു. സ്ഥിതിഗതികൾ കൂടുതൽ വഷളാക്കിക്കൊണ്ട് അക്രമികൾ ഫ്ലാറ്റിലേക്ക് കടന്നുകയറി ഹലീമയെ ബലാത്സംഗം ചെയ്യുന്നു. നിവർത്തിയില്ലാതെ ഔം യാസന് ഭർത്താവിന് വെടിയേറ്റ വിവരം ഹലീമയെ അറിയിക്കേണ്ടി വരുകയാണ്. ഹലീമ ഭർത്താവിന്റെ ശരീരം വീണ്ടെടുക്കുകയും മരിച്ചിട്ടില്ലാത്ത അയാളെ സുരക്ഷക്കായി മറ്റൊരിടത്തേക്ക് മാറ്റുകയും ചെയ്യുന്നു. ലളിതമാണ് പ്രമേയപരിസരമെങ്കിലും കലാപം മനുഷ്യസ്വഭാവത്തിൽ വരുത്തുന്ന മാറ്റങ്ങളെയും സൃഷ്ടിക്കുന്ന മാനസികാഘാതങ്ങളെയും ആവിഷ്കരിക്കുന്നതിലാണ് ചിത്രത്തിന്റെ വിജയം.

പുറമേക്ക് വ്യക്തമല്ലെങ്കിലും ക്ഷാമമാണ് ആ അപ്പാർട്ട്മെന്റിന്റെ മുഖമുദ്ര. കുടിക്കാനും കുളിക്കാനുമുള്ള വെള്ളത്തിനുമുതൽ തുറന്നുപ്രകടിപ്പിക്കേണ്ട വികാരങ്ങൾക്ക് വരെ ക്ഷാമമാണ്. ഹലീമമാത്രമാണ് അനക്കമറ്റ ആ നിസ്സംഗതയെ പലപ്പോഴും തകർത്തെറിയുന്നത്. മുങ്ങിക്കൊണ്ടിരിക്കുന്ന കപ്പലായ അപ്പാർട്ട്മെന്റിലെ ജീവിതത്തെ സംബന്ധിച്ചും ഔം യാസന്റെയും ഹലീമയുടേയും നിലപാടുകൾ വിരുദ്ധധ്രുവങ്ങളിലാണ്. തന്റെ വീടാണിത് അവിടെ നിന്ന് ആർക്കും തന്നെ പുറത്താക്കാനാവില്ല എന്നവർ നിലപാടെടുക്കുമ്പോൾ ഭർത്താവും കുഞ്ഞുമൊത്ത് മറ്റെവിടെയെങ്കിലും പോയി ജീവിക്കാനാണ് ഹലീമ ശ്രമിക്കുന്നത്. കടന്നുകയറുന്ന അക്രമികളാൽ ബലാത്സംഗം ചെയ്യപ്പെട്ടപ്പോഴും തനിക്കഭയം നൽകിയവരെ ഒറ്റിക്കൊടുക്കാൻ ഹലീമ തയ്യാറാവുന്നില്ല. എന്നാൽ കുടുംബത്തിന്റെ സുരക്ഷയുടെ ഉത്തരവാദിത്വം ഔം

യാസനെ സ്വാർത്ഥയാവാൻ നിർബന്ധിതമാക്കുന്നു. സമീറിന് വെടിയേറ്റത് അറിയിക്കാതെ ഒളിച്ചുവെപ്പിക്കുന്നതും, തൊട്ടപ്പുറത്ത് ഹലീമ ഉപദ്രവിക്കുമ്പോൾ അടുക്കളയിൽ നിശബ്ദയായി സ്വന്തം കുടുംബത്തെ രക്ഷിക്കാൻ പ്രേരിപ്പിക്കുന്നതും സാഹചര്യം അടിച്ചേൽപ്പിക്കുന്ന സ്വാർത്ഥതയാണ്. നേരെ മറുപുറമെന്നോണം കാഴ്ചക്ക് ദുർബലയായ ഹലീമ പ്രതിസന്ധി ഘട്ടത്തിൽ ധീരതയോടെ പൊരുതുകയും, തനിക്കഭയം നൽകിയവരെ രക്ഷിച്ച് മനുഷ്യൻ എന്ന നിലക്കുള്ള തന്റെ അന്തസ്സിന് കോട്ടം വരാതെ നോക്കുകയും ചെയ്യുന്നു. പ്രീഡിഗ്രിക്കാലത്ത് പഠിച്ച ഇംഗ്ലീഷ് പാഠപുസ്തകത്തിൽ ഒരു ലേഖനമുണ്ടായിരുന്നു. തകരുന്ന കപ്പലിൽ നിന്നുരക്ഷപ്പെടാൻ ഒരു സ്ത്രീയിൽ നിന്ന് ലൈഫ്ജാക്കറ്റ് പിടിച്ച് വാങ്ങുന്ന ഒരാളെ മുൻനിർത്തി പ്രതിസന്ധിയിലാണ് മനുഷ്യന്റെ യഥാർത്ഥസത്ത വെളിപ്പെടുന്നത് എന്നായിരുന്നു ആ ലേഖനത്തിന്റെ സാരം. അതേ ആശയവഴിക്കാണ് സിനിമയും സഞ്ചരിക്കുന്നത്.

ഒരു സിനിമയുടെ പ്രത്യക്ഷ ആശയശരീരം പ്രേക്ഷകനിലെത്തുന്നത് അതിന്റെ തിരശ്ശീലയിൽ തെളിഞ്ഞുമായുന്ന കഥാപാത്രങ്ങളുടെ ഭാവാവിഷ്കാരങ്ങളിലൂടെയാണ്. പൂർണ്ണമായും വീട്ടിനകത്ത് ടൈറ്റ് ക്ലോസപ്പ് ഷോട്ടുകളിൽ ചിത്രീകരിക്കപ്പെട്ട സിനിമയായത് കൊണ്ടു തന്നെ ഇൻ സിറിയയിൽഅഭിനേതാക്കൾക്കുമേൽ വലിയ ഉത്തരവാദിത്വം അർപ്പിക്കപ്പെടുന്നുണ്ട്. അതിനെ വെല്ലുവിളിയായി ഏറ്റെടുത്ത് പൂർത്തീകരിക്കാൻ കഥയെ മുന്നോട്ട് നയിക്കുന്ന രണ്ട് സ്ത്രീ കഥാപാത്രങ്ങൾക്കും സാധിച്ചിട്ടുണ്ട്, ഔം യാസനെ അവതരിപ്പിച്ച ഹിയാം അബ്ബാസ് കർക്കശക്കാരിയായ, മകളുടെ കാമുകനെപ്പോലും നിയന്ത്രിക്കുന്ന, പ്രതിസന്ധിയിലും പതറാതെ നിൽക്കുന്ന, ചിലപ്പോഴൊക്കെ ഏകാധിപതിയായിപ്പോലും മാറുന്ന വീട്ടമ്മയെ സ്വന്തം ശരീരചലനങ്ങളിൽ പോലും ഏറ്റുവാങ്ങിയിരിക്കുന്നു. ഹലീമയെ അവതരിപ്പിച്ച ഡയമണ്ട് ബൌ അബൌദിന് ബലാൽക്കാരത്തെ പ്രതിരോധിക്കാനുള്ള ശ്രമങ്ങളടക്കം വിഭിന്ന ഭാവതലങ്ങളെ ആവിഷ്കരിക്കേണ്ടി വരുന്നുണ്ട്. പ്രതിരോധങ്ങൾ വ്യർത്ഥമാകുന്ന ഘട്ടത്തിൽ അഭയം തേടിയ വീട്ടിലുള്ളവരെയും സ്വന്തം കുഞ്ഞിനേയും രക്ഷിക്കാനുള്ള വിലപേശൽ വസ്തുവായി സ്വന്തം ശരീരത്തെ മാറ്റുന്ന രംഗം പ്രത്യേകം പരാമർശമർഹിക്കുന്നു. തന്നെയും കുഞ്ഞിനെയും അപകടകരമായ സാഹചര്യത്തിൽ ഉപേക്ഷിച്ച് സുരക്ഷിതത്വം തേടിയതിനു ഔം യാസനെ വിമർശിക്കുന്ന, ശാരീരികാക്രമണമേറ്റ് തകർന്നുകിടക്കുമ്പോഴും കുഞ്ഞിനെ തിരയുന്ന, ഭർത്താവിന് വെടിയേറ്റു എന്നറിഞ്ഞധപ്പോൾ ധൈര്യപൂർവ്വം അയാളുടെ ശരീരം വീണ്ടെടുക്കുന്ന ഹലീമ സിനിമ തീർന്നാലും ഓർമ്മയിൽ നിന്ന് വിട്ടൊഴിയാതെ നിൽക്കും. താൻ ജീവിച്ച വീട് ഏതുനിമിഷവും

തകർന്നുപോകാം എന്ന ഭീകരമായ തിരിച്ചറിവ് മുഖത്തെ നിസ്സഹായ മായ ചുളിവുകളിലും, ദുഃഖം കനത്ത കണ്ണുകളിലും പകർത്തിവെച്ച അബു മോൺസർ(മൊഹ്സിൻ അബ്ബാസും) സിനിമയുടെ ഉള്ളടക്കത്തോട് നീതിപുലർത്തിയ അഭിനേതാവ് തന്നെ.

സിനിമയുടെ ആശയത്തെ ദൃശ്യഭാഷയിലെക്ക് ഉൾച്ചേർക്കുക എന്ന വലിയ വെല്ലുവിളി സിനിമ എന്നാ കലാരൂപം പൊതുവായിത്തന്നെ നേരിടുന്നതാണ്. അടഞ്ഞ വീടിനകത്ത് ഓരോ മുറിയിലും ഒറ്റക്കൊ റ്റക്കായല്ല, ഒരു തുടർച്ച എന്ന നിലയിൽ ചാക്രികമായാണ് കാമറ ചലിക്കുന്നത്. അത് വീടിനെ ഒറ്റ വ്യക്തിത്വത്തിലേക്ക് ചുരുക്കിക്കൊണ്ടു വരുന്നു. തുടക്കത്തിൽ ഔം യാസനാണ് വീടിന്റെ വ്യക്തിരൂപമെങ്കിൽ ഒടുക്കത്തിൽ അത് ഹലീമയിലേക്ക് മാറുന്നു. ഇരുണ്ട, ടൈറ്റ് ഫ്രെയി മുകൾ, വെളിച്ച, പശ്ചാത്തല ശബ്ദ വിതാനങ്ങൾ എന്നിവയൊക്കെ കലാപഭരിതമായ അന്തരീക്ഷത്തിനും, കഥാപാത്രങ്ങളുടെ മാനസിക സംഘർഷങ്ങൾക്കും അനുയോജ്യമായ തിരഭാഷയെ നിർമ്മിച്ചെടുക്കുന്നു ണ്ട്. ഒരു തീപ്പെട്ടിക്കൂടുപോലെ ജാലകക്കാഴ്ചയിൽ തെളിയുന്ന തകർന്ന മുറ്റം സിനിമയുടെ സാമൂഹ്യ പശ്ചാത്തലത്തെ വെളിവാക്കാനും സഹാ യിക്കുന്നുണ്ട്. ഒളിഞ്ഞു നോക്കുന്ന തോക്കിന്റെ ചുവന്ന വട്ടത്തിനുള്ളിൽ ഹലീമയുടെ ഭർത്താവിന്റെ വെടിയേറ്റ ശരീരവുമായി നീങ്ങുന്ന ദൃശ്യം സിനിമ സൃഷ്ടിക്കുന്ന നടുക്കത്തെ ഒറ്റക്കാഴ്ചയിലേക്ക് ആറ്റിക്കുറുക്കി വെക്കുന്നു. ഇരുണ്ട കാലത്തിന്റെ കല ഇങ്ങനെയല്ലാതെ മറ്റെങ്ങനെ യാവാൻ?

ന്യൂട്ടന്റെ ആപ്പിളും ഇന്ത്യൻ ജനാധിപത്യവും

ലോകത്തിലേറ്റവും വലിയ ജനാധിപത്യവ്യവസ്ഥ എന്ന് ഇന്ത്യക്കാരാൽ അഭിമാനപൂർവ്വം കൊണ്ടാടപ്പെടുന്ന താണ് ഏഴുപതിറ്റാണ്ടോളം മുതിർന്ന ഇന്ത്യൻ ഭരണസംവിധാനം. ശതകോടീശ്വരൻമാർ മുതൽ ഏറ്റവും നിസ്വരായ അനേകലക്ഷം സാധാരണക്കാർ വരെ ഭാഗഭാക്കാവുന്ന തിരഞ്ഞെടുപ്പപ്രക്രിയ എന്ന് നമ്മുടെ പൊതുതിരഞ്ഞെടുപ്പുകൾ ഉയർത്തിക്കാട്ടപ്പെടുന്നു. അതിവിപുലമായതും ഗ്രാമാന്തരങ്ങളിലും, കാടുകളിലും വരെ വേരുകൾ പടർത്തിയതുമായ ഇലക്ടറൽ സംവിധാനം കൊണ്ട് ഇന്ത്യ വേറിട്ടുനിൽക്കുന്നു, എന്നാൽ ഏറെ കൊട്ടിഘോഷിക്കപ്പെടുന്ന തിരഞ്ഞെടുപ്പുകൾ നിരക്ഷരരും, ദരിദ്രരുമായ മനുഷ്യരെ, ആദിവാസികളെ ഒക്കെ സംബന്ധിച്ചിടത്തോളം എത്രത്തോളം അർത്ഥവത്താകുന്നുണ്ട്? തങ്ങളെ ഭരിക്കുന്നവരെ തിരഞ്ഞെടുക്കാനുള്ള അവകാശമെന്നാൽ എന്താണെന്ന് പോലും മനസ്സിലാക്കാതെ ആരുടെയൊക്കെയോ നിർബന്ധങ്ങളാൽ ഏതൊക്കെയോ കളങ്ങളിൽ വിരൽ പതിപ്പിക്കുന്ന അവർ കൂടി ഉൾപ്പെട്ടതാണ് ഇന്ത്യയുടെ തെരഞ്ഞെടുപ്പുകൾ എന്ന വാസ്തവത്തെ കറുത്തഹാസ്യത്തിന്റെ മേമ്പൊടിയോടെ അവതരിപ്പിക്കുകയാണ് ന്യൂട്ടൺ. ന്യൂട്ടന്റെ പേരിൽ തുടങ്ങുന്ന ഫലിതങ്ങൾ ചിത്രത്തിലുടനീളം തുടരുമ്പോഴും സിനിമ മുന്നോട്ടുവെക്കുന്ന വിഷയങ്ങൾ ഗൗരവമായിത്തന്നെ മുഖ്യപ്രതിപാദ്യമായി, മുകൾത്തട്ടിൽ നിലനിർത്താൻ സംവിധായകന് കഴിഞ്ഞിരിക്കുന്നു.

പുതിയതായി സർക്കാർ സർവീസിൽ എത്തിയിട്ടുള്ള ഉദ്യോഗസ്ഥനാണ് കഥയിലെ നായകനായ ന്യൂട്ടൺ കുമാർ. പുതിയതായി സർവീസിലെത്തുന്ന മിക്ക ചെറുപ്പക്കാരെയും പോലെവ്യവസ്ഥിതിയെ ഗുണപരമായി മാറ്റിത്തീർക്കാമെന്ന ആത്മവിശ്വാസവും, കറപുരളാത്ത ആദർശവും അയാൾക്കുണ്ട്. എന്നാൽ പ്രായോഗികത തീണ്ടാത്ത ഈ ആദർശാത്മകത പലപ്പോഴും പിടിവാശിയാകുന്നതാണ് ചിത്രത്തിലെ തമാശ. മാത്രമല്ല തന്റെ സത്യസന്ധതയെ സ്വാഭാവികത എന്നതിനപ്പുറം ഉയർത്തിപ്പിടിക്കുന്നുണ്ട് അയാൾ. സ്വന്തം പേരിൽ തന്നെ

തുടങ്ങുന്ന വ്യവസ്ഥിതിയോടുള്ള അയാളുടെ പ്രതിഷേധം. അച്ഛനമ്മമാർ നൽകിയ നൂതൻ എന്ന പേരിനെ സ്വയം ന്യൂട്ടൺഎന്നാക്കി അയാൾ മാറ്റിയതാണ്. പതിനെട്ട് തികയാത്ത പെൺകുട്ടിയെ വീട്ടുകാർ വിവാഹത്തിനായി കണ്ടെത്തുമ്പോൾ അവരെ എതിർത്ത് നിൽക്കാൻ അയാളെ പ്രേരിപ്പിക്കുന്നത് അയാളുടെ ആദർശം തന്നെയാണ്. എന്നാൽ ന്യൂട്ടന്റെ വ്യക്തിത്വത്തിന് പശ്ചാത്തലമൊരുക്കുന്ന രണ്ട് രംഗങ്ങളിൽ ഒഴികെ, ന്യൂട്ടൺ എന്ന സർക്കാർ ഉദ്യോഗസ്ഥനായി മാത്രമാണ് അയാളെ ചിത്രത്തിൽ കാണാനാവുക. മകൻ വിവാഹം കഴിക്കാത്തതിലെ അമ്മയുടെ ആവലാതിയും, ബസിൽ പെണ്ണുകാണാൻ പോകുും, മടങ്ങിവരുമ്പോൾ,ധാരാളം സ്ത്രീധനം ലഭിക്കുന്ന വിവാഹത്തിനു തയ്യാറാവാത്തതിന് പരസ്യമായി ബസിലെ യാത്രക്കാർക്കുമുന്നിൽ മകനെ ശാസിക്കുന്ന അച്ഛനുമെല്ലാം ചേർന്ന് ഉത്തരേന്ത്യയിലെ ഒരു മധ്യവർഗ്ഗ കുടുംബത്തിന്റെ ചിത്രത്തെ പഴുതുകളില്ലാതെ പൂരിപ്പിക്കുന്നുണ്ട്. ഈ മധ്യവർഗ്ഗത്തിന്റെ പ്രതിനിധിയായിരുന്നു കൊണ്ട്, അതിന്റെ നടപ്പുശീലങ്ങളെ ലംഘിക്കുന്നതുകൊണ്ടാണ് ന്യൂട്ടന്റെ പെരുമാറ്റങ്ങൾ കാഴ്ചക്കാരിൽ ചിരിയുണര്ത്തുന്നത്. അതുകൊണ്ട് തന്നെ ആ ഹാസ്യം നമ്മുടെ മധ്യവർഗ്ഗ കാഴ്ചപ്പാടുകളുടെ പരിമിതികളിൽ നിന്ന് ഉത്പാദിപ്പിക്കപ്പെട്ടതാണെന്ന് വരുന്നു.

മാവോയിസ്റ്റ് ഭീഷണിയുള്ള ഒരു ചെറുപട്ടണത്തിലെ തിരഞ്ഞെടുപ്പ് റാലിയിൽ നിന്നാണ് സിനിമ ആരംഭിക്കുന്നത്. മഞ്ഞനിറം വാരിവിതറി, അലങ്കരിച്ച രഥത്തിൽ ആഘോഷമായി നടത്തപ്പെടുന്ന ആ തിരഞ്ഞെടുപ്പ്റാലി പണക്കൊഴുപ്പിന്റെ അഹങ്കാരത്തെ കുറിക്കുന്നുണ്ട്. വികസനം എന്ന പതിവ് സ്വപ്നം തന്നെയാണ് സ്ഥാനാർഥിയുടെ വിൽപ്പനച്ചരക്ക്. അടിസ്ഥാന സൗകര്യങ്ങൾ ലഭ്യമല്ലാത്തവരുടെ മുന്നിലാവണം ഓരോകുട്ടിയുടേയും വലംകൈയിൽ ലാപ്ടോപ്പും ഇടംകൈയിൽ മൊബൈൽഫോണും എന്ന സ്വപ്നം അയാൾ വെക്കുന്നത്. അടുത്ത ദൃശ്യത്തിൽ മാവോയിസ്റ്റുകളാൽ സ്ഥാനാർഥി കൊല്ലപ്പെടുന്നു. അഴിമതിക്കാരായ രാഷ്ട്രീയക്കാരെ തെരഞ്ഞെടുക്കേണ്ട ദുരവസ്ഥക്കും തെരഞ്ഞെടുപ്പ് അട്ടിമറിക്കാൻ സ്ഥാനാർഥിയെ കൊല്ലുന്നവർക്കും ഇടയിൽ പെട്ടുപോകുന്ന ജനങ്ങളിലേക്കാണ് മറ്റൊരു തിരഞ്ഞെടുപ്പെത്തുന്നത് എന്ന് ആദ്യ ദൃശ്യം തന്നെ സൂചിപ്പിക്കുന്നു.

അമ്പത് ലക്ഷത്തിലധികം രൂപ ചിലവും, 814 ദശലക്ഷം വോട്ടർമാരും, തൊണ്ണൂറ്റലക്ഷം പോളിംഗ്ബൂത്തുകളുമുള്ള ഇന്ത്യയിലെ പൊതുതെരഞ്ഞെടുപ്പുകൾ ഓരോതവണയും സ്വന്തം റെക്കോഡ് തന്നെ തിരുത്തിക്കുറിക്കുന്നു എന്നാണ് ഇലക്ഷൻ ക്ലാസ് എടുക്കാനെത്തുന്ന ഉദ്യോഗസ്ഥൻ പറയുന്നത്.എണ്ണത്തിലാണ്, കാര്യക്ഷമതയിലല്ല

ഊന്നൽ എന്ന് വ്യക്തം. ഇയാളും ന്യൂട്ടനുമായുള്ള സംഭാഷണങ്ങൾ ശുദ്ധമായ ഹാസ്യം കൊണ്ട് വേറിട്ടു നിൽക്കുന്നു. ഐസക് ന്യൂട്ടന്റെ ഏറ്റവും വലിയ സംഭാവന എല്ലാവർക്കും ഒരേ നിയമങ്ങൾ ആണെന്ന് തെളിയിച്ചതാണ് എന്നും, ഉദാഹരണമായി ഒരു ചായക്കച്ചവടക്കാരനും, അംബാനിയും ഒരു പാറക്കെട്ടിൽ നിന്ന് താഴേക്ക് ചാടിയാൽ ഒരേസമയം താഴെയെത്തുമെന്ന് ന്യൂട്ടൺ തെളിയിച്ചു എന്നും അയാൾ പറയുന്നു. ഇന്ത്യൻ സാമൂഹികാന്തരീക്ഷത്തിൽ നിലനിൽക്കുന്ന രൂക്ഷമായ വർഗ്ഗവ്യത്യാസങ്ങളെ ലഘൂകരിച്ച് കാണാനുള്ള മധ്യവർഗ്ഗ താൽപര്യത്തിൽ നിന്നാണ് അത്തരം നിരീക്ഷണങ്ങളും വാസ്തവത്തിൽ ഉടലെടുക്കുന്നത്.

ദണ്ഡകാരണ്യത്തിലെ വനമധ്യത്തിലുള്ള മാവോയിസ്റ്റ് ഭീഷണിയുള്ള ഒരു ബൂത്തിൽ തെരഞ്ഞെടുപ്പുദ്യോഗസ്ഥനായി ന്യൂട്ടൺ നിയോഗിക്കപ്പെടുന്നു. പ്രയാസമുള്ള ദൗത്യങ്ങളിൽ നിന്ന് ഇല്ലാത്ത കാരണങ്ങൾ പറഞ്ഞ് ഒഴിഞ്ഞുമാറാനുള്ള മറ്റുദ്യോഗസ്ഥരുടെ ശ്രമമാണ് റിസർവ് ബെഞ്ചിലുണ്ടായിരുന്ന ന്യൂട്ടനെക്കൊണ്ട് ബാറ്റൺ കയ്യിലെടുപ്പിക്കുന്നത്. മാവോയിസ്റ്റ് ഭീഷണിയുള്ള ഈ സ്ഥലങ്ങളെ സൈനികർ വിശേഷിപ്പിക്കുന്നത് പാകിസ്ഥാൻ എന്നാണ്. ദേശത്തിന്റെ ശത്രുക്കൾ പാക്കിസ്ഥാൻ എന്ന് വിളിക്കപ്പെട്ടും എന്നാണ് ഇതിനുള്ള സൈനികന്റെ വിശദീകരണം. സ്വന്തം രാജ്യത്തിനകത്ത് തന്നെ അപരത്വത്തിന്റെ തുരുത്തുകൾ ഇങ്ങനെ നിർമ്മിക്കപ്പെടുന്നു. ഈ തുരുത്തുകളിൽ പെട്ടുപോകുന്ന നിസ്സഹായരായ മനുഷ്യർ പരസ്പരം പോരാടുന്ന രണ്ടുകൂട്ടർക്കുമിടയിൽ ചതുരംഗക്കരുക്കളായി മാറുന്നു. 'എഹമഴ മെിറ ഉഹീഴഴശിഴ ൊമെസല മ ിമശേീ' എന്ന് ന്യൂട്ടനൊപ്പം നിയോഗിക്കപ്പെടുന്ന തെരഞ്ഞെടുപ്പുദ്യോഗസ്ഥൻ പറയുന്നുണ്ട്.ദേശത്തിന്റെ അഭിമാനം എന്നത് അതിന്റെ

പൗരന്മാരുടെ സ്വാഭിമാനത്തിലല്ല, കൊടികളും ദേശീയഗാനങ്ങളും പോലുള്ള ഉപരിപ്ലവമായ രൂപകങ്ങളിലാണ് കുടികൊള്ളുന്നത് എന്ന് പൊതുവേവിശ്വസിക്കപ്പെടുന്ന സാഹചര്യം ഇന്ത്യയിൽ നിലവിലുണ്ട്. ദേശത്തിന്റെ പതാകകൾ ഉയർത്തിപ്പിടിക്കാൻ ചാട്ടവാറടി കൊള്ളുന്ന ദേശത്തിന്റെ തന്നെ മക്കൾ എന്ന വിരോധാഭാസത്തെ ഇതിലും നല്ലൊരു വാചകം കൊണ്ട് എങ്ങനെ അടയാളപ്പെടുത്താനാവും.

തെരഞ്ഞെടുപ്പ് നടത്താനെത്തുന്ന ന്യൂട്ടനെ പിന്തിരിപ്പിക്കാൻ സൈനിക മേധാവിയായ ആത്മ സിംഗ് ആവത് ശ്രമിക്കുന്നു. ഇത്രയും അപകടകരമായ ഒരു മേഖലയിൽ തന്റെയും കൂട്ടാളികളുടെയും ജീവൻ അപകടത്തിലാക്കി ഇലക്ഷൻ എന്ന വൃഥാവ്യായാമം നടത്താൻ പട്ടാളത്തലവൻ തയ്യാറല്ല. ആദിവാസികളെ സംബന്ധിച്ചിടത്തോളം തെരഞ്ഞെടുപ്പ് ഒരു വിഷയമേ അല്ലെന്നും അയാൾ ന്യൂട്ടനെ ഓർമ്മിപ്പിക്കുന്നു. എന്നാൽ ആരംഭശൂരത്വവും, വാശിയോളമെത്തുന്ന ഉത്തരവാദിത്വബോധവും കൊണ്ടുനടക്കുന്ന ന്യൂട്ടൺ പിന്മാറാൻ തയ്യാറല്ല. ഒപ്പമുള്ള ഉദ്യോഗസ്ഥരായ ലോക്നാഥിനും ശംഭുവിനും ഇതിലൊന്നും താല്പര്യമില്ലെങ്കിലും തദ്ദേശവാസിയായ മാൽകോ ന്യൂട്ടനൊപ്പം നിൽക്കുന്നു. ആദിവാസിയായ , അവർക്കിടയിൽ വളർന്ന മാൽകോ ന്യൂട്ടനൊപ്പം നിൽക്കുന്നത് നിലവിൽ തെരഞ്ഞെടുപ്പ് യഥാർത്ഥത്തിൽ അവരുടെ ജീവിതത്തെ സ്വാധീനിക്കുന്നില്ലെങ്കിലും ആദിവാസികളുടെ സാമൂഹ്യാവസ്ഥയും സാമൂഹ്യബോധവും മെച്ചപ്പെടാൻ ഒരു സാധ്യത

അത് മുന്നോട്ട് വെക്കുന്നു എന്നത് കൊണ്ടാണ്. വോട്ട് ചെയ്യാനെത്തേണ്ടവരെ തെറ്റായ സമയം പറഞ്ഞും മറ്റും പിന്തിരിപ്പിക്കാൻ അസിസ്റ്റന്റ് കമാന്റന്റ് ആവത് ശ്രമിക്കുന്നുണ്ട്. എന്നാൽ തിരഞ്ഞെടുപ്പ് റിപ്പോർട്ട് ചെയ്യാനെത്തുന്ന വിദേശമാധ്യമങ്ങൾക്ക് മുന്നിൽ എല്ലാം ഭദ്രമാണെന്ന തോന്നലുണ്ടാക്കാൻ ആളുകളെ ഭയപ്പെടുത്തി വോട്ട് ചെയ്യിക്കാൻ പോലും അയാൾ തയ്യാറാണ് താനും. തെരഞ്ഞെടുപ്പുകളിൽ നടക്കുന്നത് പലപ്പോഴും യഥാർത്ഥത്തിലുള്ള തെരഞ്ഞെടുക്കലുകളല്ല, ഇത്തരം പ്രതീതിയാതാർത്ഥ്യങ്ങളുടെ കെട്ടിച്ചമക്കലാണെന്ന അറിവ് അത്തരം കാഴ്ചകൾ ശീലമായിക്കഴിഞ്ഞ നമ്മേയും ഞെട്ടിക്കുന്നില്ല. എന്നാൽ ആ യാഥാർഥ്യത്തെ നമ്മുടെ കാഴ്ചക്കുമുന്നിൽ മറ്റൊരു വീക്ഷണകോണിൽ തുറന്നുവെക്കുകയാണ് ന്യൂട്ടൺ എന്ന ചിത്രം.

പുളിയുറുമ്പിനെക്കൊണ്ട് കടിപ്പിച്ചാൽ മലമ്പനി വരില്ലെന്നും, അതിനെ ചട്ണിയരച്ച് കഴിക്കാൻ നല്ല രുചിയാണെന്നുമൊക്കെ മാൽകോയിൽ നിന്നറിയുമ്പോൾ ഇന്ററസ്റ്റിംഗ് എന്ന ഒറ്റവാചകത്തിലാണ് ന്യൂട്ടൺ ആശ്ചര്യം പ്രകടിപ്പിക്കുന്നത്. ഏതാനും കിലോമീറ്ററുകൾക്കപ്പുറത്ത് ജീവിച്ചിട്ടും നിങ്ങൾക്ക് ഞങ്ങളുടെ ജീവിതത്തെക്കുറിച്ച് ഒന്നുമറിയാത്തതാണ് ഇന്ററസ്റ്റിംഗ് എന്ന് മാൽകോ മറുപടി പറയുന്നു. വോട്ട് ചെയ്യാൻ ആദിവാസികളെത്തില്ലെന്ന് മാൽകോ പറയുമ്പോൾ നീയും മറ്റുള്ളവരെപ്പോലെ നിരാശാവാദിയാണോ എന്ന് ന്യൂട്ടൺ ചോദിക്കുന്നു. മേം ആദിവാസി ഹും എന്ന അവരുടെ മറുപടി പൊതുസമൂഹത്തിന്റെ അറിവില്ലായ്മക്കും, അറിയാൻ താല്പര്യമില്ലായ്മക്കും നേരെയാണ് ഉന്നയിക്കപ്പെടുന്നത്. ആദിവാസികൾക്കിടയിൽ വനമേഖലയിൽ ജോലിചെയ്യുന്ന, അവരുടെ മദ്യവും കോഴിയും കൊണ്ട് തെരഞ്ഞെടുപ്പ് ജോലി ആഘോഷമാക്കുന്ന, അവരുടെ കുട്ടികളെ

വിനോദോപാധികളാക്കി പാട്ടുപാടിക്കുന്ന സൈനികർക്കും യഥാർത്ഥത്തിൽ ആദിവാസി എന്താണ് എന്നറിയില്ല. വോട്ട് ചെയ്യാൻ പോകൽ ഒഴിവാക്കാൻ കുട്ടകളുള്ളിൽ ഒളിച്ചിരിക്കുന്ന വൃദ്ധനും വോട്ട് ചെയ്താൽ എത്ര പണം കിട്ടുമെന്ന ചോദിക്കുന്നവരും അടക്കമുള്ളവർ ജീവിക്കുന്ന നാട്ടിലാണ് നാം ഏറ്റവും ബൃഹത്തായ തെരഞ്ഞെടുപ്പ് സംവിധാനത്തെപ്പറ്റി മേനിനടിക്കുന്നത്.തങ്ങൾക്ക് തിരഞ്ഞെടുപ്പ് കൊണ്ട് എന്തുകിട്ടുമെന്നും, തങ്ങളുടെ വനവിഭവങ്ങൾക്ക് കൂടുതൽ വിലനൽകുന്നത് ആരായിരിക്കും എന്നുമാണ് അവരുടെ ചോദ്യം. വോട്ട് ചെയ്താൽ ഉപദ്രവിക്കുന്ന മാവോയിസ്റ്റുകൾക്കും വോട്ട് ചെയ്തില്ലെങ്കിൽ ഉപദ്രവിക്കുന്ന പോലീസുകാർക്കുമിടയിലാണ് തങ്ങളെന്നും ഈ രണ്ടുകൂട്ടരിൽ നിന്നുമുള്ള രക്ഷയാണ് തങ്ങൾക്ക് വേണ്ടതെന്നും അവർ പറയുന്നു. നിങ്ങൾ വോട്ട് ചെയ്ത് തിരഞ്ഞെടുക്കുന്നവർ ഡൽഹിക്ക് പോകുമെന്ന് പറയുമ്പോൾ, എന്നാൽ ഞങ്ങൾ ഞങ്ങളുടെ മൂപ്പനെ അയക്കാമെന്നാണ് ആദിവാസികൾ പറയുന്നത്. ആദിവാസികൾ തെരഞ്ഞെടുക്കാൻ അധികാരം ലഭിച്ചവരെങ്കിലും തെരഞ്ഞെടുക്കപ്പെടുന്നവർ ആരാണെന്ന വലിയ ചോദ്യം ഇവിടെ സിനിമ ഉയർത്തുന്നു. ജനാധിപത്യത്തിന്റെ സവിശേഷ അധികാരസ്ഥാനങ്ങളിലേക്കുള്ള പാതകൾ തെളിക്കാനല്ലാതെ അവയിലൂടെ അധികാരസ്ഥാനങ്ങളിലേക്ക് നടക്കാൻ അടിസ്ഥാനവർഗ്ഗത്തിന് കഴിയുന്നുണ്ടോ? വോട്ടിംഗ് മെഷീൻ ഒരു കളിക്കോപ്പാണെന്നും അതിൽ ഇഷ്ടമുള്ള ചിത്രത്തിനുനേരെയുള്ള ബട്ടൺ അമർത്താമെന്നാണ് ആത്മസിംഗ് വോട്ടിംഗിനെക്കുറിച്ച് വിവരിക്കുന്നത്. ഇതിന്റെ നേരെ മറുപുറത്ത് നിൽക്കുന്ന ന്യൂട്ടനാവട്ടെ

ജനാധിപത്യപ്രക്രിയയിൽ വോട്ടിംഗിനുള്ള പ്രാധാന്യം ഒറ്റവാചകത്തിൽ അവരെ പറഞ്ഞുമനസ്സിലാക്കാൻ ശ്രമിക്കുന്നു. ഈ വൈരുദ്ധ്യങ്ങളിൽ നിന്നുടലെടുക്കുന്ന ഹാസ്യം ആസ്വദിക്കുമ്പോൾ തന്നെ ഈ രണ്ട് മാർഗ്ഗങ്ങളും ഒരു പോലെ തെറ്റാണെന്നും ജനാധിപത്യപ്രക്രിയയെക്കുറിച്ചുള്ള ആഴത്തിലുള്ള അവബോധം കാലക്രമേണ സമൂഹത്തിന്റെ ഏറ്റവും താഴേക്കിടയിൽ ഉള്ളവർക്കിടയിൽ രൂപപ്പെടുത്തിയെടുക്കലാണ് വേണ്ടതെന്നും ഉള്ള ചിന്ത പ്രേക്ഷകരിൽ ഉണ്ടാക്കാൻ കഴിയുന്നതാണ് സിനിമയുടെ നേട്ടം. കാട് വളരുന്നത് ഒരു നിമിഷം കൊണ്ടല്ലെന്നും വർഷങ്ങൾ കൊണ്ട് സാവധാനത്തിലാണെന്നും മാൽകോ ഈ ആശയത്തെ സംഭാഷണരൂപത്തിൽ അവതരിപ്പിക്കുന്നു. എന്നാൽ വിരുദ്ധകാഴ്ചപ്പാടുകളുടെ ഏറ്റുമുട്ടലിൽ നിന്നുദിക്കുന്ന ഹാസ്യം തന്നെ അയത്നലളിതമായി ഈ ആശയത്തെ അവതരിപ്പിക്കുന്നുണ്ട്.

സമൂഹത്തോടുള്ള ഉത്തരവാദിത്വത്തിന്റെയും , പ്രായോഗികതയുടേയും രണ്ട് വിദൂരധ്രുവങ്ങളിൽ നിൽക്കുന്ന മനുഷ്യരെ ന്യൂട്ടൺ കാണിച്ചു തരുന്നു. സത്യസന്ധതയെ ഒരു ആഭരണമായി പ്രദർശിപ്പിക്കാൻ ശ്രമിക്കുന്ന ന്യൂട്ടനും, പ്രായോഗികതക്കിടയിൽ കടമക്ക് പ്രാധാന്യം കൽപ്പിക്കാത്ത പട്ടാളമേധാവിയും ജീവിതത്തിന്റെ രണ്ടു കരകളിലാണ് നിലകൊള്ളുന്നത്. ഇവയെ ബന്ധിപ്പിക്കുന്ന ഒരു പാലം എങ്ങനെ കെട്ടാം എന്നതാണ് സിനിമ അവശേഷിപ്പിക്കുന്ന ചോദ്യം.

വെള്ളം
ആത്മകഥയെഴുതുമ്പോൾ

എങ്ങനെയായിരിക്കും ജലം തന്റെ ആത്മകഥ എഴുതുക? മഴത്തുള്ളിയിൽ നിന്നാരംഭിച്ച് പിന്നീട് താൻ കടന്നുപോന്ന വഴികളിലെ സുന്ദരദൃശ്യങ്ങളാകുമോ അതിന്റെ ഉള്ളടക്കം, അതോ കടന്നുപോന്ന തീരങ്ങളിലെ മനുഷ്യരുടെ നരക ജീവിതങ്ങളെയാകുമോ അത് ഓർമ്മയിൽ സൂക്ഷിക്കുക? ഈ ചോദ്യങ്ങളാണ് ചിലിയൻ സംവിധായകനായ പട്രീഷ്യോ ഗുസ്മാൻ തന്റെ ഡോക്യുമെന്ററി പേൾ ബട്ടണിലൂടെ കാഴ്ചക്കാരന്റെ മനസ്സിനെ അസ്വസ്ഥമാക്കും വിധം അവതരിപ്പിക്കുന്നത്. ചിലിയിലെ ആദിമവാസികളുടെ വംശഹത്യയെയും പിൽക്കാലത്ത് അഗസ്റ്റോ പിനോഷെയുടെ ഏകാധിപത്യഭരണകാലത്തെ ഭീകര നരഹത്യകളെയും ബന്ധിപ്പിക്കുന്ന കണ്ണിയായി ജലം മാറുന്നു. കൃത്യമായ രാഷ്ട്രീയ ഉള്ളടക്കത്തെ ഉൾച്ചേർക്കുമ്പോഴും കവിത തുളുമ്പുന്ന ആഖ്യാന ശൈലികൊണ്ട് ഡോക്യുമെന്ററികളുടെ പതിവ് ശൈലികളിൽ നിന്ന് പേൾ ബട്ടൺ വേറിട്ടുനിൽക്കുന്നു.

ജലത്തിന്റെ ഒരു പൊടിപ്പായി, ഉറവയായി ആരംഭിച്ച് സമുദ്രത്തിലേക്ക് ഒഴുകിയെത്തുവോളം എത്ര ജനപദങ്ങളിലൂടെയാണ് ഓരോ പുഴയും കടന്നു പോകുന്നത്. ചരിത്രത്തിന്റെ എത്ര നിർണ്ണായക സന്ധികൾ, അടിച്ചമർത്തലുകൾ, എല്ലാ ചങ്ങലകളും പൊട്ടിച്ചെറിഞ്ഞുകൊണ്ടുള്ള നിന്ദിക്കപ്പെട്ടവന്റെ ഉയിർത്തെഴുന്നേൽപ്പുകൾ എന്നിവയ്ക്കെല്ലാം, പുഴകൾ മാത്രമല്ല; ജലമൊഴുകുന്ന ഓരോ വഴിയും സാക്ഷിയായിരിക്കണം. അനേകം പുഴകൾ ചെന്നുചേരുന്ന സമുദ്രമാകട്ടെ ഇത്തരം ഓർമ്മകളുടെ ഒരു സഞ്ചയം തന്നെയാവണം; വെള്ളത്തിന് ഓർമ്മകളുണ്ടെങ്കിൽ. ആദിമകാലം മുതൽക്കുതന്നെ വെള്ളത്തിന്റെ ലഭ്യതയെ അടിസ്ഥാനമാക്കിയാണ് സംസ്കാരങ്ങളും ജനപദങ്ങളും രൂപപ്പെട്ടത്. നദീ തീരങ്ങളെ കേന്ദ്രീകരിച്ച് പട്ടണങ്ങൾ വളർന്നുവരികയും സംസ്കാരങ്ങളുടെ രക്തധമനികൾ നദികളിൽ നിന്ന് തീരങ്ങളിലേക്ക് നീണ്ടു പടരുകയും ചെയ്തു. ജീവനെ നനച്ചുവളർത്താൻ വെള്ളവും, ജലജീവികളുടെ രൂപത്തിൽ ഭക്ഷണവും നദികൾ നൽകിയതുകൊണ്ടാണ്

മെസോപ്പോട്ടോമിയൻ സംസ്കാരം മുതൽ മുതൽ ആധുനികനഗര വ്യവസ്ഥകൾ വരെ നദീതടങ്ങളിൽ പിറന്നതും വളർന്നതും. എന്നാൽ ചില നാടോടി ആദിമ ഗോത്രങ്ങൾ ജലത്തെ മാത്രം ആശ്രയിച്ച് ജീവിതം കെട്ടിപ്പടുത്തവരാണ്. ജീവിതം മുഴുവൻ, ആഹാരം തേടി അവർ ജലവഴികളിൽ അലഞ്ഞു തിരിഞ്ഞു. ജനനവും, മരണവും വിവാഹവു മെല്ലാം ഈ അലഞ്ഞുതിരിച്ചിലിനിടെ തന്നെ സംഭവിച്ചു. ചിലിയിലെ ഇത്തരം ഗോത്രവിഭാഗങ്ങളുടെ കഥയാണ് ആദ്യഭാഗത്ത് പേൾ ബട്ടൺ പറയുന്നത് .

ജലത്തെ ആശ്രയിച്ച് ജീവിക്കുന്ന നാടോടി വിഭാഗത്തിൽ പെട്ട ഒരു മുത്തശ്ശി ഡോക്യുമെന്ററിയിൽ തന്റെ ജീവിതത്തെപ്പറ്റി വിവരിക്കുന്നുണ്ട്. 4000 കിലോമീറ്ററാണ് അവർ കടലിലൂടെ കുടുംബത്തോടൊപ്പം യാത്ര ചെയ്തത്. ഭക്ഷണം തേടിയുള്ള ഈ യാത്ര അനേകം വർഷങ്ങൾ നീണ്ടു. തന്റെ വളർച്ചയും, പ്രായപൂർത്തിയുമെല്ലാം ഈ യാത്രയ്ക്കിടെയായിരുന്നു എന്ന് അവർ ഓർക്കുന്നു. മത്സ്യം നീന്തൽ പഠിക്കുന്നത്ര സ്വാഭാവിക മായാണ് തങ്ങൾ തുഴച്ചിൽ പഠിച്ചതെന്നും, ചങ്ങാടങ്ങളും വള്ളങ്ങളും നിർമ്മിക്കുക എന്നത് ജീവിക്കാനാവശ്യമായ പ്രാഥമിക പാഠമായിരുന്നു എന്നും അവർ പറയുന്നുണ്ട്. താൻ ഉൾപ്പെട്ട ഗോത്രവർഗ്ഗത്തിന്റെ തനത് ഭാഷ അറിയാവുന്ന അവശേഷിക്കുന്ന അപൂർവ്വം പേരിൽ ഒരാളാണ് ഈ മുത്തശ്ശി. ചോദിക്കുന്നവയ്ക്കെല്ലാം തന്റെ ഭാഷയിലുള്ള വാക്കുകൾ പറയുന്ന അവർ ദൈവം, പോലീസ് എന്നിവയ്ക്ക് സമാനമായ പദങ്ങൾ തന്റെ ഭാഷയിലില്ല എന്നും പറയുന്നു. അനേകായിരം വർഷങ്ങൾ പഴക്കമുള്ള ആദിമസമൂഹങ്ങൾ എല്ലാറ്റിനും അധിപനായ, നന്മതി ന്മകളുടെ പാലകനായ ഒരു ദൈവത്തിൽ വിശ്വസിച്ചിരുന്നില്ല എന്ന യാഥാർത്ഥ്യം മതങ്ങളുടെ അവകാശവാദങ്ങളെ വെല്ലുവിളിക്കുന്നുണ്ട്. ഈ ആദിമ മനുഷ്യരെ സംബന്ധിച്ചിടത്തോളം തങ്ങൾക്ക് അന്നം നൽകി സംരക്ഷിക്കുന്ന, ഇടയ്ക്ക് കോപം കൊണ്ട് വംശം മുടിക്കുന്ന പ്രകൃതി തന്നെയായിരുന്നിരിക്കണം ഏക അത്മീയാഭയം. പോലീസ് എന്ന വാക്കിന് തുല്യമായ പദമില്ലാത്തത് അവർക്കിടയിൽ നിലനിന്ന ആരോഗ്യകരമായ സാമൂഹ്യാവസ്ഥയുടെ സൂചകമാകാം. ഈ ചോദ്യ ങ്ങൾ പ്രേക്ഷകന് പൂരിപ്പിക്കാൻ വിട്ടുതരുന്നിടത്ത് തന്നെയാണ് ഡോക്യുമെന്ററിയുടെ സൗന്ദര്യം.

പിതാവിനൊപ്പം വള്ളങ്ങൾ നിർമ്മിച്ചിരുന്ന ആദിമഗോത്രത്തിൽ പ്പെട്ട മറ്റൊരാളും തന്റെ ബാല്യാനുഭവങ്ങളെപ്പറ്റി സംസാരിക്കുന്നുണ്ട്. ജലത്തെ ആധാരമാക്കിയുള്ള ജീവിത വ്യവസ്ഥയെപ്പറ്റി ഒരു കവിയും, ജലത്തിന്റെ സംഗീതത്തിൽ പഠനം നടത്തുന്ന നരവംശ ശാസ്ത്രജ്ഞനു മെല്ലാം തങ്ങളുടെ കാഴ്ചപ്പാടുകളും, ഭാവനകളും പങ്കുവെയ്ക്കുന്നു. എന്നാൽ

ജലം ഉൾച്ചേർത്തിരിക്കുന്ന നിലവിളികളുടെ ചരിത്രമാണ് ഡോക്യുമെന്ററിയുടെ തുടർന്നുള്ള ഭാഗങ്ങൾ പറയുന്നത്. ആദ്യമായി യൂറോപ്യൻ അധിനിവേശം ആദിമവർഗ്ഗങ്ങളെ തുത്തെറിഞ്ഞതും അവരുടെ തനിമകൾ തുടച്ചുകളഞ്ഞ്, "ആധുനിക" വത്കരിച്ചതെങ്ങനെ എന്നും ഗുസ്മാൻ ആവിഷ്കരിക്കുന്നു. ഏറെ പ്രശസ്തമായ ജെമ്മി ബട്ടന്റെ കഥ ഇതിനുദാഹരണമാണ്. മുത്തുച്ചിപ്പികൊണ്ട് നിർമ്മിക്കപ്പെട്ട ഒരു ബട്ടണ് പകരമായാണ് ജെമ്മി ബട്ടനെ, വീട്ടുകാർ ഇംഗ്ലീഷ് പര്യവേഷകനായ റോബർട്ട് ഫിറ്റ്സ്റോയിക്ക് വിൽക്കുന്നത്. ഗോത്രവിഭാഗങ്ങളുമായുള്ള ആശയവിനിമയത്തിൽ സഹായിക്കാനും അവരുടെ ജീവിതരീതി മാറ്റാനാകുമോ എന്നുള്ള പരീക്ഷണത്തിനായും പേര് പോലും മായ്ച്ചുകളഞ്ഞ് ജെമ്മി ബട്ടൺ എന്ന പുതിയ പേരിൽ മറ്റ് മൂന്നുപേരോടൊപ്പം അയാളെ ഇംഗ്ലണ്ടിലേക്ക് കൊണ്ടുപോകുന്നു. ഒരു വർഷം കഴിഞ്ഞ് എച് എം എസ് ബീഗിളിന്റെ രണ്ടാം യാത്രയിൽ തിരിച്ചെത്തുന്ന ജെമ്മി ബട്ടൺ പുതുതായി പരിചയിച്ച ആധുനിക രീതികൾ ഉപേക്ഷിച്ച് തന്റെ ഗോത്ര രീതികളിലേക്ക് മടങ്ങുന്നു.എങ്കിലും ഒരിക്കൽ നഷ്ടമായ ഗോത്രതന്മയിലേക്ക് മടങ്ങാൻ അയാൾക്ക് ഒരിക്കലും കഴിഞ്ഞിട്ടുണ്ടാവില്ല. ജെമ്മിക്ക് ഇംഗ്ലീഷുകാരിൽ നിന്ന് ക്രൂരമായ പീഡനം ഏറ്റു വാങ്ങേണ്ടി വരുന്നില്ല, എന്നാൽ പിന്നീട് യൂറോപ്യൻ കുടിയേറ്റക്കാർ ഗോത്രവിഭാഗങ്ങളോട് കാണിച്ചത് കൊടും ക്രൂരതകളാണ്. സ്പാനിഷുകാരായിരുന്നു ഈ ക്രൂരതയിൽ മുൻപന്മാർ . കൂട്ടത്തോടെ മൃഗങ്ങളെപ്പോലെ വേട്ടയാടി, അറുത്ത് എടുക്കുന്ന മുലകൾക്കും ചെവികൾക്കും എണ്ണത്തിന്റെ തോതിൽ പ്രതിഫലം നൽകിയാണ് ഗോത്രവർഗ്ഗക്കാരെ കൊന്നൊടുക്കി യൂറോപ്യന്മാർ അവരുടെ മണ്ണ് കയ്യേറിയത്. അവശേഷിക്കുന്നവരെ തങ്ങളുടെ വേരുകളിൽ നിന്നും വിശ്വാസങ്ങളിൽ നിന്നുമകറ്റി ക്രൈസ്തവത്കരിച്ച്

സ്വന്തം സ്വത്വം നഷ്ടപ്പെട്ടവരാക്കി മാറ്റുകയും ചെയ്തു.നശിച്ചുപോയ അനേകം ഗോത്രങ്ങൾക്കും ഭാഷകൾക്കും ഇവിടെ ജലം സാക്ഷിയാകുന്നു.

ചിലിയുടെ ചരിത്രത്തിലെ രണ്ടാമത്തെ വലിയ നരഹത്യ അഗസ്റ്റോ പിനോഷെയുടെ ഏകാധിപത്യകാലത്തായിരുന്നു. സാൽവഡോർ അലന്തേയുടെ ജനകീയ, കമ്യൂണിസ്റ്റ് ഭരണകൂടത്തെ അമേരിക്കയുടെ പൂർണ്ണ പിന്തുണയോടെ അട്ടിമറിച്ചശേഷം. ജനാധിപത്യ വാദികളെയും, കമ്യൂണിസ്റ്റുകാരെയും എതിരാളികളെന്ന് സംശയിക്കുന്നവരേയെല്ലാം പുറം ലോകമറിയാതെ കൊന്നുകളഞ്ഞ് കടലിൽ ഒളിപ്പിച്ചു. ഒരു സ്ത്രീയുടെ വയറുകീറിയ ജഡം തീരത്തടിഞ്ഞപ്പോഴാണ് ഏറെ ആസൂത്രണം ചെയ്ത് നടപ്പാക്കിയ കൊലകളുടെയും, മരണത്തിന്റെ പൂഴ്ത്തിവെപ്പിന്റെയും കഥ പുറത്തറിഞ്ഞത്. ക്രൂരമായി മർദ്ദിച്ച് കൊലപ്പെടുത്തിയ ശേഷം, ജഡം പൊന്തിവരാതിരിക്കാനായി ഭാരമേറിയ റെയിൽപ്പാളത്തിന്റെ കഷണത്തോട് ചേർത്തുകെട്ടി , പ്ലാസ്റ്റിക് ഉറകളിൽ പൊതിഞ്ഞ് ഹെലികോപ്റ്ററുകളിൽ നിന്ന് കടലിലേക്കെറിഞ്ഞിരുന്നു. മരണത്തിന്റെ അടയാളങ്ങളെ അതിസമർത്ഥമായി മായ്ച്ചുകളയുന്ന കടിലതയ്ക്കും വെള്ളം തന്നെ മൂകസാക്ഷിയായിരുന്നു. എന്നാൽ ഓർമ്മകളിൽ ഈ മരണങ്ങളെ സൂക്ഷിക്കും പോലെ ചില തെളിവുകൾ പിൽക്കാല ചരിത്രത്തിനായി സമുദ്രം കാത്തുവെയ്ക്കുന്നുണ്ട്.ദശകങ്ങൾ കടലിനടിയിൽ കിടന്നിട്ടും, സമുദ്രജീവികളുടെ പാർപ്പിടമായി മാറിയിട്ടും,ഒരു ഇരുമ്പു റെയിൽ ക്ഷണത്തിൽ പറ്റിപ്പിടിച്ചിരിക്കുന്ന ഒരു ബട്ടൺ ഓർമ്മിപ്പിക്കുന്നത് അത് വസ്ത്രത്തിലണിഞ്ഞിരുന്ന ഏതോ മനുഷ്യനെയാണ്. വെള്ളത്തിൽ നിന്ന് കണ്ടെടുത്ത മറ്റുചില റെയിൽ കഷണങ്ങളിൽ ശരീരാവശിഷ്ടങ്ങളും പറ്റിപ്പിടിച്ചിരുന്നത്രേ. എത്ര പൂഴ്ത്തിവെച്ചാലും ക്രൂരതയുടെ ചില അടയാളങ്ങൾ കാലം ബാക്കിവെയ്ക്കുന്നു, പിനോഷെയുടെ ആധിപത്യ കാലത്ത് (ഭരണം എന്ന വാക്ക് പോലും ആ കാലത്തിന്റെ ഇരകളെ അപമാനിക്കലാകും) കാണാതായ അനേകംപേരുടെ നിലവിളികളുടെ ചരിത്രം കൂടിയാണ് വീണ്ടെടുക്കപ്പെട്ടത്.

ചിത്രം ആരംഭിക്കുന്നത് അനേകം ടെലസ്കോപ്പുകളുടെ ദൃശ്യത്തിൽ നിന്നാണ്. ഭൂമിയിലെ ഏറ്റവും വരണ്ട പ്രദേശങ്ങളിലൊന്നായ അറ്റക്കാമ മരുഭൂമിയിൽ സ്ഥാപിച്ച ഈ ടെലസ്കോപ്പുകൾ വിരോധാഭാസമെന്നോണം തിരയുന്നത് അന്യഗ്രഹങ്ങളിലെ ജലസാന്നിധ്യമാണ്. ബഹിരാകാശത്തു നിന്ന് ഭൂമിയെ തേടിയെത്തിയ ഏതോ വാൽനക്ഷത്രത്തിലൂടെയാണ് ഭൂമിയിലെ വെള്ളത്തിന്റെ കഥ ആരംഭിക്കുന്നത്. തുടർന്ന് മലനിരകളും ഹിമാനികളും കൊണ്ട് സമ്പന്നമായ പാറ്റഗോണിയയുടെ ചരിത്രത്തിലേക്ക് കഥ വഴി തിരിയുന്നു. അസംബന്ധമെന്ന്

പ്രത്യക്ഷത്തിൽ തോന്നാവുന്ന ആഖ്യാന തലങ്ങളെ കോർത്തെടുക്കുന്ന ചരടായി ജലം മാറുന്നു. ഡോക്യുമെന്ററി ചിത്രങ്ങളിൽ പതിവില്ലാത്ത വിധം അതിമനോഹരമാണ് ചിത്രീകരണവും ആഖ്യാനവും. ജലത്തിന്റെ ഏറ്റവും മനോഹരമായ രൂപഭാവാദികളെ കാമറ ചിത്രത്തിലുടനീളം പിന്തുടരുന്നു.

ചിലിയുടെ ചരിത്രത്തെ, രാഷ്ട്രീയ ദശാസന്ധികളെ ഒക്കെ കഥാചിത്രങ്ങളിലൂടെയും ഡോക്യുമെന്ററികളിലൂടെയും ആവിഷ്കരിച്ച സംവിധായകനാണ് പട്രീഷ്യോ ഗുസ്മാൻ. രാഷ്ട്രീയ സിനിമയ്ക്ക് സൌന്ദര്യാത്മകത അന്യമല്ല എന്ന്, ഈ രണ്ട് ധാരകളുടെയും വിദഗ്ധമായ സംയോജനത്തിലൂടെ അദ്ദേഹം മുൻപേ തെളിയിച്ചിട്ടുണ്ട്. ബാറ്റിൽ ഓഫ് ചിലി ട്രൈലോജി, സാൽവഡോർ അലന്തേ, നൊസ്റ്റാൾജിയ ഫോർ ദി ലൈറ്റ് എന്നിവയെല്ലാം ആവിഷ്കരിക്കുന്നത് ചിലിയുടെ രാഷ്ട്രീയ ചരിത്രം തന്നെയാണ്. ഈ രാഷ്ട്രീയ ചരിത്രത്തെ പ്രകൃതിയുമായുമായി പിണച്ചുവെയ്ക്കുകയാണ് നൊസ്റ്റാൾജിയ ഫോർ ദി ലൈറ്റ് , പേൾ ബട്ടൺ എന്നീ ഡോക്യുമെന്ററികൾ.

സ്നേഹരാഹിത്യത്തിന്റെ ചുടലപ്പറമ്പുകൾ

മനുഷ്യകുലത്തിന്റെ ചരിത്രത്തിൽ നിർണ്ണായകമായ ഒരു വഴിത്തിരിവായിരുന്നു കുടുംബം എന്ന ആശയത്തിന്റെ രൂപപ്പെടൽ. തുടർന്നുള്ള കാലത്തെ അവന്റെ ജീവിതവ്യവഹാരങ്ങളുടെ മാർഗ്ഗത്തെ നിജപ്പെടുത്തുന്നതിലും, ഉത്പാദന, വിനിമയ സാമൂഹ്യബന്ധങ്ങളെ മാറ്റിയെഴുതുന്നതിലും കുടുംബത്തിന്റെ സ്ഥാപനവത്കരണം മുഖ്യപങ്ക് വഹിച്ചിട്ടുണ്ടെന്ന് കാണാം. സ്ത്രീയുടേയും പുരുഷന്റെയും സാമൂഹ്യമായ കടമകളെയും, സാമൂഹ്യപദവികളെതന്നെയും അട്ടിമറിക്കാൻ കുടുംബ സങ്കൽപ്പത്തിന്റെ രൂപപ്പെടൽ കാരണമായി. ഏകഭാര്യാത്വത്തിന്റെ അടിസ്ഥാനത്തിലുള്ള കുടുംബങ്ങളുടെ രൂപപ്പെടൽ സ്ത്രീകളുടെ സാമൂഹ്യപങ്കാളിത്തത്തെയും സാമൂഹ്യാന്തസ്സിനേയും ദോഷകരമായി ബാധിച്ചതെങ്ങനെ എന്ന് മാർക്സും എംഗൽസും അടക്കമുള്ള ചിന്തകർ വിശദീകരിച്ചിട്ടുണ്ട്. അണുകുടുംബ വ്യവസ്ഥയുടെ ആവിർഭാവത്തോടെ കുടുംബം എന്ന സ്ഥാപനത്തിന് വന്ന മാറ്റങ്ങളിലാണ് സമീപകാലത്തെ പഠനങ്ങൾ പ്രധാനമായും ഊന്നുന്നത്. എന്നാൽ കുടുംബം എന്ന വ്യവസ്ഥ മനുഷ്യനിൽ നിന്ന് എല്ലാ ആർദ്രതയും ഊറ്റിക്കളഞ്ഞു മാനുഷിക വികാരങ്ങളുടെ സഞ്ചരിക്കുന്ന ചുടലപ്പറമ്പായി അവനെ/ അവളെ മാറ്റുന്നതെങ്ങനെ എന്ന് കാണിച്ചുതരുന്നു റഷ്യൻ സംവിധായകനായ ആന്ദ്രേ സൈ്വഗിൻസ്റ്റേവിന്റെ പുതിയ ചിത്രം ലവ്‌ലസ്.

വിവാഹമോചനത്തിന്റെ വക്കിൽ നിൽക്കുന്ന മാതാപിതാക്കളായ സെന്യയുടേയും ബോറിസിന്റെയും സ്നേഹരഹിതമായ ജീവിതത്തെ അവരുടെ മകനായ അലോഷ്യയുടെ തിരോധാനത്തിലൂടെ ആവിഷ്കരിക്കുന്നു ലവ്‌ലസ്. കുടുംബത്തെ ഒന്നിച്ച് നിർത്താൻ ആവശ്യമെന്ന് സമൂഹം കരുതുന്ന സ്നേഹം, ഉത്തരവാദിത്വം എന്നീ മൂല്യങ്ങൾക്ക് പകരം പരസ്പരമുള്ള വെറുപ്പിനാൽ നയിക്കപ്പെടുന്നവരാണ് സെന്യയും ബോറിസും. ഇരുവരും തങ്ങൾക്ക് പുതിയ പങ്കാളികളെ കണ്ടെത്തിക്കഴിഞ്ഞു. വിവാഹമോചനശേഷം മകനായ പന്ത്രണ്ട് വയസ്സുകാരൻ അലോഷ്യയുടെ ചുമതല ആര് ഏറ്റെടുക്കും എന്ന പ്രശ്നത്തെച്ചൊല്ലി

അവർ രൂക്ഷമായ വഴക്കിൽ ഏർപ്പെടുന്നു. ഇതെത്തുടർന്ന് പിറ്റേദിവസം മകനായ അലോഷ്യ അപ്രത്യക്ഷനാകുന്നതും തുടർന്നുള്ള സംഭവവികാസങ്ങളുമാണ് ചിത്രത്തിന്റെ ഇതിവൃത്തം. കുട്ടിയുടെ തിരോധാനത്തെത്തുടർന്നുള്ള അന്വേഷണവും കണ്ടെത്തലും അല്ലെങ്കിൽ അതേത്തുടർന്ന് മാതാപിതാക്കളുടെ തെറ്റ് മനസ്സിലാക്കിയുള്ള പരസ്പരം പൊരുത്തപ്പെടൽ എന്നിങ്ങനെ സാധാരണ പ്രതീക്ഷിക്കപ്പെടുന്ന പ്രമേയങ്ങളെ പാടേ നിരാകരിച്ചുകൊണ്ടാണ് ലവ്ലെസ് മുന്നോട്ടുപോകുന്നത്. പരസ്പരം ഇഷ്ടപ്പെടാതെ, ഒന്നിച്ചുള്ള ജീവിതം അത്രമേലേറെ ആഗ്രഹിക്കാതെയാണ് സെന്യയും ബോറിസും കുടുംബം എന്ന വ്യവസ്ഥിതിയുടെ ഭാഗമായി പരസ്പരം ചേർത്തുവെയ്ക്കുന്നത്. അവിചാരിതമായി സംഭവിച്ചുപോയ ഗർഭമാണ് പെട്ടെന്നുള്ള ഒരു വിവാഹതീരുമാനത്തിലേക്ക് അവരെ എത്തിക്കുന്നത്. താനാഗ്രഹിക്കുന്ന വിവാഹത്തിലേക്ക് ഇഷ്ടപ്പെടുന്ന സ്ത്രീയെ നയിക്കാനുള്ള ഉപാധിയായി ഗർഭധാരണത്തെ ബോറിസ് ഉപയോഗിക്കുകയായിരുന്നു എന്ന് സെന്യ സംശയിക്കുന്നു. സ്ത്രീയും പുരുഷനും തമ്മിലുള്ള തൊഴിൽ വിഭജനം ആരംഭിക്കുന്നത് പ്രസവത്തിലാണ് എന്ന് എംഗൽസ് അഭിപ്രായപ്പെടുന്നുണ്ട്, രണ്ടു മനുഷ്യർ ജീവനോടെ ചീഞ്ഞഴുകുന്ന ഒരു വ്യവസ്ഥിതിയുടെ തുടക്കമായി അത് മാറുന്നു എന്നത് ക്രൂരമായ സമകാലീന യാഥാർത്ഥ്യം. മകന്റെ മണം പോലും അവന്റെ അച്ഛന്റെ മണംപോലെയാണെന്ന് വെറുപ്പോടെ പറയുന്ന, ഒരിക്കലും അവനെ സ്നേഹിക്കാനോ പാൽ ചുരത്താനോ കഴിഞ്ഞിട്ടില്ലെന്ന് കുമ്പസാരം പോലെ വെളിപ്പെടുത്തുന്ന അമ്മ ഞെട്ടലിനൊപ്പം അവരെ അങ്ങനെയാക്കിത്തീർത്ത വ്യവസ്ഥയോടുള്ള വിമർശം കൂടി കാഴ്ചക്കാരിൽ ഉത്പാദിപ്പിക്കുന്നു. 'ഞാൻ എന്റേയും മകന്റേയും ജീവിതം നശിപ്പിച്ചു' എന്ന തുറന്നുപറച്ചിലിൽ പരമ്പരാഗത കുടുംബ സങ്കൽപ്പമാണ് നിശിതമായി ചോദ്യം ചെയ്യപ്പെടുന്നത്. ആ വാചകം തന്നെയാണ് ഒറ്റ വരിയിൽ സിനിമയുടെ അന്തസത്തയെയാകെ ആറ്റിക്കുറുക്കി അവതരിപ്പിക്കുന്നതും.

സെന്യ എന്ന കഥാപാത്രത്തിന്റെ രൂപപ്പെടലിന്റെ പശ്ചാത്തലം എന്ന നിലയ്ക്കല്ല അവരുടെ അമ്മ സിനിമയിൽ അവതരിപ്പിക്കപ്പെടുന്നത് എങ്കിലും തലമുറയിൽ നിന്ന് തലമുറയിലേക്ക് കൈമാറുന്ന അസന്തുഷ്ടിയുടെയും വെറുപ്പിന്റെയും വൈറസുകളെ ആ കഥാപാത്രം കാണിച്ചുതരുന്നു. അമ്മയിൽ നിന്നുള്ള സ്വയം വിച്ഛേദം എന്ന നിലയ്ക്കാണ് വിവാഹം എന്ന എടുത്തുചാട്ടത്തിലേക്ക് സെന്യ നയിക്കപ്പെടുന്നത്. വിവാഹം, പ്രസവം എന്നിവയിലൂടെ സ്വന്തം ജീവിതം നശിപ്പിച്ചവൾ എന്നാണ് സെന്യക്ക് അവളുടെ അമ്മ നൽകുന്ന പ്രാഥമിക വിശേഷണവും. അമ്മ എന്ന നിലയ്ക്കുള്ള സ്ത്രീയുടെ സ്റ്റീരിയോടൈപ്പ് ആവിഷ്കാരങ്ങളെ ഈ

ദ്വന്ദ്വത്തിലൂടെ അക്ഷരാർത്ഥത്തിൽ തന്നെ സംവിധായകൻ പൊളിച്ചു കളയുന്നുണ്ട്. മകനായ അലോഷ്യയെ കുടുംബത്തിൽ നിന്ന് തിരിച്ചു വരവില്ലാത്ത കാണാപ്പുറങ്ങളിലേക്ക് ഓടിച്ചുകൊണ്ടുപോകുന്നതും അമ്മയിൽ നിന്നും മുത്തശ്ശിയിൽ നിന്നും അവനിൽ വന്നടിഞ്ഞ വെറുപ്പിന്റെ അണുക്കൾ തന്നെയാവാനേ തരമുള്ളൂ.

സെന്യയുടെ ഭർത്താവ് ബോറിസിന്റെ പുതിയ കാമുകിയും ഗർഭിണിയാണ്. വിവാഹം എന്ന കമ്മിറ്റ്മെന്റിലേക്ക് അത്തരത്തിൽ അവരേയും അയാൾ വഴക്കിയെടുക്കുകയായിരുന്നോ എന്ന് സെന്യക്കൊപ്പം പ്രേക്ഷകനും സംശയിച്ചുപോകും. ആ പാവത്തെക്കുറിച്ച് എനിക്ക് സഹതാപമുണ്ട് എന്ന സെന്യയുടെ വാചകങ്ങൾ തന്നെ ബോറിസിനെക്കുറിച്ചുള്ള വിലയിരുത്തലാണ്. പുരുഷനും സ്ത്രീയും ഒരു ബന്ധത്തിൽ തേടുന്നതെന്ത് എന്ന ചോദ്യത്തിന് പലപ്പോഴും പൊതുവായുള്ള ഉത്തരം തന്നെയാണ് അവരുടെ പുതിയ പങ്കാളികളുടെ തെരഞ്ഞെടുപ്പിൽ നിന്നും വ്യക്തമാകുന്നത്. ബോറിസ് തന്നേക്കാൾ പ്രായം കുറഞ്ഞ സ്വന്തമായ അഭിപ്രായശേഷി കുറഞ്ഞ, ഏത് കാര്യത്തിലും അയാളെ ആശ്രയിക്കാൻ തയ്യാറായി നിൽക്കുന്ന സ്ത്രീയെയാണ് പ്രണയിക്കുന്നത്. സെന്യയാവട്ടെ തന്നേക്കാൾ പ്രായം ഏറെക്കൂടിയ തനിക്ക് ജീവിത സുരക്ഷയും അതേസമയം കരുതലും നല്കാനാകുന്ന ഒരാളെ കണ്ടെത്തുന്നു. മകനായുള്ള തെരച്ചിലിലടക്കം ബോറിസിനേക്കാൾ ഏറെ സെന്യക്കൊപ്പം നിൽക്കുന്ന അയാളെക്കാണാം. തങ്ങളുടെ മകനെ സംബന്ധിച്ച സാധാരണ കാര്യങ്ങൾ പോലും മാതാപിതാക്കൾക്ക് അറിയില്ല എന്നത് കുടുംബത്തിനകത്ത് നടക്കുന്ന ഭീകരമായ അന്യവത്കരണത്തെ തുറന്നുകാട്ടുകയും ചെയ്യുന്നു. തെരച്ചിലിനിടെ പോലും പരസ്പരം ഒത്തുപോകാൻ ബോറിസിനും സെന്യക്കും ആകുന്നില്ല. അവർ ആത്യന്തികമായും സ്നേഹം വരണ്ടുപോയ മനസ്സിന്റെ മരുഭൂമികൾ കൊണ്ട് വേർതിരിക്കപ്പെട്ട രണ്ട് മനുഷ്യരായി സിനിമയിലുടനീളം നിലനിൽക്കുന്നു. അവർ കണ്ടെത്തുന്ന തുടർജീവിതങ്ങളെക്കുറിച്ചുള്ള

സൂചനകൾ കൂടി മുന്നോട്ടുവെച്ചുകൊണ്ടാണ് സിനിമ അവസാനിക്കു ന്നത്. പുതിയതായി ജനിച്ച മകനെ കളിപ്പിക്കുന്ന ബോറിസ് അവനെ പുറത്തുകടക്കാനാവാത്ത ഒരു തൊട്ടിലിൽ നിർത്തിപ്പോകുന്നതാണ് അയാളുടെ കഥയിലെ അവസാനദൃശ്യം. സെന്യ ആവട്ടെ ജീവിതത്തി ന്റെ അസാധാരണത്വങ്ങൾ ഒന്നുമില്ലാത്ത പതിവുകളിലേക്ക് മടങ്ങി ക്കഴിഞ്ഞു. അലോഷ്യയെക്കുറിച്ചുള്ള നോട്ടീസ് മാത്രം ഓർമ്മപോലെ അവരുടെ ജീവിതത്തിൽ നിന്നേറെ ദൂരെ പതിക്കപ്പെട്ട അതേസ്ഥലത്ത് നിലകൊള്ളുന്നത് കാണാം.

കുടുംബം എന്ന വ്യവസ്ഥിതിയെ ചോദ്യം ചെയ്യുന്നതിനൊപ്പം റഷ്യയിലെ നിലവിലുള്ള രാഷ്ട്രീയ സാമൂഹ്യസാഹചര്യങ്ങളുടെ വിമർശനം കൂടി തന്റെ പതിവുപോലെ ഈ ചിത്രത്തിലും സംവിധായകൻ നിർവ ഹിക്കുന്നുണ്ട്.എലേനയിൽ തുടങ്ങി ലെവിയാതനിൽ വികസിക്കുന്ന രാഷ്ട്രീയമായ വിമർശ്ശനാത്മകത പതിഞ്ഞ സ്ഥായിയിലെങ്കിലും ഈ ചിത്രത്തിലും നിലനിർത്തുന്നു. ഇത്തരമൊരു സ്നേഹരഹിതജീവിത ത്തിൽ ഭരണകൂടത്തിന്റെയും മതത്തിന്റെയും പങ്ക് എന്താണ് എന്ന ചോദ്യം കൂടി താല്പര്യമുള്ളവർക്ക് ചിത്രത്തിൽ നിന്ന് വായിച്ചെടുക്കാ നാവും. സിനിമയുടെ തുടക്കത്തിലെ ടെലിവിഷൻ സംഭാഷണങ്ങൾ വരാൻ പോകുന്ന ലോകാവസാനത്തെക്കുറിച്ച് ഉള്ള വാർത്തകളാണ്. സാമൂഹ്യസുരക്ഷിതത്വം നഷ്ടപ്പെട്ട ഒരു ജനത അയുക്തികമായ ഭീതികളിൽ വീണുപോകുന്നതിന്റെ ലക്ഷണങ്ങളാണ് അത്. ഏകാന്ത മായ ഒരിടത്ത് സ്വന്തം മകൾ വിളിച്ചിട്ടുപോലും വാതിൽ തുറക്കാതെ ഭയന്നിരിക്കുന്ന സെന്യയുടെ വൃദ്ധമാതാവും സുരക്ഷയിലുള്ള വിശ്വാസം നഷ്ടപ്പെട്ട പൗരന്റെ പ്രതിനിധിയാണ്. ചിത്രത്തിന്റെ അവസാനത്തിലെ സംഭാഷണങ്ങളാവട്ടെ ഉക്രൈനിലെ റഷ്യൻ അധിനിവേശവും അതിൽ ഇരയാക്കപ്പെടുന്നവരുടെ പ്രതികരണങ്ങളാണ് ആവിഷ്കരിക്കുന്നത്. നിലവിലുള്ള വ്യവസ്ഥിതിയോടുള്ള വിമർശനം കുട്ടിയെകണ്ടെത്തുന്ന ഉത്തരവാദിത്വത്തിൽ നിന്ന് ഒഴിഞ്ഞുമാറുന്ന പോലീസിന്റെ ചിത്രീകര ണത്തിലും കാണാം. തങ്ങളേക്കാൾ കാര്യക്ഷമമായി പ്രവർത്തിക്കുന്നത് സ്വകാര്യതിരച്ചിൽ ഗ്രൂപ്പുകൾ ആണെന്ന് നിർലജ്ജം സമ്മതിക്കുന്നു ചിത്രത്തിലെ പോലീസുദ്യോഗസ്ഥൻ. റഷ്യയുടെ മുഖം വികൃതമാക്കി ലോകത്തിനുമുന്നിൽ അവതരിപ്പിക്കുന്നു എന്ന പഴി പതിവുപോലെ ഈ ചിത്രത്തിനൊടുവിലും സംവിധായകനിൽ ചാർത്തപ്പെട്ടിട്ടുണ്ട് എന്നത് അധികാരകേന്ദ്രങ്ങളെ അലോസരപ്പെടുത്താൻ അദ്ദേഹത്തിന് കഴി യുന്നതിന്റെ സൂചനയല്ലാതെ മറ്റെന്താണ്? മൃദുവായ മതവിമർശവും സംവിധായകൻ നടത്തുന്നുണ്ട്. ബോറിസിന്റെ മതവിശ്വാസിയായ ബോസ് വിവാഹിതരെ മാത്രം ജോലിക്കെടുക്കുന്ന, വിവാഹമോചിതരെ

കാരണമില്ലാതെ പിരിച്ചുവിടുന്ന, ആളാണ്. അത് മറികടക്കാൻ ഭാര്യമാരെ വാടകക്കെടുക്കുന്ന അവസ്ഥയിലേക്ക് അയാൾ തൊഴിലാളികളെ എത്തിക്കുകയാണ്. അങ്ങനെ, കുടുംബത്തിനകത്തെ ആരോഗ്യകരമായ അന്തരീക്ഷത്തെയല്ല മറിച്ച് കുടുംബം എന്ന തങ്ങൾക്ക് അനുപൂരകമായ വ്യവസ്ഥയെയാണ് മതം നിലനിർത്താൻ ശ്രമിക്കുന്നതെന്നു വരുന്നു.

ചിത്രത്തിന്റെ രംഗഭാഷ പ്രമേയത്തിന് ചേർന്നവിധം തന്നെ പതിവ് ശൈലികളിൽ നിന്ന് വേറിട്ട് നിൽക്കുന്നതായി കാണാം. നദീതീരത്തെ മരങ്ങളുടെ, ഉറഞ്ഞ നദിയിൽ നീന്തുന്ന താറാവുകളുടെ, തണുപ്പുകാലത്തെ പ്രകൃതിയുടെ ഒക്കെ ദൃശ്യങ്ങൾ സിനിമയുടെ പ്രതിപാദ്യത്തിനു ദൃശ്യപരമായ ആമുഖമൊരുക്കുന്നു. കാട്, അതിലൂടെ നീങ്ങുന്ന ഓറഞ്ച് പുറംകുപ്പായമിട്ട തിരച്ചിൽ സംഘം, ഉപേക്ഷിക്കപ്പെട്ട അപ്പാർട്ട്മെന്റ് കെട്ടിടം, വഴിയോര ദൃശ്യങ്ങൾ ഒക്കെ സിനിമയുടെ ആഖ്യാനത്തോട് കോർത്തിണക്കപ്പെട്ടിരിക്കുന്നു. ടെലിവിഷൻ സംഭാഷണങ്ങളുടെ വിദഗ്ധമായ ഉപയോഗവും സിനിമയുടെ രാഷ്ട്രീയ ധാരയ്ക്ക് ശക്തിപകരുന്നതാണ്. വഴക്കുകൾ അതിന്റെ എല്ലാ പ്രകമ്പനശേഷിയോടും കൂടി ആവിഷ്കരിക്കുമ്പോഴും അതിവൈകാരികതയുടെ ലവലേശമില്ലാത്ത ദൃശ്യഭാഷ കൊണ്ട് ലവ്‌ലെസ് വിസ്മയിപ്പിക്കുന്നുണ്ട്. കാനിലെ പ്രത്യേക ജൂറി പുരസ്കാരം, ലണ്ടൻ ഫിലിം ഫെസ്റ്റിവലിൽ മികച്ച ചിത്രത്തിനുള്ള പുരസ്കാരം തുടങ്ങി ഒട്ടേറെ ബഹുമതികൾ ചിത്രം നേടിക്കഴിഞ്ഞു.

തുടക്കത്തിൽ അലോഷ്യ മരത്തിൽ കുരുക്കിയിട്ട നാട, പഴയതിന്റെയെല്ലാം തുടർച്ചയെന്നോണം മരത്തിൽ കുരുങ്ങിക്കിടക്കുന്ന ദൃശ്യത്തിൽ സിനിമ അവസാനിക്കുന്നുവെങ്കിലും സ്നേഹരാഹിത്യം വളർത്തിയെടുക്കുന്ന തരിശുനിലങ്ങൾ മനുഷ്യരെ, കുടുംബങ്ങളെ ഒടുവിൽ സമൂഹത്തെ ആകെത്തന്നെ നന്മയുടെ ചെറുമുളകൾ പോലും കിളിർക്കാത്ത ഊഷരഭൂമിയാക്കി മാറ്റുന്നതെങ്ങനെയെന്ന് തുടർന്നും അസ്വസ്ഥപ്പെടുത്തും വിധം ഓർമ്മിപ്പിച്ചുകൊണ്ടേയിരിക്കും.

ലവ് ഇൻ ദി ടൈം ഓഫ് റവല്യൂഷൻ: പ്രണയത്തിന്റെ പ്രതിരോധ പാഠങ്ങൾ

പ്രണയവും സമരവും ഒരേ പോലെ ചോരയിൽ ലഹരിപടർത്തുന്ന കാലമാണ് കൗമാരം. സ്വന്തം വൈകാരികതകളെ സദാ പരിലാളിക്കുന്നതോടൊപ്പം താൻ നിർവചിക്കും വിധത്തിൽ ലോകത്തെ പുതുക്കിപ്പണിയാനും വെമ്പൽ കൊള്ളുന്ന കാലം. അതിനാൽ തന്നെ കൗമാരത്തിന്റെ സംഘർഷങ്ങളുടെ ചരിത്രത്തെ വളരെയെളുപ്പത്തിൽ അന്നത്തെ രാഷ്ട്രീയ സാഹചര്യങ്ങളോട് കൂട്ടിയിണക്കാനും, കൂട്ടിവായിക്കാനുമാവും. സമൂഹം ഒരു നിർണ്ണായക ചരിത്ര സന്ധിയിലൂടെ കടന്നുപോകുന്ന കാലത്തെ ചെറുപ്പത്തിന്റെ കഥ അങ്ങനെ ആ കാലഘട്ടത്തിന്റെ രാഷ്ട്രീയ ചരിത്രം കൂടിയാകുന്നു. അർജന്റീനയുടെ രാഷ്ട്രീയ ചരിത്രത്തിലെ നിർണ്ണായകമായ ഒരു ഘട്ടത്തെയാണ് ഏർണേസ്റ്റോ അർഡിറ്റോയും വിർന മോളിനയും ചേർന്ന് സംവിധാനം ചെയ്ത സിംഫണി ഫോർ അന എന്ന ചിത്രം ആവിഷ്കരിക്കുന്നത്. അന എന്ന കൗമാരക്കാരിയുടെ കഥയിലൂടെ, രണ്ട് പ്രണയങ്ങൾക്കും കുടുംബത്തിനുമിടയിലെ അവളുടെ സംഘർഷങ്ങളിലൂടെ അനേകരെ അപ്രത്യക്ഷരാക്കിയ കറുത്തകാലത്തിന്റെ കഥ പറയുന്ന ഈ സ്പാനിഷ് ചിത്രം.

മൂന്നുവട്ടം അർജന്റീനയുടെ പ്രസിഡന്റ് ആയിരുന്ന ജുവാൻ പെറോണിന്റെ മരണശേഷം അദ്ദേഹത്തിന്റെ വിധവയായ ഇസബെൽ പെറോൺ അർജന്റീനയുടെ ഭരണാധികാരിയായി ചുമതലയേറ്റു. ലോകത്തിലെ തന്നെ ആദ്യത്തെ വനിതാ പ്രസിഡന്റ് കൂടിയായിരുന്നു ഇവർ. 1976 ൽ തീവ്രവലതുപക്ഷം ഇസബെൽ പെറോണിനെ സ്ഥാനഭ്രഷ്ടയാക്കി അധികാരം പിടിച്ചെടുക്കുകയും തുടർന്ന് രാജ്യം പട്ടാളഭരണത്തിലേക്ക് നീങ്ങുകയും ചെയ്യുന്നു. മുപ്പതിനായിരത്തിലധികം പേർ അപ്രത്യക്ഷരാക്കപ്പെടുകയും അനേകം പേർ കൊല്ലപ്പെടുകയും ചെയ്ത ഈ കാലത്തിന്റെ ചലച്ചിത്രകാഴ്ചയാണ് സിംഫണി ഫോർ അന. അർജന്റീനിയൻ നാഷനൽ സ്കൂളിലെ വിദ്യാർഥിനിയായിരുന്ന അന ആത്മസുഹൃത്ത് ഇസയുമായി മാതാപിതാക്കളറിയാതെ റെക്കോഡ്

ചെയ്യുന്ന ടേപ്പിലൂടെയാണ് അനയുടെ പ്രണയങ്ങളുടെയും സമരങ്ങളുടേയും കഥ ആവിഷ്കരിക്കപ്പെടുന്നത്.

ആ കാലഘട്ടത്തിലെ ഏതൊരു യുവതീയുവാക്കളേയും പോലെ അനയ്ക്കും ഇസയ്ക്കും രണ്ടായിരുന്നു ജീവിതസ്വപ്നങ്ങൾ.ഒന്നാമത്തേത് പ്രണയത്തിലകപ്പെടുകയെന്നതും രണ്ടാമത്തേത് തങ്ങൾ ആഗ്രഹിക്കും വിധം ലോകത്തെ പുതുക്കിപ്പണിയാൻ പരിശ്രമിക്കുക എന്നതും. ഇടതു ചിന്താഗതിക്കാരായ അധ്യാപകർ ജോലിയിൽ നിന്ന് പുറത്താക്കപ്പെടുകയും സ്കൂൾ വലത് ചിന്താഗതിക്കാരുടെ കൈയിലേക്ക് നീങ്ങാൻ തുടങ്ങുകയും ചെയ്യുമ്പോൾ തന്നെ വിദ്യാർഥികൾ അതിനെതിരെ ശബ്ദമുയർത്തുന്നു. ആദ്യമൊക്കെ പ്രതിരോധങ്ങൾ എളുപ്പമായിരുന്നെങ്കിലും ദേശീയ പുനസംഘാടന പ്രക്രിയ എന്നറിയപ്പെട്ട അധികാരം പിടിച്ചടക്കൽ ശക്തമാകുന്നതോടെ സംഘടനാസ്വാതന്ത്ര്യം നിരോധിക്കപ്പെടുകയും രഹസ്യമായി പ്രതിരോധ ശ്രമങ്ങൾ തുടരേണ്ടി വരികയും ചെയ്യുന്നു. രഹസ്യപ്പേരുകളിൽ കൈയിൽ സയനൈഡ് ഗുളികകൾ സൂക്ഷിച്ച് അവർ പോരാട്ടം തുടരുന്നു. എല്ലാ സ്വാതന്ത്ര്യങ്ങളും കവർന്നെടുക്കപ്പെടുന്ന കാലത്തും ധീരമായി പോരാട്ടം തുടരുന്ന അനയുടെയും കൂട്ടരുടേയും കഥ കൗമാരം അരക്ഷിതത്വങ്ങളുടെ മാത്രമല്ല തീവ്രപ്രതിരോധങ്ങളുടെ കൂടി കാലമാണെന്ന് വീണ്ടുംവീണ്ടുമോർമ്മിപ്പിക്കുന്നു.

ഇതിനിടെയാണ് അനയുടെ ജീവിതത്തിലേക്ക് രണ്ട് പ്രണയങ്ങൾ കടന്നുവരുന്നത്. തീവ്രഇടതുപക്ഷക്കാരനായ ലിറ്റോ അവളെ ആത്മാർഥമായി പ്രണയിക്കുന്നുണ്ടെങ്കിലും സ്വന്തം സംഘാംഗങ്ങളുടെ

നിർബന്ധവും കന്യകാത്വം നഷ്ടപ്പെടുന്നതിനെപ്പറ്റിയുള്ള ഭീതിയും അയാളിൽ നിന്നകലാൻ അനയെ പ്രേരിപ്പിക്കുകയാണ്. രഹസ്യപ്പേരുകളിൽ പ്രവർത്തനം നടത്തുന്ന കാലത്ത് സംഘടനാ രഹസ്യങ്ങൾ ലിറ്റോ വഴി ചോർന്നേക്കാം എന്ന ആശങ്ക തീവ്രമായ ഒരു ബന്ധത്തെ നശിപ്പിച്ചുകളയുന്നു. രാഷ്ട്രീയത്താൽ പ്രേരിതമായ പ്രണയനഷ്ടങ്ങൾ വിപ്ലവകാരികളെ സംബന്ധിച്ചിടത്തോളം പുതുമയല്ല. പിന്നീട് സംഘാംഗം തന്നെയായ കാമിലോയുമായി അന പ്രണയത്തിലാകുന്നുവെങ്കിലും രണ്ടുപ്രണയങ്ങൾക്കുമിടയിൽ അവൾ നിരന്തരം സംഘർഷത്തിലാവുന്നു.

ചെഗുവേരയെ ആരാധിക്കുകയുംഅതേസമയം സംഘടനാപ്രവർത്തനങ്ങളിൽ ഏർപ്പെടുന്നതിൽ നിന്ന് അനയെ വിലക്കുകയും ചെയ്യുന്ന മാതാപിതാക്കൾ കാൽപ്പനികതകളിൽ അഭിരമിക്കുകയും യാഥാർത്ഥ്യങ്ങൾക്ക് നേരെ മുഖം തിരിക്കുകയും ചെയ്യുന്ന മനുഷ്യരുടെ വൈരുദ്ധ്യങ്ങളെയാകെ പ്രതിനിധീകരിക്കുന്നു. സ്വന്തം മക്കളെ സുരക്ഷിതരായി സംരക്ഷിക്കുകയും മറ്റുള്ളവർ തങ്ങൾക്കായി ലോകത്തെ മാറ്റിമറിക്കുകയും ചെയ്യുമെന്ന് വിശ്വസിക്കുന്ന പ്രായോഗികവാദികൾ നമുക്കും ഒട്ടും പുതുമയല്ല. തീവ്രമായ സാമൂഹ്യബോധത്തിന്റെയും പ്രതീക്ഷകളുടെയും നല്ലൊരു ലോകത്തെ വാർത്തെടുക്കാനുള്ള സംഘംചേരലിന്റെയും കാലത്തുനിന്ന് വ്യക്തിയുടെ സ്വകാര്യതകളുടെയും നേട്ടങ്ങളുടെയും കാലത്തേക്ക് ലോകം മാറുന്ന ചരിത്രസന്ധിയെക്കൂടി ചിത്രം പ്രതിനിധീകരിക്കുന്നുണ്ട്. എല്ലാ കൂട്ടങ്ങളിൽ നിന്നും അവളെ വിലക്കി, വിപ്ലവകാരികളെ പ്രണയിച്ചത് കൊണ്ട് മാത്രം പ്രണയത്തിന്റെ എല്ലാ തെളിവുകളും മായ്ച്ചുകളയുന്നു അവർ.

എതിർക്കുന്നവരെ അപ്രത്യക്ഷരാക്കുന്ന ഭരണകൂട നീതി പിന്നീട് അനയുടെ സംഘത്തേയും വേട്ടയാടുകയാണ്. കാമിലോയും മറ്റ് പലസുഹൃത്തുക്കളും അപ്രത്യക്ഷരാവുകയും ലിറ്റോയും ഇസയും നാടുവിടേണ്ടി വരികയും ചെയ്യുന്നു. പ്രിയപ്പെട്ടവരെല്ലാം നഷ്ടപ്പെട്ട, പിടിക്കപ്പെട്ടാൽ സ്വയം അവസാനിപ്പിക്കാനുള്ള സയനൈഡ് ഗുളികയുമായി നടന്നിരുന്ന അനയും അനിവാര്യതയെന്ന പോലെ ഒടുവിൽ അപ്രത്യക്ഷയാകുന്നു. ചിലിയിലെ രാഷ്ട്രീയ അപ്രത്യക്ഷമാക്കലുകളുടെ കഥപറഞ്ഞ പേൾബട്ടൻ കൈകാര്യം ചെയ്ത അതേ വിഷയം തന്നെയാണ് മറ്റൊരു ആഖ്യാനരീതിയിലൂടെ സിംഫണി ഫോർ അനയും പറയുന്നത്. പെറോണിന്റെ മരണസമയത്തേയും, പെറോണിസ്റ്റുകളുടെ ചെറുത്തുനിൽപ്പുകളുടെയും യഥാർത്ഥ ഫൂട്ടേജുകൾ ഉൾപ്പെടുത്തിയത് പിരീഡ് മൂവി എന്ന നിലയ്ക്കുള്ള കാഴ്ചയെ കൂടുതൽ യഥാതഥമാക്കാൻ സഹായിച്ചിട്ടുണ്ട്. ഗൌരവമായ രാഷ്ട്രീയ ഉള്ളടക്കത്തെ ആവിഷ്കരിക്കുമ്പോൾ തന്നെ കൗമാരത്തിന്റെ രഹസ്യങ്ങളും രസങ്ങളും ഈ കാലഘട്ടത്തിൽ രൂപപ്പെടുന്ന സൌഹൃദങ്ങളുടെയും പ്രണയങ്ങളുടെയും ജൈവികഭാവങ്ങളും ആവിഷ്കരിക്കാൻ കഴിയുന്നുഎന്നതിലാണ് ചിത്രത്തിന്റെ വിജയം. സാമൂഹ്യ യാഥാർത്ഥ്യങ്ങളെ കഥയുടെ രസക്കൂട്ടിൽ വിദഗ്ധമായി പൊതിഞ്ഞുവെയ്ക്കുന്ന ഉള്ളടക്കത്തിന് കടപ്പാട് ചിത്രത്തിന് ആധാരമായ ഗാബി മെയ്റിന്റെ ഇതേപേരുള്ള നോവലിനോടാണ്.

മിലിട്ടറി ഭരണകാലത്ത് അപ്രത്യക്ഷനായ റെയ്മണ്ടോ ഗ്ലെയ്സർ എന്ന ചലച്ചിത്രകാരന്റെ കഥ പറഞ്ഞ റെയ്മണ്ടോ ആണ് ഏർണേസ്റ്റോ അർഡിറ്റോയുടേയും വിർന മോളിനയുടേയും ആദ്യ ചിത്രം. ഇവരുടെ തന്നെ ചിത്രങ്ങളായ അർജന്റീനയിലെ ഫാസിസത്തിന്റെ ചരിത്രം പറഞ്ഞ നാസിയോൺ, സിംഫണി ഫോർ അനയുടെ അതേ ഉള്ളടക്കം ഡോക്യുമെന്ററി രൂപത്തിലവതരിപ്പിച്ച ദി ഫ്യൂച്ചർ ഈസ് അവേഴ്സ്, ഭീതിയുടെ സമൂഹ്യവശങ്ങൾ ആവിഷ്കരിച്ച പാനിക് അറ്റാക്ക് എന്നിവയെല്ലാം തന്നെ അർജന്റീനയുടെ രാഷ്ട്രീയ ചരിത്രത്തിന്റെ സിനിമാരൂപാന്തരങ്ങളാണ്. രാഷ്ട്രീയം കൊണ്ട് കുറുക്കിയെടുത്ത സിനിമാക്കാഴ്ചകൾ ലോകത്തിന് നൽകുന്ന സംവിധായകർ എന്ന നിലയ്ക്ക് തന്നെയാണ് അർജന്റീനിയൻ സിനിമയിൽ ഈ ജോഡി അടയാളപ്പെടുത്തപ്പെട്ടിട്ടുള്ളതും.

അടിയന്തരാവസ്ഥ അടക്കമുള്ള ഇന്ത്യയുടെ നിർണ്ണായക ചരിത്രഘട്ടങ്ങളെ, അവയിൽ അകപ്പെട്ടുപോയ മനുഷ്യരുടെ പ്രതിസന്ധികളെ ആവിഷ്കരിക്കാൻ ഇന്ത്യൻ സിനിമയ്ക്ക് എത്രമാത്രം കഴിഞ്ഞിട്ടുണ്ട് എന്ന ആലോചനയിലേക്ക് കൂടി സിംഫണി ഫോർ അനയുടെ കാഴ്ച നയിക്കുന്നുണ്ട്. തെളിവുകളൊന്നും അവശേഷിപ്പിക്കാതെ അപ്രത്യക്ഷനായ

നജീബ് എന്ന ജെഎൻ യു വിദ്യാർഥിയെക്കൂടി ഓർമ്മിപ്പിക്കുന്നു ഈ ചിത്രം. ലോകമെങ്ങും പ്രതികരിക്കുന്ന യുവത്വത്തിന്റെ കഥയും അവരോടുള്ള ഭരണകൂടത്തിന്റെ പ്രതികരണങ്ങളുടെ കഥകളും സമാനമാണെന്നും നമുക്കോർക്കാതെ വയ്യ.

രാജാക്കന്മാരുടെ നഗ്നനൃത്തങ്ങളും ആഖ്യാനത്തിന്റെ പ്രതിസന്ധികളും

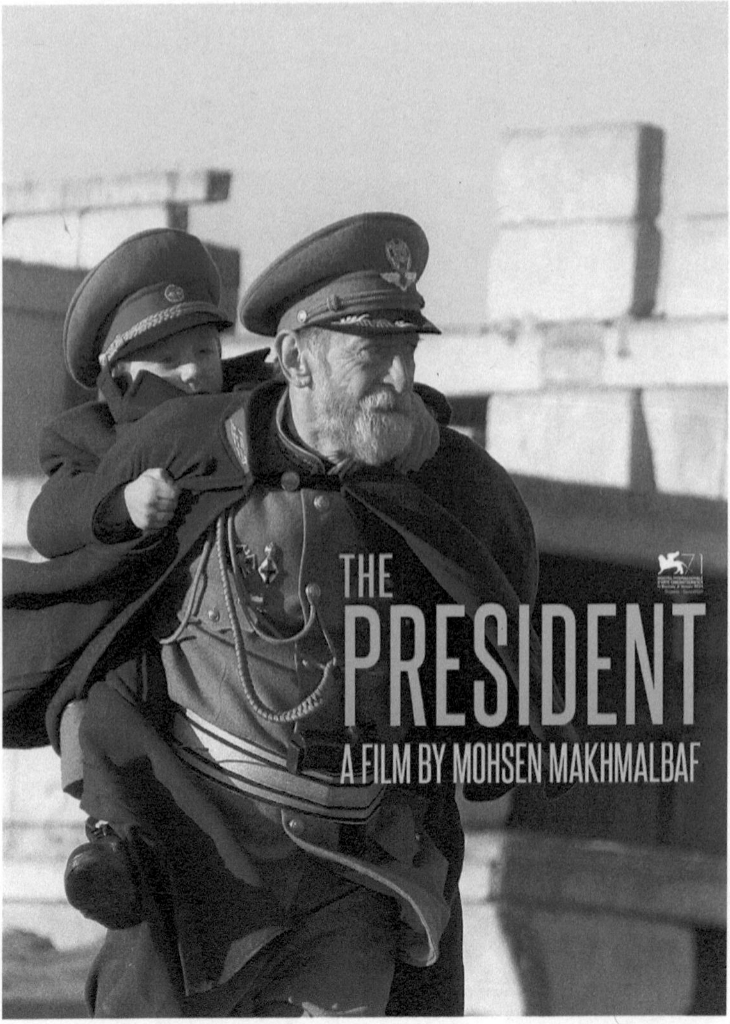

പഴങ്കഥയിലെ രാജാവ് നഗ്നനാണെന്ന് ഉറക്കെ വിളിച്ചു പറയാൻ മരണത്തെ പേടിയില്ലാത്ത ഒരു കുട്ടിയെങ്കിലും ഉണ്ടായിരുന്നു. എന്നാൽ ആധുനിക കാലത്തെ ഏകാധിപതിയുടെ ജീവിതത്തിനു നേരെ അത്തരമൊരു കുഞ്ഞിവിരൽ പോലും ഉയരാനുണ്ടാവില്ല, വിരലുകൾ അവ ഉയരാനായുന്ന നിമിഷത്തിന് തൊട്ടുമുൻപേ അറുത്തെറിയപ്പെട്ടിരിക്കും. സ്വയം സൃഷ്ടിച്ച നരകങ്ങളിൽ ചുറ്റുമുള്ളവരും താൻ തന്നെയും എരിയുന്ന നിമിഷത്തിലാവും അയാൾ പിഴച്ചുപോയ സ്വന്തം ചുവടുകളെ തിരിച്ചറിയുക. മടങ്ങി വരവില്ലാത്ത അത്തരമൊരു നിമിഷത്തിന്റെ വക്കിൽ അയാൾ ജീവിതത്തോട് പൊരുതുന്നത് എങ്ങനെയായിരിക്കും? സ്വന്തം ജീവനിലുള്ള കൊതിയാണോ കുറ്റബോധമാണോ അയാളെ നയിക്കുക? വാത്മീകിയുടെ കഥയിലെ പോലെ താൻ അയാൾ ചെയ്ത ദുഷ്കർമ്മങ്ങളുടെ ഫലങ്ങൾ അയാൾക്ക് ഏറെ പ്രിയപ്പെട്ടവർ ഏറ്റുവാങ്ങേണ്ടതുണ്ടോ? തുടങ്ങിയ അനേകം ചോദ്യങ്ങളാണ് ഇറാനിയൻ സംവിധായകനായ മൊഹ്സീൻ മക്മൽബഫ് പ്രസിഡന്റ് എന്ന ചിത്രത്തിലൂടെ ആവിഷ്കരിക്കാൻ ശ്രമിക്കുന്നത്. ഏകാധിപത്യം, വിപ്ലവം തുടങ്ങിയവ മുഖ്യ പ്രമേയമായിരിക്കുമ്പോൾ തന്നെ രാഷ്ട്രീയത്തെക്കാളുപരി കർമ്മം, കർമ്മഫലം തുടങ്ങിയവയെ പ്രശ്നവത്കരിക്കാനാണ് അദ്ദേഹം ശ്രമിക്കുന്നത്. ഏകാധിപത്യത്തെപ്പറ്റി ശക്തമായ ഒരു രാഷ്ട്രീയ കാഴ്ചപ്പാട് മുന്നോട്ട് വെയ്ക്കാൻ കഴിയാതെ പോകുന്നു എന്നത് പരിമിതിയായിരിക്കുമ്പോൾ തന്നെ അത്തരം ഒരു വ്യവസ്ഥയുടെ അനന്തരഫലങ്ങളെ വരച്ചുകാട്ടാൻ സിനിമയ്ക്ക് കഴിയുന്നുണ്ട്.

പേരില്ലാത്ത രാജ്യത്തെ ഏകാധിപതിയുടെ കൊട്ടാരത്തിൽ നിന്ന് കാണാവുന്ന നഗരരാത്രിയിൽ നിന്നാണ് സിനിമ ആരംഭിക്കുന്നത്. ചെറുമകനെ മടിയിലിരുത്തി ലാളിച്ചുകൊണ്ട് പതിനാറ് വയസ്സുകാരനെ തൂക്കിക്കൊല്ലാൻ വിധിക്കുന്ന ആദ്യരംഗം തന്നെ സിനിമ മുന്നോട്ട് വെയ്ക്കുന്ന ഇരുണ്ട ആക്ഷേപഹാസ്യത്തിന് ചേർന്ന ആമുഖമാണ്. വെളിച്ചത്തിന്റെ നഗരത്തെ ഒറ്റ നിമിഷം കൊണ്ട് ഇരുട്ടിലാക്കാൻ

തന്റെ മൂന്നോ നാലോ വയസ്സുള്ള കൊച്ചുമകന്റെ കൽപ്പനയ്ക്ക് പോലും കഴിയും എന്നാണ് ചിത്രത്തിലെ പ്രധാന കഥാപാത്രമായ പ്രസിഡന്റിന്റെ ആത്മവിശ്വാസം, അഹങ്കാരവും. നാലുവയസ്സുകാരന്റെ കുട്ടിക്കളിക്ക് ഇരയാക്കപ്പെടേണ്ടവർ ആണ് ജനങ്ങൾ എന്നതിൽ അയാൾക്ക് ഒട്ടും സംശയമില്ല. ഏത് വെളിച്ചത്തേയും കെടുത്തിക്കളയാനുള്ള അധികാരമാണ് തന്റെ കസേരയുടെ ശക്തി എന്നാണ് അയാൾ തന്റെ കൊച്ചുമകനെ പഠിപ്പിക്കാൻ ശ്രമിക്കുന്നത്. എന്നാൽ അയാളുടെ കല്ലുപിളർന്നിരുന്ന കൽപ്പനകൾ ഒറ്റ നിമിഷത്തിൽ കല്ലിലടിച്ച പൂക്കുല പോലെ ചിതറിപ്പോകുന്നു. കെടുത്തപ്പെട്ട വെളിച്ചങ്ങൾ എത്ര കൽപ്പനകൾ കൊണ്ടും തിരിച്ചുകൊണ്ടുവരാൻ ആകാതെ എന്നേക്കും അണയുന്നു, പതിറ്റാണ്ടുകളിലെ സമഗ്രാധിപത്യത്തെ വെല്ലുവിളിച്ചുകൊണ്ട് വിപ്ലവത്തിന്റെ പൊട്ടിത്തെറികൾ ഉയരുന്നു. ഈ ഒരു നിർണ്ണായക ജീവിത സന്ധിയെ അയാൾ അതിജീവിക്കാൻ ശ്രമിക്കുന്നതെങ്ങനെ എന്നാണ് സൂക്ഷ്മമായ ദുഖത്തിന്റെ ഇഴകൾ ഇടകലർന്ന ആക്ഷേപഹാസ്യം കൊണ്ട് മക്മൽബഫ് വരച്ചുവെയ്ക്കുന്നത്.

പേരോ, മതപരമോ രാഷ്ട്രീയമോ ആയ അടയാളങ്ങളോ കൊണ്ട് പരോക്ഷമായിപ്പോലും സൂചിപ്പിക്കപ്പെടാത്ത ഒരു അജ്ഞാത രാജ്യത്തിലാണ് കഥ അരങ്ങേറുന്നത്. പട്ടാളവേഷവും ആചാര ചിഹ്നങ്ങളുമൊക്കെക്കൊണ്ട് പഴയ സോവിയറ്റ് ചേരിയിലെ രാജ്യങ്ങളെയോ, സോവിയറ്റ് യൂണിയനെതിരെ അമേരിക്കയുടെ പിന്തുണയോടെ ഏകാധിപത്യം നിലനിന്നിരുന്ന രാജ്യങ്ങളെയോ ഒക്കെ സൂചിപ്പിക്കുന്നുണ്ട്. ഇറാൻ, ഇറാക്ക്, ഈജിപ്റ്റ്, സിറിയ തുടങ്ങി ഏത് രാജ്യമായും ചിത്രത്തിന്റെ ഭൂമികയെ വായിച്ചെടുക്കാം. എന്നാൽ ഏതെങ്കിലും പ്രത്യേക ആശയത്തെയോ പ്രത്യയശാസ്ത്രത്തെയോ സിനിമ പിൻപറ്റുന്നുമില്ല. സ്ഥാനഭ്രഷ്ടനാക്കപ്പെടുന്ന ഏകാധിപതി, ലക്ഷങ്ങൾ വിലയുള്ള തന്റെ തല രക്ഷിക്കാൻ ചെറുമകനുമായി രാജ്യമെങ്ങും നെട്ടോട്ടമോടുന്നു. ഈ ഓട്ടത്തിനിടയിൽ തന്റെ ഭരണത്തിന്റെ ഫലങ്ങൾ അയാൾ അനുഭവിച്ചറിയുന്നു, ഒപ്പം പ്രസിഡന്റിൽ നിന്ന് അധികാരം ഏറ്റെടുക്കുന്ന സൈനിക ഭരണകൂടത്തിന്റെ അക്രമങ്ങളും സിനിമയ്ക്ക് വിഷയമാകുന്നു.

തന്റെ രക്തത്തിൽ പിറന്ന തലമുറകളിലൂടെ കൈമാറ്റം ചെയ്യപ്പെടേണ്ടതാണ് രാജ്യത്തിന്റെ ഭാവി എന്ന് പ്രസിഡന്റ് കരുതുന്നു.ആ അധികാരത്തിലേക്കുള്ള നിത്യാഭ്യാസമാണ് കൊച്ചുമകന്റെ അതുവരെയുള്ള ജീവിതം. ഹിസ് മജെസ്റ്റി എന്ന് കൊച്ചുമകനെക്കൊണ്ട് പോലും വിളിപ്പിക്കുന്ന അയാൾ തന്റെ വ്യക്തിസത്തയ്ക്കുമുകളിൽ അധികാരത്തിന്റെ ഒരു ഇരുമ്പു വലയിട്ട് സുരക്ഷിതമാക്കുന്നു. ഹിസ് റോയൽ ഹൈനസ് എന്ന് വിളിക്കപ്പെടുന്ന കൊച്ചുമകനിൽ അയാൾ കാണുന്നത് തന്റെ

തന്നെ പ്രതിരൂപത്തെയാണ്. സ്വന്തം വസ്ത്രം, രൂപം എന്നിവ കൊണ്ട് സാധാരണ ജനങ്ങൾക്കുമുകളിൽ നിലകൊള്ളുന്നയാളാണ് താൻ എന്ന് അയാൾ ആവർത്തിച്ചുറപ്പിക്കുന്നുണ്ട്. സ്വന്തം പേര് കോട്ടിൽ തുന്നിച്ചേർക്കുന്നതും വ്യതിരിക്തമായ വസ്ത്രധാരണ, ഭക്ഷണ ശൈലികൾ ആഘോഷമാക്കുന്നതും എല്ലാം അധികാരം കൊണ്ട് മോടിപിടിപ്പിച്ച ഈ മാനസികാവസ്ഥയുടെ ബഹിർസ്ഫുരണങ്ങൾ തന്നെ. എന്നാൽ അധികാരം നഷ്ടപ്പെട്ടപ്പോൾ ഏറ്റവുമാദ്യം ഉപേക്ഷിക്കേണ്ടി വരുന്നത് ഈ നിർമ്മിതസ്വത്വത്തെ തന്നെയാണ്. പാവപ്പെട്ട ക്ഷുരകന്റെയും മകന്റെയും വസ്ത്രങ്ങൾ മോഷ്ടിച്ചും, വെയ്പ്പുമുടി വെച്ചും മുഖത്ത് കരിപുരട്ടിയുമൊക്കെ മറയ്ക്കേണ്ടി വരുന്നതും താൻ തന്നെ ഊതിവീർപ്പിച്ചെടുത്ത സ്വന്തം പ്രതിബിംബത്തെയാണ്. തെരുവുതെണ്ടിയായും, പാട്ടുകാരനായും, ജീവൻ രക്ഷിക്കേണ്ട ഒരു നിർണ്ണായക ഘട്ടത്തിൽ നോക്കുകുത്തിയായിപ്പോലും വേഷം മാറേണ്ടി വരുമ്പോൾ അയാളെ ഏറ്റവുമധികം പ്രതിസന്ധിയിലാക്കുന്നതും ഈ സ്വത്വനിരാസം തന്നെയാവണം.

പ്രതീക്ഷിച്ചിരിക്കാതെ വന്നെത്തുന്ന ഒരു ദുരന്തം ഒരാളെ അടിപടലേ കുഴച്ചുമറിക്കും, തുടക്കത്തിൽ അതിന്റെ താളത്തിനൊപ്പം നീങ്ങാനാവാതെ വേച്ചുപോകും. എന്നാൽ എത്രപെട്ടെന്ന് അതിനോടിണങ്ങാൻ, ദുഖത്തിന്റെ താളത്തിനൊപ്പിച്ച് സ്വയം ക്രമപ്പെടുത്താൻ കഴിയുന്നു എന്നിടത്താണ് ഒരാളുടെ ജീവിതോന്മുഖത്വം വെളിവാക്കപ്പെടുന്നത്. തുടക്കത്തിൽ എല്ലാറ്റിനേയും തോക്കുകൊണ്ട് നേരിടാൻ ശ്രമിക്കുന്ന പ്രസിഡന്റ് പിന്നീട് അത് മാത്രമാണ് നിലനിൽപ്പിനുള്ള ഏകവഴി എന്നതിനാൽ, സാഹചര്യങ്ങൾക്കൊത്ത് സ്വയം രൂപഭാവാന്തരപ്പെടാൻ തയ്യാറാകുന്നു. കാലിത്തൊഴുത്തിനെ കൊട്ടാരമായും കാർഡ്ബോർഡ് പെട്ടിയെ ഉറക്കറയായും മാറ്റുമ്പോൾ അത്തരം അവസ്ഥകളിലൂടെ കടന്നുപോകുന്ന അനേകം ജനങ്ങളുടെ ജീവിതമാണ് അയാൾ പങ്കുവെയ്ക്കുന്നത്. അനിവാര്യമായ വിധി, കർമ്മ ഫലം തുടങ്ങിയ പൗരസ്ത്യചിന്തകളുടെ സ്വാധീനം ഇത്തരം രംഗങ്ങളിൽ കാണാം. പ്രസിഡനറിന്റെ ക്രൂരതയ്ക്കിരയായ ജനങ്ങളെ അവതരിപ്പിക്കുമ്പോൾ ദരിദ്രനായ ക്ഷുരകൻ, വേശ്യ എന്നിങ്ങനെ പ്രവചനസാധ്യമായ സ്റ്റീരിയോടൈപ്പുകളിലേക്ക് ആഖ്യാനം ഒതുങ്ങിപ്പോകുന്നത് ചിത്രത്തിന്റെ പരിമിതിയാണ്.

എകാധിപത്യത്തെയും അതിന്റെ പ്രതികരണം എന്ന നിലയ്ക്കുണ്ടാകുന്ന വിപ്ലവത്തെയും മക്മൽബഫ് പ്രതിഷ്ഠിക്കുന്നത് തുല്യമായി താഴ്ന്ന നിൽക്കുന്ന രണ്ട് തട്ടുകളിലാണ്. പ്രസിഡന്റിന്റെ ഏകാധിപത്യഭരണത്തിന്റെ ഫലങ്ങൾക്കൊപ്പം സമാന്തരമായി വിപ്ലവത്തെത്തുടർന്നുണ്ടാകുന്ന കൊലപാതകങ്ങളും, ബലാത്സംഗങ്ങളും അരാജകത്വവും ആവിഷ്കരിക്കപ്പെടുന്നു. പ്രസിഡന്റിന്റെ കാലത്ത് രാജ്യദ്രോഹി എന്ന്

മുദ്രകുത്തി ജയിലറകളിൽ പീഡനപരമ്പരകൾ അരങ്ങേറുമ്പോൾ വിപ്ല വാനന്തര കാലത്ത് തെരുവിൽ സാധാരണക്കാർ മരിച്ചു വീഴുന്നു.ഈ രണ്ട് വ്യവസ്ഥകൾക്ക് ഇടയ്ക്ക് പെട്ടുപോകുന്ന സാധാരണ മനുഷ്യനെ യാണ് ചെറുപ്പകാലത്തെ കാമുകിയായ വേശ്യയുമായി പ്രസിഡന്റ് സംസാരിക്കുമ്പോൾ പുറത്തെ കൊലപാതകങ്ങളിലേക്കും അകത്തെ സംസാരത്തിലേക്കും ശ്രദ്ധിക്കാനാവാതെ കണ്ണും കാതും പൊത്തിനിൽ ക്കുന്ന കുട്ടിയിലൂടെ പ്രതീകാത്മകമായി ആവിഷ്കരിക്കുന്നത്. ഇതിനു രണ്ടിനുമിടയ്ക്കായി ജനാധിപത്യം എന്ന ഒരു മധ്യമാർഗ്ഗം സാധ്യമാണ് എന്നും, അതിനായി സമൂഹത്തിന്റെ കാഴ്ചപ്പാടിൽ തന്നെ മാറ്റം വരേ ണ്ടതുണ്ട് എന്നുമാണ് സിനിമ പറയാൻ ശ്രമിക്കുന്നത്. വിവാഹവസ്ത്ര ത്തിലെത്തുന്ന വധുവിനെ ബലാത്സംഗം ചെയ്യുന്ന പട്ടാളക്കാരൻ തന്റെ അധികാരമാണ് അവൾ വഴി ചുറ്റുമുള്ളവരിൽ അടിച്ചേൽപ്പിക്കുന്നത്. സ്വത്ത്, ശരീരം, ജീവൻ എന്നിവയെല്ലാം ഭരണകൂടത്തിന്റെ നിയന്ത്രണ ത്തിലാണെന്ന് ചുറ്റുമുള്ളവരെ ബോധ്യപ്പെടുത്താനുള്ള ഇരയാണ് വിവാ ഹവസ്ത്രം അഴിക്കാത്ത ആ പെൺകുട്ടി. ചുറ്റുമുള്ളവരെല്ലാം നിശബ്ദരായി നിൽക്കുമ്പോൾ വിജയിക്കുന്നത് ഭയം എന്ന ഭരണകൂടത്തിന്റെ പ്രഥമ ഉപകരണമാണ്. പ്രതികരിക്കുന്ന അവളെ അവസാനിപ്പിച്ചുകൊണ്ടുള്ള വെടിയൊച്ച ചുറ്റും നിൽക്കുന്നവരുടെ കാതിൽ പലതായി ജീവനുള്ള കാലം മുഴങ്ങും.

ചിത്രത്തിന്റെ അവസാന രംഗങ്ങളിൽ രാജ്യദ്രോഹികളായി ജയി ലറകളിൽ വർഷങ്ങളോളം പീഡിപ്പിക്കപ്പെട്ട് വിപ്ലവാനന്തരം സ്വത ന്ത്രരാക്കപ്പെട്ടവരുടെ സംഘത്തോടൊപ്പം പ്രസിഡന്റ് ചേരുന്നുണ്ട്. ജീവൻ രക്ഷിക്കാനായി തന്റെ തന്നെ ശത്രുവായി അയാൾക്ക് അഭിന യിക്കേണ്ടി വരുന്നു. മകനേയും ഭാര്യയേയും കൊല്ലുന്നതിൽ പങ്ക് വഹി ച്ചയാളെ യാഥാർത്ഥ്യം മനസ്സിലായിട്ടും ചുമലിലേറ്റി നടക്കാൻ അയാളെ പ്രേരിപ്പിക്കുന്നത് ജീവനിലുള്ള കൊതിയാണ്. എന്നാൽ താൻ കാരണം അവർക്കുണ്ടായ യാതനകളിൽ അയാൾക്കുള്ള അനുകമ്പയും സൂക്ഷ്മ മായി മിന്നി മറയുന്നുണ്ട്. കൂടെക്കൊണ്ടുനടന്ന തോക്ക് നദിയിലേക്ക് വലിച്ചെറിയുന്ന നിമിഷം അയാളിൽ ഉരുത്തിരിയുന്ന തിരിച്ചറിവുകളുടെ സൂചനയാണ്. കഥ ഉടനീളം ആവിഷ്കരിക്കപ്പെടുന്നത് ഏകാധിപതിയു ടേയും ചെറുമകന്റെയും വീക്ഷണകോണുകളിലൂടെയാണ്. അത് കൊണ്ട് തന്നെ അന്ത്യത്തോടടുക്കുമ്പോൾ പ്രസിഡന്റിനോടുള്ള സഹതാപം പ്രേക്ഷകനിൽ രൂപപ്പെട്ട് വരുന്നു. ഏകാധിപതിയായ വ്യക്തിയേക്കാൾ ആ വ്യവസ്ഥിതിയെ വിമർശ വിധേയമാക്കുക എന്നതാവാം സംവിധായ കന്റെ ഉദ്ദേശം. എന്നാൽ ആ വിമർശം തന്നെ സൂക്ഷ്മവും, വ്യക്തവുമായ തലങ്ങളിലേക്ക് ഉയരുന്നുമില്ല.

ജോർജിയയിലാണ് സിനിമ പൂർണ്ണമായും ചിത്രീകരിച്ചിട്ടുള്ളത്. മഞ്ഞുമൂടിയ താഴ്വാരങ്ങൾ, മലയോരങ്ങൾ, കൃഷിയിടങ്ങൾ തുടങ്ങി ഭൂപ്രകൃതിയുടെ സവിശേഷതകളും രൂപാന്തരങ്ങളും ഒരു ട്രാവൽ മൂവിയിലെന്ന പോലെ ഭംഗിയായി പകർത്തിയിട്ടുണ്ട്. മക്മൽബഫിനൊപ്പം ഭാര്യയും സംവിധായികയുമായ മർസിയെ മെഷ്കിനിയും ചേർന്നാണ് തിരക്കഥ എഴുതിയിരിക്കുന്നത്. മക്മൽബഫിന്റെ മകൾ ഹന മക്മൽബഫിന്റെ എഡിറ്റിംഗ് സിനിമയുടെ ആഖ്യാനതലത്തെ രൂപഭദ്രമാക്കാൻ സഹായിക്കുന്നതാണ്.

ഇസ്ലാമിസ്റ്റ് തീവ്രവാദിയായി ഷാ ഭരണകൂടത്തിനെതിരെ പ്രവർത്തിച്ച്, പിന്നീട് ഹ്യൂമനിസ്റ്റ് ആയി മാറിയ മക്മൽബഫിന്റെ അനുഭവങ്ങൾ സിനിമയുടെ രാഷ്ട്രീയത്തെ തീർച്ചയായും സ്വധീനിച്ചിട്ടുണ്ടാവണം. മുല്ലപ്പൂ വിപ്ലവമാണ് സിനിമയ്ക്ക് പ്രചോദനം എന്ന് അദ്ദേഹം തന്നെ അഭിപ്രായപ്പെട്ടിട്ടുണ്ട്. എന്നാൽ പ്രസിഡന്റിന്റെയോ വിപ്ലവകാരികളുടെയോ മതം സംബന്ധിച്ച സൂചനകൾ ചിത്രത്തിൽ ഒരിടത്തുമില്ല. ഏകാധിപത്യം സ്വയമേവ ഒരു മതവ്യവസ്ഥയാണെന്ന് രാജ്യമെങ്ങും തൂങ്ങുന്ന പ്രസിഡന്റിന്റെ ചിത്രങ്ങൾ സൂചിപ്പിക്കുന്നു. കഥാന്ത്യത്തിൽ പ്രസിഡന്റിനെ കൊല്ലുന്നത് തടയാൻ ശ്രമിക്കുന്ന, ജനാധിപത്യത്തിനായി അയാൾ നൃത്തം വെയ്ക്കട്ടെ എന്ന് വിധിക്കുന്ന മുൻ തീവ്രവാദി ജനാധിപത്യമാണ് സമാധാനത്തിനുള്ള ഏക വഴി എന്ന വാദത്തിലാണ് ഊന്നുന്നത്. ഇയാൾ ഒരർത്ഥത്തിൽ സംവിധായകന്റെ പ്രതിപുരുഷനുമാണ്. വിപ്ലവങ്ങൾ അരാജകത്വത്തിലേക്ക് മാത്രം നയിക്കുന്നു എന്ന ലളിതവത്കരണം പക്ഷേ ചിത്രത്തിന്റെ രാഷ്ട്രീയത്തെ ആത്യന്തികമായി ദുർബലപ്പെടുത്തുന്നുണ്ട്. ജയിൽ മോചിതനായ വൃദ്ധന്റെ സംഗീതത്തിനൊപ്പം സമാധാനത്തിന്റെ നൃത്തം ചവിട്ടുന്ന പ്രസിഡന്ററിന്റെ ചെറുമകൻ ജനാധിപത്യം എന്ന വിദൂരസങ്കൽപ്പത്തിലേക്കാവണം തന്റെ ചുവടുകൾ വെയ്ക്കുന്നത്.

യുക്തിക്ക് കീഴടങ്ങാത്ത
കുഞ്ഞുലോകങ്ങൾ

വെയിലിൽ വർണ്ണച്ചിറക് വീശുന്ന തുമ്പിയെ, ചുമരിലൂടെ ഇഴഞ്ഞു നീങ്ങുന്ന പല്ലിയെ, ചുവപ്പിന്റെയും കറുപ്പിന്റെയും കൗതുകം പേറുന്ന പ്രാണികളെ ഒക്കെ ഇത്തിരിനേരമെങ്കിലും നോക്കിനിൽക്കാത്ത കുട്ടിക്കാലം ആർക്കാണുണ്ടാവുക. പുൽക്കളും പുഴുക്കളും കൂടി കുടുംബക്കാരായ ബാല്യം, അവയുടെ അറ്റ് പോയ ചിറകുകളും, ജീവൻവെടിഞ്ഞ ശരീരവും സ്വന്തം മുറിവുകളായി മനസ്സിൽ ഏറ്റ് വാങ്ങുന്നു. വളരുന്നതോടൊപ്പം ഈ നിഷ്കളങ്കത നമ്മളെ വിട്ടുപോകുന്നു. പ്രായോഗികതയുടെ തഴമ്പുകൾ പരുത്ത മനസുകളാൽ നാം അവയെക്കൊല്ലാൻ ചൂലുകൾ തിരയുന്നു. എന്നാൽ ഭിന്നശേഷിക്കാരായവരുടെ ജീവിതം ഇങ്ങനെയല്ല. വളർച്ചയുടെ വഴികളിലും ഈ നിഷ്കാപട്യം അവരെ പൊതിഞ്ഞു പിടിക്കുന്നു. അത്തരം ഒരാളായ ടമാരയുടെ നിഷ്കളങ്കമായ ഒരു പ്രവർത്തി മൂന്നുപേരുടെ ജീവിതങ്ങളെ എങ്ങനെ കൂട്ടിച്ചേർക്കുന്നു എന്ന് ലൂസിയ കരേരാസ് സംവിധാനം ചെയ്ത മെക്സിക്കൻ ചിത്രം റ്റമാര ആൻഡ് ദി ലേഡിബഗ് ആവിഷ്കരിക്കുന്നു.

മെക്സിക്കോയിലെ ഒരു നഗരപ്രാന്തത്തിലെ കുന്നിൻചെരുവിലാണ് ബുദ്ധിമാന്ദ്യമുള്ള റ്റമാര സഹോദരനൊപ്പം താമസിക്കുന്നത്. മുൻകൂട്ടി വരച്ചുവെച്ച പതിവ് വഴികളിലൂടെ മാത്രം സഞ്ചരിക്കാനും പതിവ് ദിനചര്യകളിൽ ഏർപ്പെടാനുമേ റ്റമാരക്ക് ആകൂ. അതിനപ്പുറമുള്ള വഴികളോ സാധ്യതകളോ അവർക്ക് അറിയുകയുമില്ല. ഒരു പ്രഭാതത്തിൽ അവരുടെ ഏക കൂട്ടായ, സഹോദരൻ പാക്കോയെ കാണാതാകുന്നു. സഹോദരനും, വഴിയിൽ നിന്ന് പിടിച്ചുകൊണ്ട് വന്ന് വളർത്തുന്ന പല്ലികളും, താൻ ജോലിചെയ്യുന്ന കോഫിഷോപ്പും മാത്രമാണ് റ്റമാരയുടെ ലോകം. അവിടെ പതിവ്പോലെ കുളിച്ചും, പതിവ് ഭക്ഷണം കഴിച്ചും, ഒരേ ബസിൽ ജോലിസ്ഥലത്തേക്ക് യാത്ര ചെയ്തും അവർ ജീവിക്കുന്നു. ലേഡിബഗുകളുടെ പലതരത്തിലുള്ള കളിപ്പാട്ടങ്ങളാണ് അവരുടെ മറ്റൊരു സന്തോഷം. ഇത്തരം ഒരു കളിപ്പാട്ടം വാങ്ങാനുള്ള ശ്രമത്തിൽ റ്റമാരക്ക് പതിവ് വഴി തെറ്റിപ്പോകുന്നു. ന്യൂസ്

സ്റ്റാന്റിൽ ഒറ്റക്കിരുന്ന് കളിക്കുന്ന പെൺകുഞ്ഞിനെ വഴിയിൽ നിന്ന് പല്ലികളെ പിടിക്കുന്ന അതേ ലാഘവത്തോടെ അവർ എടുത്തുകൊണ്ട് പോരുന്നു. തനിച്ചിരിക്കുന്ന കുഞ്ഞിനെ സംരക്ഷിക്കുക എന്നതിനപ്പുറം അത് കുട്ടിയുടെ മാതാപിതാക്കളെ എങ്ങനെ ബാധിക്കുമെന്നും റ്റമാരക്ക് അറിയില്ല. എങ്ങനെ പരിപാലിക്കണമെന്നോ മുഷിഞ്ഞ വസ്ത്രങ്ങൾ മാറ്റണമെന്നോ അറിയാത്ത അവർ, തന്റെ പല്ലികളെ സൂക്ഷിക്കും പോലെ കുഞ്ഞിനെ ഒരു കാർഡ്ബോർഡ് പെട്ടിയിലിട്ട് പതിവ് പോലെ ജോലിക്കിറങ്ങുന്നു. താനേറ്റവും ഇഷ്ടപ്പെടുന്ന ലേഡിബഗിന്റെ പേരിലാണ് റ്റമാര കുഞ്ഞിനെ വിളിക്കുന്നത്. മറ്റ് വിധത്തിൽ പ്രകടിപ്പിക്കാനറിയാത്ത റ്റമാരയുടെ സ്നേഹം മുഴുവൻ ലേഡിബഗ് എന്ന ആ വിളിയിലുണ്ട്.

വഴിയോരത്തെ തട്ടുകടയിൽ ഭക്ഷണം വിൽക്കുന്ന ഡോണ മാച്ചേ എന്ന മുത്തശ്ശി യാദൃശ്ചികമായാണ് റ്റമാര എടുത്തുകൊണ്ടുവന്ന കുഞ്ഞിനെക്കുറിച്ചറിയുന്നത്. തുടർന്ന് കുഞ്ഞിന്റെ ഡയപ്പർ മാറ്റാനും ഭക്ഷണം നൽകാനുമൊക്കെ അവർ റ്റമാരയെ പഠിപ്പിക്കുന്നു. കുഞ്ഞിനു വസ്ത്രങ്ങള് നൽകിയും പരിപാലിച്ചും അവർ കൂടെ നിൽക്കുന്നു. ഒപ്പം റ്റമാരയുടെ അപ്രത്യക്ഷനായ സഹോദരൻ പാക്കോയുമായി ഫോൺ വഴി ബന്ധപ്പെടാനും ശ്രമിക്കുന്നുണ്ട്. കിട്ടിയ സ്ഥലത്ത് കുഞ്ഞിനെ തിരിച്ചെത്തിക്കാൻ ശ്രമിക്കുമ്പോഴാകട്ടെ ആ സ്ഥലം പോലും റ്റമാര മറന്നുപോയിരിക്കുന്നു. തുടർന്നുള്ള ഏതാനും ദിവസം അവർ മൂന്നുപേരും ഒരു കുടുംബംപോലെ ജീവിക്കുന്നു. വിവിധകാരണങ്ങളാൽ ഒറ്റപ്പെട്ടുപോയ, സമൂഹത്തിന്റെ അരികുകളിൽ ജീവിക്കുന്ന, രണ്ട് സ്ത്രീകളെ ഒരു കുടുംബമായി ചേർത്തുനിർത്തുന്ന കണ്ണിയായി കുഞ്ഞ് മാറുന്നു. സ്വന്തം തലമുടി വൃത്തിയാക്കാൻ പോലും അറിയാത്ത ടമാരയെ ഡോണ മാച്ചേ അതെല്ലാം പഠിപ്പിക്കുന്ന രംഗങ്ങൾ സംവിധായിക ഹൃദയ സ്പർശിയായി അവതരിപ്പിച്ചിരിക്കുന്നു.ലേഡിബഗ് തട്ടിമറിച്ച ടാങ്കിൽ പെട്ട് മരിച്ചുപോകുന്ന (ചത്തുപോകുന്ന എന്നുപയോഗിക്കാൻ പോലും മടിയുണ്ടാക്കുന്നു ആ രംഗം) പല്ലിയുടെ ശവസംസ്കാരം റ്റമാരയും ഡോണമുത്തശ്ശിയും ചേർന്ന് നിർവഹിക്കുന്ന രംഗവും ഉള്ളിൽ തട്ടുന്നത് തന്നെ.

കുഞ്ഞിനെ തിരിച്ചെത്തിക്കാനുള്ള യാത്രക്കിടയിൽ പോലീസ് സ്റ്റേഷൻ, കുട്ടികൾക്കുള്ള പുനരധിവാസകേന്ദ്രം തുടങ്ങിയയിടങ്ങളെല്ലാം റ്റമാരയും ഡോണമുത്തശ്ശിയും സന്ദർശിക്കുന്നുണ്ട്. സർക്കാർ ഓഫീസുകളിലെ സമീപനരീതികളും അഴിമതിയും കൈക്കൂലി ആവശ്യപ്പെടലും എല്ലാം നമ്മളും കണ്ട് പരിചയിച്ചത് തന്നെ. അമേരിക്കയിലേക്ക് കുടിയേറിയ മക്കളാൽ വാർധക്യത്തിൽ ഉപേക്ഷിക്കപ്പെട്ടതാണ് ഡോണ മുത്തശ്ശി. വഴിയരികിൽ അവർ നടത്തുന്ന തട്ടുകടയെപ്പോലും അഴിമതിക്കാരായ പോലീസുകാർ വെറുതെ വിടുന്നില്ല. കുട്ടിയെ

തട്ടിക്കൊണ്ടുപോയ കുറ്റവാളിയായി മാത്രമേ ഈ അധികാരിവർഗ്ഗം റ്റമാരയെ കാണൂ എന്ന് ഡോണ മാച്ചേക്കറിയാം. അത് കൊണ്ട് തന്നെ വിവരങ്ങൾ തുറന്നുപറയാതെയാണ് അവർ കുട്ടിയെ തിരിച്ചേൽപ്പിക്കാൻ ശ്രമിക്കുന്നത്. ചുറ്റുപാടുമുള്ളവർ റ്റമാരയോട് പെരുമാറുന്ന രീതി ഭിന്നശേഷിക്കാരെയും, ആദിവാസി ഗോത്രവംശജരേയും മെക്സിക്കൻ സമൂഹം എങ്ങനെയാണ് കാണുന്നത് എന്നതിന്റെ വ്യക്തമായ ചിത്രം തരുന്നുണ്ട്. ബസിൽ അധിക്ഷേപം ചൊരിയുന്ന മാന്യനെന്ന് നടിക്കുന്നയാളും ആ മന്ദബുദ്ധിക്കും കുഞ്ഞോ എന്ന് ചോദിക്കുന്ന തട്ടുകടയിലെ പയ്യനും, ഈ അവഗണനയും അവജ്ഞയും കാണിക്കുന്നതിൽ ഏത് പ്രായക്കാരും ഏത് സാമ്പത്തിക സാമൂഹ്യാവസ്ഥയിൽ നിന്നുള്ളവരും ഒരുപോലെ തന്നെ എന്നാണ് കാണിക്കുന്നത്.

റ്റമാര മൊബൈൽ ഫോൺ ഉപയോഗിക്കുന്ന രംഗങ്ങൾ പരിചയിച്ച വഴികളിലൂടെ പരിചയിച്ച രീതികളിൽ മാത്രം നടക്കാനേ അവർക്ക് കഴിയൂ എന്ന് സമർത്ഥമായി കാണിച്ചുതരുന്നുണ്ട്. പരിധിക്ക്പുറത്താണ് എന്ന് ഫോണിലെ റെക്കോഡ് ചെയ്ത ശബ്ദം പറയുമ്പോളും അതിനെന്താ നമുക്ക് പറയാനുള്ളത് പറയാമല്ലോ എന്നാണ് റ്റമാര ചോദിക്കുന്നത്. ഒടുവിൽ പോലീസുകാരന്റെ സഹായത്തോടെ കുഞ്ഞിനെ തിരിച്ചേൽപ്പിച്ചപ്പോഴും ഞാൻ അതിന്റെ ഡയപ്പർ മാറ്റാൻ പഠിച്ചതാണല്ലോ എന്ന് പറഞ്ഞാണ് റ്റമാര കരയുന്നത്. അത്പോലെ തന്നെ അങ്ങേയറ്റം ഋജുവും കളങ്കമറ്റതുമാണ് ലോകത്തെപ്പറ്റിയും ചുറ്റുമുള്ളവരെപ്പറ്റിയുമുള്ള അവരുടെ ബോധ്യങ്ങളെല്ലാം. ഒരുപക്ഷേ ബുദ്ധിയുള്ളവർ എന്നഹങ്കരിക്കുന്ന നമുക്കൊന്നും ഒരിക്കലും എത്തിച്ചേരാനാവാത്ത താദാത്മ്യത്തിന്റെ അങ്ങേയറ്റം. ആ നിഷ്കളങ്കതയെ ഒട്ടും അതിശയോക്തികളില്ലാതെ ആവിഷ്കരിച്ചിരിക്കുന്നു എന്നതാണ് ഈ സിനിമയെ ഹൃദയസ്പർശിയാക്കുന്നത്. റ്റമാരയായി അഭിനയിച്ച എയ്ഞ്ചലസ് ക്രൂസ് തന്റെ ശരീര ചലനങ്ങൾ കൊണ്ട്പോലും കഥാപാത്രത്തിനോട് നീതിപുലർത്തിയിരിക്കുന്നു. എത്രയേറെ ഇരുട്ടുനിറഞ്ഞ സാഹചര്യങ്ങൾക്കിടയിലും ഒറ്റപ്പെട്ടുപോകുന്ന സ്ത്രീകൾക്കിടയിൽ പൊടിക്കുന്ന നന്മയുടെ, സ്നേഹത്തിന്റെ, പാരസ്പര്യത്തിന്റെ പച്ചകളെ മനോഹരമായി, അതിശയോക്തികളില്ലാതെ ആവിഷ്കരിക്കുന്നു എന്നതാണ് റ്റമാര ആന്റ് ദി ലേഡി ബഗ് എന്ന ചിത്രത്തിന്റെ വിജയം.

മിത്തും സിനിമയും പ്രണയത്തിന്റെ അത്ഭുതസഞ്ചാരങ്ങളും

കൊട്ടിന്റെ പെരുക്കങ്ങളിൽ നെഞ്ചിടിപ്പിന്റെ താളമലിയിച്ച് തേങ്ങലിനൊത്ത കുഴൽവിളി നാദവുമായി ഉണ്ണിയെ ത്തേടിയെത്തുന്ന പൂതം മലയാളിയുടെ പ്രിയപ്പെട്ട മിത്താണ്. ഭീകരരൂപിയായ ബീസ്റ്റിനെ പ്രണയിക്കുന്ന, ശാപമോക്ഷത്തിലേക്ക് നയിക്കുന്ന സുന്ദരിയും, തവളരാജകുമാരനെ മനുഷ്യനാക്കുന്ന രാജകുമാരിയുമൊക്കെ പലനാട്ടുകളിൽ നാടോടിക്കഥകളുടെ ഭാഗമാണ്. അത്തരം ഒരു വിചിത്രപ്രണയത്തിന്റെ കഥയാണ് മെക്സിക്കൻ സംവിധായകനായ ഗ്വില്ലെമോ ഡെൽ ടോറോ സംവിധാനം ചെയ്ത ഷേപ്പ് ഓഫ് വാട്ടർ എന്ന ചിത്രം പറയുന്നത്. വിചിത്രഭാവനകളുടെ വിഭ്രാമക ലോകങ്ങൾ പ്രേക്ഷകന് സമ്മാനിക്കുന്ന ഡെൽ ടോറോയുടെ പതിവ് ഷേപ്പ് ഓഫ് വാട്ടറും തെറ്റിക്കുന്നില്ല. മാജിക്കൽ റിയലിസത്തിന്റെ മനോഹര ആഖ്യാനതലങ്ങൾ കൊണ്ട് മാർക്കേസിനെ അനുസ്മരിപ്പിക്കുന്നു ഡെൽ ടോറോയുടെ കഥപറച്ചിൽ ശൈലി. ക്രോണോസ്, പാൻസ് ലേബിരിന്ത് തുടങ്ങിയ മുൻകാല ചിത്രങ്ങളുടെ ആഖ്യാന വഴിയേയാണ് ഷേപ്പ് ഓഫ് വാട്ടറും സഞ്ചരിക്കുന്നത്. പ്രണയത്തിന് രൂപമില്ലെന്ന മുഖ്യകഥാതന്തുവിനെ ആവിഷ്കരിക്കുമ്പോൾ തന്നെ ലൈംഗികത, അപരത്വം, എക്കോഫെമിനിസം തുടങ്ങി ഒട്ടേറെ ആശയങ്ങളെ മാജിക്കൽ റിയലിസത്തിന്റെ മൂടുപടത്തിനടിയിൽ മനോഹരമായി പ്രശ്നവത്കരിക്കുന്നുണ്ട് ഈ ചിത്രം.

1962 ൽ ശീതയുദ്ധം കൊടുമ്പിരിക്കൊണ്ട കാലത്താണ് ആ അസാധാരണപ്രണയം അരങ്ങേറുന്നത്. അതീവ സുരക്ഷയുള്ള ഒരു അമേരിക്കൻ രഹസ്യ പരീക്ഷണ ശാലയിലേക്ക് അസാധാരണമായ ഒരു പരീക്ഷണവസ്തു എത്തുന്നു, ആമസോണിലെ ഏതോ നദിയിൽ നിന്ന് പിടികൂടിയ വിചിത്ര ജലമനുഷ്യൻ. കരയിലും വെള്ളത്തിലും ശ്വസിക്കാൻ കഴിയുന്ന അയാളെ ഗവേഷണത്തിനായി ഉപയോഗിക്കാനാണ് ശാസ്ത്രജ്ഞനായ റോബർട്ട് ഹോഫ്സ്റ്റെല്ലറുടെ ആഗ്രഹം. വിചിത്രമനുഷ്യനെപ്പറ്റി പഠനം നടത്താനുള്ള പ്രൊജക്ടിന്റെ ചുമതലക്കാരനായ കേണൽ

റിച്ചാർഡ് സ്ലിക്ക്ലാന്റിന് അതിനെ കീറിമുറിച്ച് പരിശോധിക്കാനും അങ്ങനെ അത് റഷ്യക്കാരുടെ കൈയിലകപ്പെടുന്നത് തടയാനുമാണ് താല്പര്യം. ബഹിരാകാശത്ത് എത്താനുള്ള സോവിയറ്റ് യൂണിയന്റെയും അമേരിക്കയുടേയും മത്സരത്തിൽ അമേരിക്കക്ക് മേൽക്കൈ നൽകാൻ, ബഹിരാകാശത്ത് ശ്വസിക്കാൻ പുതിയ വഴികൾ കണ്ടെത്താൻ ജലമനുഷ്യനെക്കുറിച്ചുള്ള പഠനം സഹായിക്കുമെന്ന് പ്രതീക്ഷിക്കുന്നു. ലാബിലെ തൂപ്പുകാരിയായ, ഊമയായ എലീസ വിചിത്രമനുഷ്യനുമായി സൌഹൃദത്തിലാവുകയും, പിന്നീട് പ്രണയിക്കുകയും ചെയ്യുന്നു. ജലമനുഷ്യന്റെ ജീവൻ രക്ഷിക്കാൻ എലീസ നടത്തുന്ന ശ്രമങ്ങളും അവരുടെ പ്രണയസാഫല്യവുമാണ് സിനിമയുടെ സ്ഥൂലപ്രമേയം.

സ്ത്രീയും ഭീകരരൂപിയുമായുള്ള പ്രണയകഥകൾ പൊതുവേ രാക്ഷസനെ മനുഷ്യനാക്കുന്ന നന്മയുടെ ആവിഷ്കാരങ്ങളാണ്. സ്ത്രീക്കും പ്രണയത്തിനും അങ്ങനെ ഒരേസമയം ദിവ്യത്വം കൽപ്പിക്കപ്പെടുന്നു. ഈ കഥകളിലെല്ലാം സ്ത്രീ അതിസുന്ദരിയായ രാജകുമാരിയും, ഒരു ചുംബനം കൊണ്ട് മൃഗീയതയിൽ നിന്ന് മാനവികതയിലേക്ക് പുരുഷനെ ഉയർത്താൻ കെൽപ്പുള്ളവളുമാണ്. പുരുഷകേന്ദ്രീകൃതസമൂഹം സ്ത്രീയിൽ നിന്ന് പ്രതീക്ഷിക്കുന്ന നന്മകളുടെ പ്രതിരൂപങ്ങളാണ് ഈ രാജകുമാരിമാർ. അവർ ഏത് നരകത്തിൽ നിന്നും പുരുഷനെ എടുത്തുയർത്തി രക്ഷിക്കുന്ന സർവ്വംസഹകളാകുന്നത് അതിനാൽ തന്നെ ഒട്ടും യാദൃശ്ചികവുമല്ല. ഈ ആഖ്യാനലോകത്തെ ഷേപ്പ് ഓഫ് വാട്ടർ അട്ടിമറിക്കുന്നു.പ്രണയത്തിന്റെ വിശുദ്ധിയാൽ മൃഗത്തിന്റെ രൂപം മാറ്റുകയല്ല, അതേ രൂപത്തിൽ തന്നെ പ്രണയിക്കാനാകുമെന്ന് തെളിയിക്കുകയാണ് എലീസ ചെയ്യുന്നത്. പ്രണയത്തിനോ പ്രണയിക്കോ രൂപമില്ല, ഏത് പാത്രത്തിലും നിറയുന്ന ജലംപോലെയാണ് പ്രണയം എന്ന് സിനിമ പ്രഖ്യാപിക്കുന്നത് ഇങ്ങനെയാണ്. നാടോടിക്കഥകളിലെ സുന്ദരിയായ രാജകുമാരിക്ക് പകരം തൂപ്പുകാരിയായ, സുന്ദരിയല്ലാത്ത, സംസാരിക്കാനാവാത്ത എലീസ നായികയാകുമ്പോഴും പതിവ് വീക്ഷണങ്ങൾ തകിടംമറിയുന്നു. പുരുഷന്റെ പെണ്ണിനെക്കുറിച്ചുള്ള പ്രതീക്ഷകളെ പാടേ നിരാകരിക്കുന്നില്ലെങ്കിലും അതിനെ ഡെൽ ടോറോ പൊളിച്ചെഴുതുന്നതായി കാണാം.

അപരത്വത്തോടുള്ള ഭീതിയാണ് രാക്ഷസൻ എന്ന സങ്കൽപ്പത്തിന്റെ പോലും ആവിർഭാവത്തിനു പിന്നിൽ. നിറം, വർഗ്ഗം, മതം, ശാരീരികസവിശേഷതകൾ എന്നിവയുടെയെല്ലാം അടിസ്ഥാനത്തിൽ മനുഷ്യർ നിരന്തരം താന്താങ്ങളിൽ അപരവത്കരിക്കപ്പെടുന്നു. ഒറ്റയായി അവരവരുടെ ലോകങ്ങളിൽ, പ്രത്യേക ലക്ഷ്യങ്ങളില്ലാതെ വെറുതേ ജീവിച്ചുപോകുന്നവരുടെ കഥ കൂടിയാണിത്. നായികയായ എലീസ

അനാഥത്വം, വൈകല്യം എന്നിവ കൊണ്ട് ഒറ്റപ്പെടൽ അനുഭവിക്കുന്നവളാണ്. അയൽവാസിയായ ജൈൽസും സഹപ്രവർത്തകയായ സെൽഡയും മാത്രമാണ് അവളുടെ നിലനിൽപ്പിനെപ്പോലും അംഗീകരിക്കുന്നത്. ഘടികാരത്തിന്റെ ചലനങ്ങൾക്കൊത്ത് ക്രമപ്പെടുത്തിയതും, സ്വയംഭോഗത്തിനുപോലും നിശ്ചിതസമയം നിർണ്ണയിക്കപ്പെട്ടതുമാണ് എലീസയുടെ ജീവിതം. ഈ ലോകത്തേക്കാണ് രൂപസവിശേഷത കൊണ്ട് അപരവത്കരിക്കപ്പെട്ട, അക്കാരണത്താൽ തന്നെ ആക്രമിക്കപ്പെടുന്ന ജലമനുഷ്യൻ കടന്നുവരുന്നത്. എലീസയെപ്പോലെ അയാൾക്കും 'സാധാരണ' മനുഷ്യരുടെ ഭാഷ അന്യമാണ്. രണ്ട് അപരസ്വത്വങ്ങൾ തമ്മിലുള്ള കൂടിച്ചേരലാണ് അവരുടെ പ്രണയത്തിൽ സംഭവിക്കുന്നത്. മറ്റുള്ളവരെപ്പോലെ ഊമയോടുള്ള സഹതാപമോ അവജ്ഞയോ കൂടാതെ സാധാരണ മനുഷ്യരെപ്പോലെ തന്നെ കാണുന്ന ഒരേയൊരാൾ ജലമനുഷ്യനാണെന്ന് എലീസ പറയുമ്പോൾ കാലങ്ങളായി അവൾ അനുഭവിക്കുന്ന ഒറ്റപ്പെടലിന്റെ തീവ്രതയാണ് വ്യക്തമാകുന്നത്. എലീസയുടെ സുഹൃത്തായ ജൈൽസും സ്വന്തം ലൈംഗിക ചോദന മറ്റുള്ളവരിൽ നിന്ന് വിഭിന്നമായതിനാൽ ഒറ്റപ്പെടൽ അനുഭവിക്കുന്നയാളാണ്. സ്വവർഗ്ഗാനുരാഗിയായ അയാളും അങ്ങനെ സാധാരണത്വത്തിൽ നിന്ന് അപരവത്കരിക്കപ്പെട്ടിരിക്കുന്നു. താൻ ജനിച്ചത് ഒരു പക്ഷേ കാലത്തിന് മുൻപോ ശേഷമോ ആയിരിക്കാമെന്ന് ഒരു സന്ദർഭത്തിൽ ജൈൽസ് പറയുന്നുമുണ്ട്. കറുത്തവൾ, തൂപ്പുകാരി തുടങ്ങിയ കാരണങ്ങൾ എലീസയുടെ സുഹൃത്ത് സെൽഡയേയും പാർശ്വവത്കരിക്കുന്നുണ്ടാവാം. ഇങ്ങനെ പലകാരണങ്ങളാൽ അപരസ്ഥാനത്ത് നിർത്തപ്പെട്ടവരുടെ കൂടിച്ചേരലാണ് സിനിമയിൽ സംഭവിക്കുന്നത്.

മൃഗവും സ്ത്രീയുമായുള്ള കഥകൾ അടക്കിവെക്കപ്പെട്ട വിചിത്രമായ ലൈംഗിക കാമനകളുടെ കഥകൾ കൂടിയാണ്. ഒറ്റപ്പെട്ടവരുടെ പ്രണയം പ്രധാന ഇഴയായിരിക്കുമ്പോൾ തന്നെ, സമൂഹത്താൽ അവഗണിക്കപ്പെട്ട സ്ത്രീയുടെ ലൈംഗിക കാമനകളുടെ സാക്ഷാത്കാരത്തെക്കൂടി ഷേപ്പ് ഓഫ് വാട്ടർ ആവിഷ്കരിക്കുന്നതായി ക്കാണാം. നിശ്ചയിക്കപ്പെട്ട സമയപരിധിയിൽ എന്നും രാവിലെ ബാത്ത്ടബിനകത്ത് നിർവഹിക്കപ്പെടുന്ന സ്വയംഭോഗത്തിൽ നിന്ന്, പ്രണയിക്കുന്ന രണ്ടുപേർ തമ്മിലുള്ള രതിയിലേക്കുള്ള എലീസയുടെ ഉയർച്ചകൂടിയാണ് ജലമനുഷ്യനുമായുള്ള ബന്ധം. ദമിതമാക്കപ്പെട്ട സ്ത്രീയുടെ ലൈംഗികത തേടുന്ന സ്വാതന്ത്ര്യത്തിന്റെ പുതിയമാനങ്ങൾ പ്രണയം എലീസക്ക് സമ്മാനിക്കുന്നു. പങ്കാളിയുടെ രൂപത്തെക്കുറിച്ചുള്ള പരിഗണനകൾ, അസാധാരണത്വത്തെക്കുറിച്ചുള്ള ആശങ്കകൾ

ഇവയെല്ലാം അതോടൊപ്പം അപ്രസക്തമാക്കപ്പെടുന്നു. ചുംബനത്താൽ മൃഗത്തെ സാധാരണക്കാരനാക്കുകയല്ല ആ അസാധാരണത്വത്തെ തന്റേതുകൂടിയാക്കുകയാണ് എലീസ ചെയ്യുന്നത്. അത് പോലെ തന്നെ ജൈൽസിന്റെ സ്വവർഗ്ഗ ലൈംഗികാഭിമുഖ്യവും സമൂഹത്തിന്റെ നടപ്പ് ശീലങ്ങളോട് ചേർന്ന്പോകുന്നതല്ല. പൈ വിൽക്കുന്ന കടയിൽ എന്നും പ്രണയിയെ തേടിയെത്തുന്ന ജൈൽസിന്റെ കാമനകൾ പക്ഷേ സാക്ഷാത്കരിക്കപ്പെടുന്നില്ല. അയാളുടെ ഭിന്നലൈംഗികതയെ ഉൾക്കൊള്ളാനുള്ള വിവേകത്തിലേക്ക് അന്നത്തെ സമൂഹം ഉയരാത്തതാണ് ജൈൽസിനെ പരാജിതനാക്കുന്നത്.

പുരുഷനും പ്രകൃതിയുമായുള്ള ബന്ധം എതിരാളിയുടെയും കീഴടക്കലിന്റേതുമാവുമ്പോൾ സ്ത്രീയും പ്രകൃതിയുമായുള്ള ബന്ധം സമരസപ്പെടലിന്റെയും സഹവർത്തിത്വത്തിന്റെയുമാണ്. ജലമനുഷ്യനും എലീസയുമായുള്ള ബന്ധം സൂക്ഷ്മതലത്തിൽ ആവിഷ്കരിക്കുന്നത് എക്കൊഫെമിനിസത്തിന്റെ ഈ ആശയത്തെക്കൂടിയാണ്. ആമസോണിലെ ആദിവാസികൾ ജലത്തിന്റെ ദൈവമായി ആരാധിക്കുന്ന ജലമനുഷ്യനെ ദുര മൂത്ത ഭരണകൂടം പിടികൂടി ആക്രമിക്കുന്ന കഥപറയുമ്പോൾ പ്രകൃതിയുടേയും ജലസ്രോതസ്സുകളുടെയും മേലുള്ള ലാഭക്കൊതിമൂത്ത കടന്നുകയറ്റങ്ങൾ കൂടി സൂചിപ്പിക്കപ്പെടുന്നുണ്ട്. ജലമനുഷ്യനെ തന്റെ ലോകത്തിനൊത്ത് പാകപ്പെടുത്തുകയല്ല, അയാൾക്കൊപ്പം പ്രകൃതിയിലേക്ക് മടങ്ങുകയാണ് എലീസ. ആ സ്വാഭാവിക ആവാസവ്യവസ്ഥമാത്രമാണ് അവർക്ക് സ്വതന്ത്രമായ പ്രണയത്തിന്റെ ലോകം വാഗ്ദാനം ചെയ്യുന്നത്. ജലത്തെ മുതലാക്കി, അസെറ്റ് എന്ന വാക്ക് ചിത്രത്തിൽ പലവട്ടം ആവർത്തിക്കപ്പെടുന്നു, അധീനപ്പെടുത്താനുള്ള ശ്രമങ്ങളാണ് ഇവിടെ ചെറുത്തുതോൽപ്പിക്കപ്പെടുന്നത്.

ശീതയുദ്ധകാലത്തെ രാഷ്ട്രീയ വടംവലികളുടെ കഥകൂടിയാണ് ഷേപ്പ് ഓഫ് വാട്ടർ. പരസ്പരം മത്സരിക്കുന്ന തിരക്കിൽ മൂല്യങ്ങൾ വിസ്മരിക്കപ്പെടുന്നതെങ്ങനെ എന്ന് സിനിമ ആവിഷ്കരിക്കുന്നു. മനുഷ്യരും, ജീവികളുമെല്ലാം രാഷ്ട്രങ്ങൾ തമ്മിലുള്ള പടക്കളത്തിലെ ചതുരംഗക്കരുക്കൾ മാത്രമായി മാറുന്നത് ചിത്രത്തിൽ കാണാം. മൈക്കൽ ഷാനൺ അവതരിപ്പിച്ച മേജർ സ്ട്രിക്ക്‌ലാന്റ് എന്ന കഥാപാത്രത്തിനെ ചിത്രത്തിലെ യഥാർത്ഥ ഭീകരജീവിയാക്കിമാറ്റുന്നത് ആ പശ്ചാത്തലമാണ്. തങ്ങൾക്കുപയോഗപ്പെടാത്തതിനെ നശിപ്പിച്ചുകളയുക എന്നതാണ് ഇരുപക്ഷത്തിന്റെയും തത്വശാസ്ത്രം. അക്കാലത്ത് നിലനിന്ന ലിംഗപരവും, തൊഴിൽപരവും, വംശീയവുമായ മുൻവിധികളെക്കൂടി ചിത്രം ആവിഷ്കരിക്കുന്നു. താരതമ്യേന അപ്രശസ്തമായ താരനിര അഭിനയത്തിന്റെ സൂക്ഷ്മത കൊണ്ട് ചിത്രത്തിന്റെ വൈകാരിക

തലങ്ങളെ അവിസ്മരണീയമാക്കുന്നു. എലീസയെ അവതരിപ്പിച്ച സാലി ഹോക്കിൻസ്, സെൽഡയായ ഒക്ടേവിയ സ്പെൻസർ, ജൈൽസായി അഭിനയിച്ച റിച്ചാഡ് ജെങ്കിൻസ് എന്നിവരെല്ലാം ഓസ്കാർ അവാർഡിനായി പരിഗണിക്കപ്പെട്ടിരുന്നു. മികച്ച ചിത്രം, സംവിധായകൻ എന്നിവയുൾപ്പടെ നാല് പുരസ്കാരങ്ങൾ ചിത്രം നേടുകയും ചെയ്തു. വെനീസ് അന്താരാഷ്ട്ര ചലച്ചിത്ര മേളയിൽ ഗോൾഡൻ ലയൺ പുരസ്കാരം ഉൾപ്പടെ മറ്റ് ഒട്ടേറെ പുരസ്കാരങ്ങളും നേടുകയുണ്ടായി.

വിവർത്തനത്തിൽ നഷ്ടമാകുന്ന കവിതപോലെയാണ്, സിനിമയിലെ മാജിക്കൽ റിയലിസത്തെ എഴുത്തിലൂടെ ആവിഷ്കരിക്കുമ്പോഴും. സിനിമയുടെ തുടക്കവും അവസാനവും, ജലമനുഷ്യന്റെ ചുംബനത്താൽ എലീസയിൽ വിടരുന്ന ചെകിളപ്പൂവുകൾ, കുളിമുറിയിൽ വെള്ളം നിറച്ചുള്ള പ്രണയരംഗം തുടങ്ങി ഭാഷക്ക് വഴങ്ങാത്ത ഒട്ടേറെ മനോഹരദൃശ്യങ്ങൾ ചിത്രത്തിലുണ്ട്. സിനിമ ആവിഷ്കരിക്കുന്ന മനോഹരഭാവതലങ്ങൾ വാക്കുകളിലേക്ക് പരിഭാഷപ്പെടുത്താൻ ആകുന്നതല്ല എന്നതാണ് അതിന്റെ സൗന്ദര്യം. പ്രണയത്തിന്റെ നിരാകാരത്വം പോലെ അത് അനുഭൂതികളുടെ രഹസ്യ ഉദ്യാനങ്ങളിൽ മാത്രം പാർപ്പുറപ്പിക്കുന്ന, വാക്കുകൾക്കപ്പുറമുള്ള രഹസ്യലോകങ്ങളെ പ്രേക്ഷകന് വാഗ്ദാനം ചെയ്യുന്നു.

മരണത്തിനും ജീവിതത്തിനുമിടയിലെ ചില ദൈനംദിന യാഥാർത്ഥ്യങ്ങൾ

സംസാരചക്രത്തിൽ നിന്ന്, ജനനത്തിന്റേയും മരണത്തിന്റെയും ആവർത്തനങ്ങളിൽ നിന്നുള്ള മോചനമായാണ് ഹിന്ദു ഫിലോസഫി മോക്ഷം അഥവാ മുക്തിയെ നിർവചിക്കുന്നത്. ഹിന്ദുമതത്തിന്റെ ഏറ്റവും പരിശുദ്ധസ്ഥാനങ്ങളിലൊന്നായി കണക്കാക്കപ്പെടുന്ന വാരാണസിയിൽ വെച്ചുള്ള മരണം മോക്ഷത്തിലേക്കുള്ള നേർ ടിക്കറ്റ് ആണെന്നും വിശ്വസിക്കപ്പെടുന്നു. മോക്ഷം തേടി വാരാണസിയിലെത്തുന്ന അച്ഛന്റേയും, അദ്ദേഹത്തെ അനുഗമിക്കുന്ന മകന്റെയും കഥയാണ് മുക്തി ഭവൻ പറയുന്നത്. മുക്തി-ഭവൻ അഥവാ ഹോട്ടൽ-സാൽവേഷൻ എന്നിങ്ങനെ വിഭിന്നധ്രുവങ്ങളിൽ നിൽക്കുന്ന രണ്ടുവാക്കുകൾ ചേർത്ത് വെയ്ക്കുമ്പോൾ ഉണ്ടാകുന്ന വിരുദ്ധോക്തിയെ ന്യായീകരിക്കും വിധം സൂക്ഷ്മമായ നർമ്മവും, പരിഹാസവും ഈ ചിത്രം കാത്തു സൂക്ഷിക്കുന്നുണ്ട്. വിശുദ്ധ നഗരമായി കണക്കാക്കുന്ന വാരണാസിയിൽ മോക്ഷത്തിന്റെ പേരിൽ നടക്കുന്ന കച്ചവടത്തിന്റെ കൂടി സൂചനയാണ് ചിത്രത്തിന്റെ പേര്. സംവിധായകനായ ശുഭാശിഷ് ഭൂട്ടിയാനിയുടെ ആദ്യ ഫീച്ചർചിത്രമാണ് മുക്തി ഭവൻ. വെനീസ് അടക്കം പ്രമുഖ ചലച്ചിത്രമേളകളിലും ദേശീയ ചലച്ചിത്ര അവാർഡിലും മുക്തി ഭവൻ പുരസ്കാരങ്ങൾ നേടി.

പ്രിയപ്പെട്ടവരുടെ വേർപാടിന്റെ ദുഖത്തിനും തുടർന്ന് തനിക്ക് ജീവിച്ച് തീർക്കേണ്ട ജീവിതത്തിന്റെ ഉത്തരവാദിത്വങ്ങൾക്കുമിടയിൽ കുടുങ്ങിപ്പോകുന്ന മനുഷ്യർ നമ്മുടെയൊക്കെ തന്നെ അനുഭവങ്ങളിലും കാഴ്ചകളിലും പലവട്ടം ആവര്ത്തിക്കപ്പെട്ടിട്ടുണ്ടാവും. ആത്മാർഥമായി ദുഖിക്കാൻ പോലുമുള്ള കഴിവാണ് തുടർന്നുള്ള ജീവിതം ആവശ്യപ്പെടുന്ന ഉത്തരവാദിത്വങ്ങൾ മനുഷ്യരിൽ നിന്ന് ചോർത്തിക്കളയുക. ഔദ്യോഗികവും കുടുംബപരവുമായ ബാഹ്യലോകം ചെലുത്തുന്ന സമ്മർദ്ദങ്ങൾ മാതാപിതാക്കളോടുള്ള കടമകൾ നിർവഹിക്കുന്നതിൽ പോലും പിന്നോട്ടടിപ്പിക്കുന്നു.തൊഴിലിനും വീടിനും ഇവയുടെ അറ്റം കാണാത്ത കുരുക്കുകൾക്കുമിടയിൽ കുടുങ്ങിക്കിടക്കുന്നവരാണ് പുതുതലമുറയിൽ പെട്ട മിക്കവരും. അത്തരം മക്കളുടെയാകെ പ്രതിനിധിയാണ്

ചിത്രത്തിലെ ഒരു പ്രധാന കഥാപാത്രമായ രാജീവ്. ആഗ്രഹങ്ങൾ നിറവേറ്റാനും, വേണ്ട വിധം പരിചരിക്കാനും കഴിയാത്ത നിസഹായതയും അതിൽ നിന്നുളവാകുന്ന ക്രോധവും തുടർന്നുണ്ടാകുന്ന കുറ്റബോധവും അവസാനം മരണമെത്തുമ്പോൾ തീവ്രമാകുന്ന ദുഖവും നഷ്ടബോധവുമൊക്കെ ആധുനികകാലത്തെ അച്ഛൻ(അമ്മ)/മകൻ(മകൾ) ബന്ധങ്ങളിൽ സർവ്വസാധാരണമാണ്. ഒരുപക്ഷേ മനുഷ്യനുണ്ടായ കാലം മുതൽ അതങ്ങനെയാണെന്നും വരാം.

മരണത്തിനുള്ള സമയം സ്വയം തിരഞ്ഞെടുത്ത് വാരാണസിയിലെത്തുന്ന ദയാനന്ദ് കുമാർ എന്ന അച്ഛന്റേയും രാജീവ് എന്ന മകന്റെയും കഥയാണിത്. കാശിയിൽ വെച്ച് മരണം കൊതിച്ചെത്തുന്ന മോക്ഷഭിക്ഷുക്കളായ മനുഷ്യരെ അവിടെ താമസിച്ച് മരിക്കാൻ സഹായിക്കുന്ന പാർപ്പിടമാണ് മുക്തി ഭവൻ. ഇതുവരെ മുറി ഒഴിവുണ്ടായിരുന്നില്ല, ഇന്നു രാവിലെയാണ് നിങ്ങളുടെ ഭാഗ്യം കൊണ്ട് ഒരു മുറി ഒഴിഞ്ഞത് എന്നാണ് അവിടെയെത്തുന്ന ഓരോരുത്തരും എല്ലായ്പ്പോഴും സ്വാഗതം ചെയ്യപ്പെടുന്നത്. ഒരാളുടെ മരണം മറ്റൊരാളുടെ ഭാഗ്യമായി മാറുന്ന, കീർത്തനങ്ങളുടെ ഭക്തിസാന്ദ്രതയ്ക്കൊപ്പം സീരിയൽ സംഭാഷണങ്ങളുടെ ലൌകികതയും മുഴങ്ങുന്ന വിചിത്രമായ ഇടം. പതിനഞ്ച് ദിവസം മാത്രമാണ് ഇവിടെ മുറി വാടകയ്ക്ക് നല്കുക. ഇതിനുള്ളിൽ മരണമെത്തിയില്ലെങ്കിൽ നിരാശനായി വീട്ടിലേക്ക് മടങ്ങേണ്ടി വരും. അല്ലെങ്കിൽ മാനേജരായ മിശ്രാജിയുടെ സഹായത്താൽ രജിസ്റ്ററിൽ മറ്റൊരു കള്ളപ്പേരെഴുതിച്ചേർത്ത് മരണത്തെ കാത്തിരിക്കാം.മരണവും ജീവിതവും മരണത്തിനായുള്ള കാത്തിരിപ്പിനിടയിലെ സംഘർഷങ്ങളും

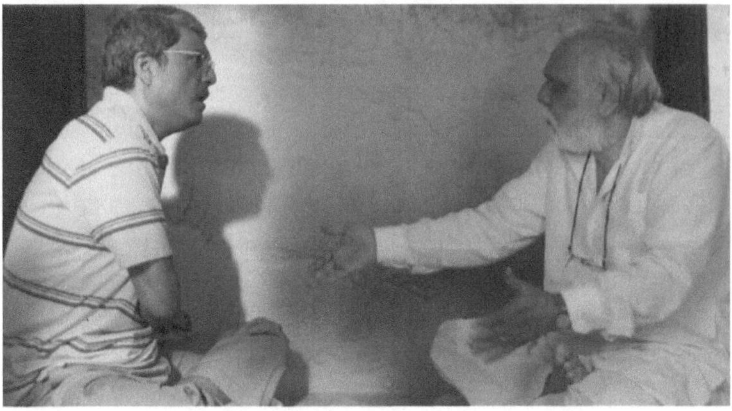

കൊണ്ട്, മരണസാങ്കേതത്തെക്കുറിച്ചുള്ള സാധാരണ പ്രതീക്ഷകൾക്ക് വിരുദ്ധമായി, സജീവമാണ് അവിടം.

മരണം, ജീവിതം എന്നീ ദ്വന്ദ്വങ്ങൾക്കിടയിലെ മനുഷ്യരുടെ നെട്ടോട്ടങ്ങൾ സിനിമയുടെ മുഖ്യപ്രമേയമാകുമ്പോൾ തന്നെ, അച്ഛന് മകനോടും മകന് അച്ഛനോടുമുള്ള ബന്ധം വാര്ധക്യത്തിലെത്തുമ്പോൾ എങ്ങനെയെല്ലാം പാകപ്പെടുന്നു എന്നുകൂടിയാണ് മുക്തി ഭവൻ ആവിഷ്കരിക്കുന്നത്. അച്ചടക്കത്തിൽ കണിശക്കാരനായ അച്ഛനെ ചെറുപ്പത്തിൽ ഭയമായിരുന്ന മകൻ കുടുംബനാഥനാകുമ്പോൾ ചില സന്ദർഭങ്ങളിൽ അച്ഛനെ പരിഹസിക്കാൻ പോലും തയ്യാറാകുന്നു. എന്നാൽ ഭയത്തിന്റെയും ബഹുമാനത്തിന്റെയും ബാക്കി നിൽക്കുന്ന നേർത്ത നൂലിഴ കടമ നിർവഹിക്കലുകൾക്ക് അപ്പുറത്തുള്ള സ്നേഹപ്രകടനങ്ങളിൽ നിന്ന് രണ്ടുപേരെയും തടഞ്ഞുനിർത്തുകയും ചെയ്യുന്നു. രാജീവും അച്ഛനും തമ്മിലുള്ള ബന്ധം ഇങ്ങനെയായിരിക്കുമ്പോൾ തന്നെ പുതുതലമുറയിൽ പെട്ട രാജീവിന്റെ മകൾ ഇത്തരം സന്ദിഗ്ധതകളിൽ നിന്ന് മുക്തയാണെന്നും കാണാം. കാലാന്തരത്തിൽ ബന്ധങ്ങളിൽ വന്ന തുറസ്സുകൾ പുതുതലമുറയെ മനസ്സിലുള്ളത് പ്രകടിപ്പിക്കാൻ, സ്നേഹത്തെ ആഘോഷമാക്കാൻ പഠിപ്പിച്ചിട്ടുണ്ട്. അതിന്റെ ഫലങ്ങൾ ഇന്ന് നമ്മുടെ കുടുംബാന്തരീക്ഷങ്ങളിൽ പ്രതിഫലിക്കുന്നതും കാണാം. എങ്കിലും, പഠിക്കാനുള്ള പുസ്തകം വാങ്ങാൻ അമ്മ വഴി അച്ഛനെ അറിയിക്കുന്ന കാലത്ത് നിന്ന് അച്ഛനും മക്കളും കൂട്ടുകാരകുന്ന പുതിയകാലത്തേക്ക് രാജീവ് നടന്നെത്തിയിട്ടില്ല. . അച്ഛനാവട്ടെ പരിഹസിച്ചും വഴക്കുപറഞ്ഞും താനില്ലാതാക്കിയ മകന്റെ സർഗ്ഗാത്മകതയെ വാർദ്ധക്യത്തിൽ കുറ്റബോധത്തോടെ ഓർക്കുന്നു. വൈകിയ വേളയിലെ ഈ തിരിച്ചറിവുകൾ അച്ഛനും മകനുമിടയിലെ ബഹുമാനം കലർന്ന അകൽച്ചയെ ഒട്ടൊക്കെ ഇല്ലതാക്കുന്നുമുണ്ട്.

വാർധക്യത്തിന്റെ ഭാഗമായ വാശികളും ബാലിശമായ നിർബന്ധങ്ങളും കാണിക്കുന്ന അച്ഛനും, അവയെ എങ്ങനെ നേരിടണം എന്നറിയാത്ത മകനും തമ്മിലുള്ള സംഘർഷങ്ങളിൽ ഉൾച്ചേരുന്ന ലാഘവത്വം മരണം പ്രമേയമായ ചിത്രത്തിന് സ്വാഭാവികമായ വൈരസ്യത്തിൽ നിന്ന് മുക്തിഭവനെ കുറേയൊക്കെ രക്ഷിക്കുന്നുണ്ട്. മരണം, മോക്ഷം തുടങ്ങിയ അതീതജീവിത സങ്കൽപ്പങ്ങളിൽ കുടുങ്ങിക്കിടക്കുന്നയാളാണ് അച്ഛനെങ്കിൽ ദൈനംദിന ജീവിതത്തിന്റെ യാഥാർത്ഥ്യങ്ങളാൽ, മകൻ വരിഞ്ഞുമുറുക്കപ്പെട്ടിരിക്കുന്നു. കസ്റ്റമർ, ടാർഗറ്റ്, ഓഫീസ് എന്നിങ്ങനെ ചുരുങ്ങിയ വാചകങ്ങൾ കൊണ്ട് അയാളുടെ ജീവിതത്തെ എളുപ്പത്തിൽ നിർവചിക്കാം. മരിക്കാൻ തയ്യാറായ അച്ഛനെയും കൊണ്ട് വാരാണസിക്ക് പോകാൻ മടിക്കുന്നതിലെ ഒരു കാരണം അദ്ദേഹത്തിന്റെ ആസന്നവിയോഗത്തെക്കുറിച്ചുള്ള ദുഖമാണെങ്കിൽ മറ്റൊരുകാരണം നിത്യജീവിതത്തിൽ ഉത്തരം കണ്ടെത്തേണ്ട പ്രശ്നങ്ങളാണ്. അച്ഛന്റെ സങ്കൽപ്പവും മകന്റെ യാഥാർത്ഥ്യവും പരസ്പരം രഞ്ജിക്കുന്നേയില്ല*

മകളുടെ കല്യാണം നടത്തിവെച്ച് സ്വസ്ഥനാകാൻ ശ്രമിക്കുന്നതും അയാളിലെ പ്രായോഗികവാദിയാണ്. ഭാവിയെക്കുറിച്ചോർത്തോർത്ത് വർത്തമാനത്തിൽ ജീവിക്കാൻ മറന്നുപോകുന്ന സാധാരണ മനുഷ്യരുടെ പ്രതിനിധിയാണയാൾ. വാരാണസിയിലേക്കുള്ള വഴിയിലൊരിടത്ത് താറാവുകൾക്ക് തീറ്റ കൊടുക്കുന്ന അച്ഛനും അക്ഷമനായി അത് നോക്കിനിൽക്കുന്ന മകനുമടങ്ങുന്ന ഒറ്റ രംഗം തന്നെ സിനിമയുടെ ഉള്ളടക്കത്തിന്റെ സംഗ്രഹമാണ്.

വാർദ്ധക്യത്തിന്റെ കൊച്ചുകൊച്ചു സന്തോഷങ്ങൾ സിനിമകൾക്ക് ഏറെയൊന്നും വിഷയമാകാറില്ല. എന്നാൽ, സമപ്രായക്കാരുമായുള്ള കൂട്ടുകൂടലും, സംഘം ചേർന്നുള്ള സീരിയൽ കാണലുമെല്ലാം മരണത്തെ വരിക്കാൻ വാരണാസിയിൽ എത്തിയവർക്കിടയിലും സംഭവിക്കുന്നുണ്ട്. മരണത്തിന്റെ തൊട്ടടുത്ത് നിൽക്കുമ്പോഴും ഒരു കൂട്ടുകാരിയെ കണ്ടെത്തുന്ന ജീവിതത്തിന്റെ മറിമായങ്ങൾ ജീവിതത്തെ സ്നേഹിക്കാൻ പ്രേക്ഷകനെക്കൂടി പ്രേരിപ്പിക്കും. പേരക്കുട്ടിക്കൊപ്പം ഭാംഗ് സർബത്ത് കുടിച്ചും കാഴ്ചകൾ കണ്ട് ആവേശം പൂണ്ടും നടക്കുന്ന, മരണസന്നദ്ധനായ മുത്തച്ഛൻ ജീവിതത്തെക്കുറിച്ചുള്ള ചില മുൻവിധികളെയെങ്കിലും ചോദ്യം ചെയ്യുന്നു എന്നതും ഈ സിനിമ അവശേഷിപ്പിക്കുന്ന കാഴ്ചകളിൽ ഒന്നാണ്.

ശവമഞ്ചങ്ങളുടെയും മൃതശരീരങ്ങൾക്കുമേൽ പടരുന്ന അഗ്നിയുടേയും ദൃശ്യങ്ങൾക്കൊപ്പം ഗംഗയുടെ ഭാവങ്ങളും മനോഹരമായി കാമറ പകർത്തിവെച്ചിരിക്കുന്നു. അഭിനേതാക്കളുടെ പ്രകടനം കൊണ്ടും ചിത്രീകരണം കൊണ്ടും മികച്ചുനിൽക്കുമ്പോഴും സിനിമയ്ക്ക് തനതായ

ഒരു ജൈവികഭാഷ മുക്തി ഭവന് പലപ്പോഴും അന്യമാകുന്നുണ്ട്. മികച്ച ദൃശ്യങ്ങളുടെ മികച്ചതല്ലാത്ത കൊളാഷ് ആയി അത് പലപ്പോഴും മാറിപ്പോകുന്നു. എങ്കിലും, മരണം പോലെ അതിവൈകാരികതയിലേക്ക് എളുപ്പം വഴുതാവുന്ന ഒരു വിഷയത്തെ പക്വമായി കൈകാര്യം ചെയ്യുന്നു എന്നത് ഈ ചിത്രത്തിന്റെ വിജയം തന്നെയാണ്.

*എങ്ങനെ രഞ്ജിക്കുവാനാണെന്നുടെ സങ്കൽപ്പവും നിന്നുടെ യാഥാർത്ഥ്യവും- വൈലോപ്പിള്ളി

ബാല്യം, നൈതികത, സമരം: എലിസബത്ത് ഏകാദശിയുടെ കാഴ്ചാഭൂമികകൾ

വലിയവർക്കു മനസ്സിലാവാത്ത, അല്ലെങ്കിൽ വലുതാകുമ്പോൾ നാമെല്ലാം മറന്നുപോകുന്ന, നഷ്ടപ്പെടുത്തിക്കളയുന്ന ഒരു അനുഭവലോകമുണ്ട്, കുട്ടികൾക്ക് സ്വന്തമായി. അതിന് സ്വന്തമായ നൈതികതകളുണ്ട്. ബാഹ്യലോകത്തിന്റെ സ്വാധീനം കാരണമായും സ്വയമേവയും ഉരുവം കൊള്ളുന്ന ഒരു ആന്തരിക മൂല്യവ്യവസ്ഥയുണ്ട്. പ്രധാനമെന്ന് തങ്ങൾക്ക് തോന്നുന്നതിന് വേണ്ടി പോരാടാനുള്ള മനസ്സും വീറും നൽകിക്കൊണ്ട് കൂടിയാണ് ഈ ആന്തരിക വ്യവസ്ഥിതി കുട്ടികൾക്കുള്ളിൽ പ്രവർത്തിക്കുന്നത്. ബാല്യത്തിന്റെ ഈ വ്യതിരിക്ത സുന്ദരലോകത്തെ അതിന്റെ സ്വാഭാവികതയോട് കൂടി സിനിമയിലേക്ക് പകർത്തിവെയ്ക്കുക, അതിന്റെ വിശദാംശങ്ങളെ കഥാഗതിയിലേക്ക് ഉൾച്ചേർക്കുക എന്നത് മികച്ച സംവിധായകരെ സംബന്ധിച്ചുപോലും അത്രയെളുപ്പവുമല്ല. അത് കൊണ്ടാണ് കുട്ടികളുടെ സിനിമകൾ മടുപ്പിക്കുന്ന ഗിരിപ്രഭാഷണങ്ങളും, കുഞ്ഞുവായിലെ വലിയ വർത്തമാനങ്ങളുമായി പലപ്പോഴും ഒതുങ്ങിപ്പോകുന്നത്. എലിസബത്ത് ഏകാദശി എന്ന ചെറിയ മറാത്തി ചിത്രം വ്യത്യസ്തമാകുന്നത് അത് കുട്ടികളെ കുട്ടികളായി, അവരുടെ സ്വാഭാവിക നിഷ്കളങ്കതയോടെ അവതരിപ്പിക്കുന്നത് കൊണ്ട് മാത്രമല്ല, കുട്ടികളുടെ നൈതികലോകത്തെ അതിശയോക്തികളില്ലാതെ ആവിഷ്കരിക്കുന്നത് കൊണ്ട് കൂടിയാണ്. ഇന്ത്യൻ സിനിമയ്ക്കാകെ വഴികാട്ടുന്ന മറാത്തി സിനിമലോകത്തേക്ക് മികച്ച കുട്ടികളുടെ ചിത്രത്തിനുള്ള ദേശീയ അവാർഡും എലിസബത്ത് ഏകാദശി എത്തിച്ചിട്ടുണ്ട്. കുട്ടികൾ കേന്ദ്രകഥാപാത്രങ്ങളാകുന്ന, അവരുടെ അനുഭവലോകത്തിലൂടെ സാമൂഹ്യപ്രശ്നങ്ങളെ ചിത്രീകരിക്കുന്ന ഫാണ്ട്രിയിലേയും മറ്റും രീതി ഈ ചിത്രവും പിന്തുടരുന്നു.

കുട്ടിയിൽ നിന്ന് മുതിർന്നയാളിലേക്കുള്ള രൂപാന്തരത്തിനിടയിൽ പാലമായി നിൽക്കുന്ന ഒരു കഥാപാത്രമാണ് പലരുടെ ജീവിതത്തിലും സൈക്കിൾ. കുട്ടികൾ സ്വന്തമാക്കുന്ന ആദ്യത്തെ "മുതിർന്ന" വസ്തുവും സൈക്കിൾ ആയിരിക്കണം. അതിനാൽ തന്നെ വൈകാരികമായ ഒരു

അടുപ്പം ആൺകുട്ടികൾക്ക് തന്റെ സൈക്കിളിനോട് ഉണ്ടാകുന്നതും അസാധാരണമല്ല. പെൺകുട്ടികളുടെ അനുഭവലോകം ഇതിൽ നിന്ന് വിഭിന്നമാകാമെങ്കിലും സഹോദരന്റെയോ, കൗമാരനിഷ്കളങ്കതയിലേക്ക് കടന്നുവന്ന ആദ്യപ്രണയത്തിന്റെയോ ഓർമ്മകളിൽ സൈക്കിൾ ഒരു കഥാപാത്രമാകുന്നുണ്ടാവും. എലിസബത്ത് ഏകാദശി എന്ന ചിത്രത്തിന്റെ കഥ ഒരു സൈക്കിളിനു ചുറ്റുമാണ് ചുരുണ്ടുകിടക്കുന്നത്. ചിത്രത്തിന്റെ വിചിത്രമായ പേര് പോലും ജ്ഞാനേഷ് എന്ന കൊച്ചുമിടുക്കന്റെ സൈക്കിളിനോടാണ് കടപ്പെട്ടിരിക്കുന്നത്. സൈക്കിൾ എന്ന അചേതന പ്രതീകത്തെ മുൻനിർത്തി മനുഷ്യജീവിതത്തിലെ ഏറ്റവും ചൈതന്യവത്തായ ഒരു കാലത്തെ പകർത്തിവെയ്ക്കുന്നു എന്ന് ചിത്രത്തിന്റെ ഇതിവൃത്തത്തെ ഒറ്റവരിയിൽ വരച്ചുവെയ്ക്കാം.

മഹാരാഷ്ട്രയിലെ ഒരു തീർഥാടന കേന്ദ്രത്തിലെ ഉത്സവവുമായി ബന്ധപ്പെടുത്തി ഒരു ദരിദ്രകുടുംബത്തിന്റെ കഥ പറയുന്ന എലിസബത്ത് ഏകാദശിയിലെ പ്രമേയം പ്രവചനങ്ങൾക്ക് വഴങ്ങുന്നതാണ്. എന്നാൽ ഹാസ്യത്തിന്റെ മേമ്പൊടി ചേർന്ന സംഭാഷണങ്ങളും, ശാസ്ത്രാവബോധം, വിശ്വാസം എന്നിവയെക്കുറിച്ചുള്ള ലളിതമായ ചോദ്യങ്ങളുമായി കഥയ്ക്കപ്പുറം മറ്റൊരു ആഖ്യാനതലം സിനിമ നിർമ്മിച്ചെടുക്കുന്നു. കൈത്തറിയിൽ സ്വെറ്റർ തുന്നി വിറ്റ് ഉപജീവനം കഴിക്കുന്ന വിധവയായ അമ്മയുടെ മക്കളാണ് ചിത്രത്തിലെ പ്രധാന കഥാപാത്രങ്ങളായ ജ്ഞാനേഷും മുക്തയും. ഐസക് ന്യൂട്ടനെയും ശാസ്ത്രത്തേയും ആരാധിച്ചിരുന്ന യുക്തിവാദിയായ അച്ഛൻ സ്വയം ഉണ്ടാക്കിയ എലിസബത്ത് എന്ന സൈക്കിൾ കുട്ടികളുടെ പ്രധാന സുഹൃത്താണ്. കയറിയിരുന്ന് ഓടിക്കാനുള്ള പ്രായമായില്ലെങ്കിലും പോകുന്നിടത്തെല്ലാം കൂടെക്കൊണ്ടുപോകുന്ന ചങ്ങാതിയാണ് ഈ സൈക്കിൾ. കൊച്ചുകുട്ടിയായ മുക്ത നിനക്ക് ഭക്ഷണം വേണോ എന്ന് ചോദിച്ചും, ഉമ്മ വെച്ചുമൊക്കെ എലിസബത്തിന് കൂടുതൽ ജീവൻ പകരുന്നുമുണ്ട്. ഉപജീവനമാർഗ്ഗമായ നെയ്ത്തറി ജപ്തിചെയ്യപ്പെടുമ്പോൾ സൈക്കിൾ വിൽക്കാൻ കുടുംബം നിർബന്ധിതമാകുന്നതും. അതൊഴിവാക്കാൻ കുട്ടികൾ കൂട്ടുകാരുടെ സഹായത്തോടെ ശ്രമിക്കുന്നതുമാണ് പ്രധാന കഥാതന്തു.

കേരളത്തിലെ നാട്ടിൻപുറങ്ങൾ അതാത് പ്രദേശത്തിന്റെ തനത് പ്രത്യേകതകൾ കൂടി ഉൾക്കൊള്ളുന്ന ഉത്സവങ്ങളാൽ സമ്പന്നമാണ്. ആരാധനാലയങ്ങളുമായി ബന്ധപ്പെട്ടാണ് മിക്കവാറും ഉത്സവങ്ങളും (പള്ളിപ്പെരുന്നാളുകളും ആണ്ടുനേർച്ചകളും ഉൾപ്പടെ) നടത്തപ്പെടുന്നതെങ്കിലും, ഗ്രാമത്തിലെ ജനങ്ങളെ മുഴുവൻ ഉൾക്കൊള്ളുന്ന, ഒന്നിച്ചുചേർക്കുന്ന ഒരു സാമൂഹ്യവ്യവസ്ഥയായി അവ മാറുന്നുണ്ട്. ബലൂൺ കടകളും, പൊരി, വളക്കടകളും, പരിചയം പുതുക്കലുകളും, നാട്ടുവിശേഷങ്ങളുമായി

ഹ്രസ്വകാലത്തേക്കെങ്കിലും പുതിയ ഒരു ലോകം ഉത്സവങ്ങളുടെ ഭാഗമായി നിർമ്മിക്കപ്പെടുന്നുണ്ട്. കുട്ടികൾ തങ്ങളുടെ ആ വർഷത്തെ സമ്പാദ്യങ്ങൾ കൂട്ടിവെച്ച് ചെറിയ കച്ചവടങ്ങളിൽ ഏർപ്പെടുന്നതും ഉത്സവകാലങ്ങളിൽ സാധാരണമാണ്. കേരളത്തിൽ മാത്രമല്ല ഇന്ത്യയിൽ ആകെ ഇത് പതിവുണ്ടെന്നും, കുട്ടിക്കാലത്തിന്റെ അനുഭവങ്ങൾ ദേശവരമ്പുകൾക്കപ്പുറം സാർവ്വലൌകികമാണെന്നും എലിസബത്ത് ഏകാദശി പറയുന്നു. പ്രധാനമെന്ന് താൻ കരുതുന്നതിനു വേണ്ടി തളരാതെ അവസാനം വരെ പോരാടുന്ന കുട്ടികളാണ് കഥയിലെ പ്രധാന കഥാപാത്രങ്ങളായ ജ്ഞാനേഷും മുക്തയും. എന്നാൽ ഇത് ഒറ്റയാൾ പോരാട്ടമല്ല എന്നതിലാണ് സിനിമ മുന്നോട്ട് വെയ്ക്കുന്ന സാമൂഹ്യബോധം നിലകൊള്ളുന്നത്.ജ്ഞാനേഷിന്റെ കൂട്ടുകാർ ഈ പ്രയത്നത്തിൽ ഉടനീളം കൂടെ നിൽക്കുകയും ജ്ഞാനേഷിന്റെ അഭാവത്തിൽ പോലും ഉത്തരവാദിത്വത്തോടെ തങ്ങൾ ഉൾപ്പെട്ട ദൗത്യം തുടരുകയും ചെയ്യുന്നുണ്ട്. സദാചാരപരമായ കാരണങ്ങളാൽ സമൂഹം തള്ളിക്കളഞ്ഞ സ്ത്രീയുടെ മകനെ ഒറ്റപ്പെടുത്താതെ കൂടെ കൂട്ടുന്നതിലും അവന്റെ സഹായം സ്വീകരിക്കുന്നതിലും വേർതിരിവുകൾ അതിർതിരിക്കാത്ത കുട്ടികളുടെ നന്മയുടെ ലോകം വെളിപ്പെടുന്നു. ചുരുങ്ങിയ ഒരു ഇടത്തിൽ മാത്രം നടക്കുന്നതാണ് ചിത്രത്തിലെ സംഭവങ്ങളെല്ലാം. ജ്ഞാനേഷിന്റെ വീട്ടിലും സമീപത്തുള്ള തെരുവുകളിലുമാണ് ഏറെക്കുറെ മുഴുവൻ കഥയും ചുരുൾ നിവരുന്നത്. എന്നാൽ കാഴ്ച്ചയുടെ നൈരന്തര്യം കൊണ്ട് മടുപ്പിക്കുന്നതിനു പകരം ആ പരിസരത്തിന്റെ ഭൂമിശാസ്ത്രത്തെ മനസ്സിൽ ഉറപ്പിക്കുകയാണ് ചിത്രത്തിലെ കാമറ. വീടിന്റെ ടെറസിലൂടെ

തെരുവിലേക്കുള്ള വഴിയും, ചായക്കടയും, വളക്കടയുമുള്ള തെരുവുമെല്ലാം ഇത്തരത്തിൽ കാഴ്ച്ചക്കാരന് പരിചിതമാകുന്നു. ചിത്രത്തിലെ സംഭവങ്ങളോട് താദാത്മ്യം പ്രാപിക്കാൻ ഈ ചിത്രീകരണശൈലി സഹായിക്കുന്നുണ്ട്. തെരുവിന്റെ ചടുലമായ ജീവിതഗതിയേയും അതിവിദഗ്ധമായി ചിത്രീകരിച്ചിരിക്കുന്നു.

വിശ്വാസം, ശാസ്ത്ര ബോധം എന്നിവയെപ്പറ്റി ലളിതമായ ചില നിരീക്ഷണങ്ങൾ എലിസബത്ത് ഏകാദശി മുന്നോട്ട് വെയ്ക്കുന്നുണ്ട്. കുട്ടികൾ പ്രധാന കഥാപാത്രമാകുന്ന ഒരു ചിത്രത്തിന്റെ കഥാഗതിക്ക് താങ്ങാനാകും വിധം, മുഴച്ചുനിൽക്കാതെ ലഘുവായ ചില ചോദ്യങ്ങളുടെ രൂപത്തിലാണ് ഇവ അവതരിപ്പിക്കപ്പെടുന്നത്. പലരൂപങ്ങളിലുള്ള ദൈവങ്ങളെ ആരാധിക്കുകയും ദൈവം ഏകനാണെന്ന് പറയുകയും ചെയ്യുന്നതിലെ നിരർത്ഥകത ജ്ഞാനേഷ് ചോദ്യം ചെയ്യുന്നതും, ന്യൂട്ടനെ ദൈവമായി അവതരിപ്പിക്കുമ്പോൾ അങ്ങോട്ട് എങ്ങനെ തീർഥാടനത്തിനു പോകാം എന്ന് തീർഥാടന പ്രിയയായ അയൽവാസി അന്വേഷിക്കുന്നതുമൊക്കെ തമാശ കലർത്തി ചിത്രീകരിച്ചിരിക്കുന്നു. സൂര്യനും, ഭൂമിയും ദൈവങ്ങളും ഉൾപ്പടെ എല്ലാം കല്ലാണെന്ന പാട്ട് ചിത്രത്തിൽ ഇടയ്ക്കിടെ ആവർത്തിക്കപ്പെടുന്നുണ്ട്.അമ്പലത്തിലെ ലക്ഷക്കണക്കിന് രൂപയുള്ള കാണിക്കയെണ്ണുമ്പോൾ വിറ്റ സ്വെറ്ററിന്റെ വിലനൽകാതെ ദരിദ്രനായ കുട്ടിയെ പറഞ്ഞയക്കുന്നതും, അമ്പലങ്ങളായ അമ്പലങ്ങൾ തോറും കയറിയിറങ്ങുമ്പോൾ അയലത്തെ ദാരിദ്ര്യം കാണാതെ പോകുന്നതുമൊക്കെ ആഹ്വാനങ്ങളുടെയും പ്രഖ്യാപനങ്ങളുടെയും ഭാരങ്ങളില്ലാതെ അവതരിപ്പിക്കാൻ കഴിയുന്നു എന്നിടത്താണ്

സിനിമയുടെ വിജയം. പെട്ടെന്ന് ഉണർത്തിവിടുന്ന നുണപ്രചരണങ്ങൾ കലാപത്തിലേക്ക് നയിക്കാൻ കാരണമാകുന്നതെങ്ങനെ എന്നും ഒരു രംഗത്ത് കാണിക്കുന്നു.

പ്രവചന സാധ്യമായ കഥാഗതിയായിരുന്നിട്ടും ചിത്രത്തിലേക്ക് കാഴ്ചക്കാരെ പിടിച്ച വലിച്ചടുപ്പിക്കുന്നതിൽ പ്രധാന കഥാപാത്രങ്ങളെ അവതരിപ്പിച്ച കുട്ടികൾക്ക് കാര്യമായ പങ്കുണ്ട്. പ്രധാന കഥാപാത്രങ്ങളെ അവതരിപ്പിച്ച ശ്രീരംഗ് മഹാജനും സയാലിയും പ്രതീക്ഷകളെയെല്ലാം മറികടക്കും വിധം സിനിമയിൽ ജീവിക്കുന്നു. മതശാസനങ്ങളാലും മറ്റുമല്ലാതെ മാനവികതയുടെ അടിസ്ഥാനത്തിൽ ഉരുവമെടുക്കുന്ന സ്വാഭാവിക നൈതികത എന്ന ആശയം നമ്മുടെ കലയിൽ നിന്നും ജീവിതത്തിൽ നിന്നും വേരറ്റുതുടങ്ങിയിരിക്കുന്നു. പകരം പ്രതിസന്ധികളെ അതിജീവിച്ച് എങ്ങനെ കരുത്തനാകാം എന്നതിന്റെ പ്രായോഗിക പാഠങ്ങൾ ജനപ്രിയ സിനിമയിൽ സമീപകാലത്ത് നിരന്തരം ആവർത്തിക്കുന്നുണ്ട്. ഏതാണ്ടെല്ലാ ഇന്ത്യൻ ഭാഷാസിനിമകളിലും ഈ പ്രവണത കാണാം. മലയാളത്തിലും മിലിയിൽ തുടങ്ങി ജേക്കബിന്റെ സ്വർഗ്ഗ രാജ്യത്തിലൂടെയും ജോമോന്റെ സുവിശേഷങ്ങളിലൂടെയുമെല്ലാം വളർന്ന് ഈ പ്രവണത ഉദാഹരണം സുജാതയിൽ എത്തി നിൽക്കുന്നു. ഉപരി മധ്യവര്ഗ്ഗക്കാരന്റെ ജീവിതത്തിൽ പെട്ടെന്നുവന്നുപെടുന്ന പ്രതിസന്ധികൾ, അവയെ അതിജീവിക്കാനുള്ള ജീവിതവിജയ ഫോർമുലകൾ തുടങ്ങിയവ സിനിമയ്ക്ക് പ്രിയപ്പെട്ട വിഷയമാകുന്നു. ഇത്തരം കപട സന്ദേശ അഭ്രകാവ്യങ്ങളുടെ രീതിയെ പാടേ നിരാകരിച്ച് ചെറിയ കുട്ടികളുടെ കാഴ്ച്ചപ്പാടിൽ നിന്നുകൊണ്ട് മൂല്യങ്ങളെപ്പറ്റിയുള്ള നിരീക്ഷണങ്ങൾ സിനിമാറ്റിക് ആയിത്തന്നെ അവതരിപ്പിക്കാൻ കഴിയുന്നു എന്നത് കൊണ്ടാണ് പരേഷ് മൊകാഷി സംവിധാനം ചെയ്ത ഒന്നര മണിക്കൂറിൽ താഴെ മാത്രം ദൈർഘ്യമുള്ള, അലങ്കാരച്ചമയങ്ങളോ പേരുകേട്ട നടീനടന്മാരോ ഇല്ലാത്ത ഈ ചെറിയ സിനിമ ഇന്ത്യൻ സിനിമയ്ക്ക് മുന്നിൽ ഒരു തനത് മാതൃകയാകുന്നത്.

പെണ്ണ് പൂക്കുന്ന നാട് തേടി

ഒറ്റ മരങ്ങളായി ഇടയ്ക്ക് വല്ലപ്പോഴും തളിർത്തും പൂത്തും കൊഴിഞ്ഞും ഏറെസമയവും കരിഞ്ഞുണങ്ങിയും, വരാത്ത വസന്തത്തെ കാത്തിരുന്നും കടന്നുപോകുന്ന സ്ത്രീജീവിതങ്ങൾ, സമാനമായ അവസ്ഥ പങ്കിടുന്നവരുടെ കൂടിച്ചേരലിൽ തളിർത്ത്, തഴച്ച്, പൂത്ത് ഒരേ പൂമരങ്ങൾ നിറഞ്ഞ കാടായി മാറുന്ന കഥയാണ് ലീനായാദവ് സംവിധാനം ചെയ്ത ഹിന്ദി ചിത്രം 'പാർച്ഡ്' പറയുന്നത്. പെണ്ണിന് അവളായിരിക്കാൻ കഴിയുന്ന, ആണിൽ നിന്ന് വേറിട്ട് തനത് ജീവിതം നയിക്കാനാവുന്ന ഒരിടം സാധ്യമാണോ, അത്തരം ഒരു ഉട്ടോപ്യൻ വ്യവസ്ഥ സമൂഹത്തിന്റെ ഭാഗം എന്ന നിലയിൽ എത്രത്തോളം ആരോഗ്യകരമാണ് തുടങ്ങിയ സംശയങ്ങൾ ഉളവാക്കുന്നുവെങ്കിലും ഇന്ത്യൻ സ്ത്രീ, വിശേഷിച്ചും ഗ്രാമീണ ഇന്ത്യയിലെ സ്ത്രീജീവിതം അനുദിനം അഭിമുഖീകരിക്കുന്ന പ്രശ്നങ്ങളെ ആവിഷ്കരിക്കാനും, അതേസമയം ഈ പ്രശ്നങ്ങൾക്കിടയിലും സാധ്യമാകുന്ന പെണ്മയുടെ ആഘോഷങ്ങളുടെ ലോകത്തെ ദൃശ്യവത്കരിക്കാനും ചിത്രം ശ്രമിക്കുന്നുണ്ട്.

പാർച്ഡ് നാലുപെണ്ണുങ്ങളുടെ കഥയാണ്, പലവിധത്തിലുള്ള ജീവിതസംഘർഷങ്ങൾ തളർത്തുന്ന ജീവിതത്തെ കൂട്ടായ്മയുടെ ബലം കൊണ്ട് നേരിടാൻ ശ്രമിക്കുന്ന നാലുപേർ. കണ്ണീരും സ്വപ്നങ്ങളും പങ്കുവെയ്ക്കാൻ മാത്രമല്ല, പരസ്പരം താങ്ങായിരിക്കാനും, കൂട്ടായ്മയുടെ ആനന്ദത്തെ ഉന്മാദത്തോളം പരിവർത്തിപ്പിക്കാൻ പോലും അവർക്കാവുന്നുണ്ട്. വരണ്ടത് എന്ന് പാർച്ഡ് എന്ന പേർ സൂചിപ്പിക്കുന്നുണ്ടെങ്കിലും ഏത് കൊടിയ വരൾച്ചയേയും അതിജീവിച്ച് മുളച്ചുപൊന്താനുള്ള കഴിവ് സ്ത്രീ പ്രകൃത്യാൽ തന്നെ സൂക്ഷിക്കുന്നുണ്ട് എന്ന തിരിച്ചറിവ് കൂടി പാർച്ഡ് മുന്നോട്ട് വെയ്ക്കുന്നുണ്ട്. റാണി (തനിഷ്ഠ ചാറ്റർജി), ലാജ്ജോ (രാധികാ ആപ്തെ), ബിജ്‌ലി(സുർ വീൻ ചൗള), ജാൻകി(ലെഹർ ഖാൻ) എന്നീ നാലു സ്ത്രീകൾ തങ്ങളുടെ ഭൗതിക സാഹചര്യങ്ങളിൽ അങ്ങേയറ്റം വ്യത്യസ്തരാണ്. രാജസ്ഥാനിലെ ടിവി പോലും എത്തിച്ചേരാത്ത ഉൾനാടൻ ഗ്രാമത്തിൽ ജീവിക്കുന്ന അവരെ ചേർത്തുനിർത്തുന്ന ഐക്യത്തിന്റെ

പശ, പിതൃകേന്ദ്രീകൃത വ്യവസ്ഥിതിയിൽ അവർ നേരിടുന്ന അനീതികളും, പരസ്പരം താങ്ങായി ഇതിനെ വെല്ലുവിളിക്കാനുള്ള മനസ്സുമാണ്.

മുപ്പതുകളിലെത്തിയ റാണി ചെറുപ്രായത്തിലേ വിധവയാണ്. ഏക മകനായ ഗുലാബിനു വേണ്ടിയാണ് റാണിയുടെ ജീവിതം തന്നെ. അവന്റെ ജീവിതം സുഗമവും സുരക്ഷിതവുമാക്കാനായി കിടപ്പാടം പോലും പണയപ്പെടുത്തി വൻ തുക സ്ത്രീധനം നൽകി ജാൻകി എന്ന വധുവിനെ കണ്ടെത്തുന്നുണ്ട് അവർ. പക്ഷേ മക്കൾക്കായി എന്ത് ത്യാഗവും അനുഷ്ഠിക്കുന്ന സർവ്വംസഹകളായ അമ്മമാരുടെ പതിവ് വാർപ്പുമാതൃകകളോട് റാണി എന്ന കഥാപാത്രം തന്റെ നീതിബോധത്തെ മുൻനിർത്തി നിരന്തരം കലഹിക്കുന്നുണ്ട്. മകനുവേണ്ടി കണ്ടെത്തിയ വധു കല്യാണവേദിയിൽ മുറിച്ചുകളഞ്ഞ തലമുടിയുമായി വന്നെത്തുമ്പോൾ മകന്റെ പ്രതികരണം പോലും പരിഗണിക്കാതെ അവളെ കൂടെക്കൂട്ടാൻ റാണിയെ പ്രേരിപ്പിക്കുന്നത് പെണ്ണവസ്ഥകളെക്കുറിച്ചുള്ള ആഴത്തിലുള്ള ബോധ്യം തന്നെയാണ്. മുടങ്ങിപ്പോയ കല്യാണത്തിന്റെ ഭാരവും പേറി ജീവിക്കേണ്ടി വരുന്ന ഒരു പെൺകുട്ടിയെ, കുടുംബത്തെ അവർ ജീവിതാനുഭവങ്ങളിൽ നിന്ന് മുൻകൂട്ടിത്തന്നെ തിരിച്ചറിയുന്നു. മകൻ വേശ്യാലയത്തിൽ വരുത്തിവെയ്ക്കുന്ന കടം വീട്ടിയും, അവനെ പിന്തുണച്ചും കൂടെനിൽക്കുന്നുവെങ്കിലും, അവനേക്കാൾ അവന്റെ ഭാര്യയായ കൊച്ചുപെൺകുട്ടി നീതി അർഹിക്കുന്നു എന്ന് തിരിച്ചറിഞ്ഞ് അമ്മയുടെ പരിമിതികൾക്കപ്പുറം കടക്കാൻ കഴിയുന്നത് കൊണ്ട് തന്നെയാണ് റാണി ചിത്രത്തിലെ ഏറ്റവും ശക്തയായ സ്ത്രീ കഥാപാത്രമാകുന്നത്. അമ്മായിയമ്മ-മരുമകൾ ദ്വന്ദ്വങ്ങളുടെ നിരന്തര സംഘർഷങ്ങൾ പ്രിയപ്പെട്ട വില്പനച്ചരക്കാവുന്ന ഇന്ത്യൻ കാഴ്ചാവിപണിയുടെ പതിവ് രീതികളോടാണ് റാണി എന്ന കഥാപാത്രത്തിലൂടെ 'പാർച്ഡ്' മുഖം തിരിക്കുന്നത്. ജീവിതത്തിന്റെ പ്രേരക ശക്തിയായ പ്രണയത്തെ ഉയിരും ഉടലും കൊണ്ട് അറിയാനും, അനുഭവിക്കാനും, അനുഭാവത്തോടെ കാണാനും റാണിക്ക് കഴിയുന്നുണ്ട്. തേടിയെത്തുന്ന ടെലഫോൺ പ്രണയത്തെ ആദ്യമായി പ്രണയത്തിൽ വീണുപോകുന്നവളുടെ എല്ലാ ആനന്ദത്തോടെയും അതേസമയം തന്റെ യാഥാർത്ഥ്യങ്ങളിൽ ഊന്നിനിന്നുകൊണ്ട് പക്വമായുമാണ് അവർ അനുഭവിക്കുന്നത്. മകന്റെ ഭാര്യയെ കാമുകനൊപ്പം ആശിച്ച ജീവിതത്തിനായി പറഞ്ഞയയ്ക്കുക കൂടിചെയ്യുമ്പോൾ ഇന്ത്യൻഗ്രാമീണ സ്ത്രീയുടെ വെള്ളിത്തിരയിലെ പ്രാഗ് രൂപങ്ങളെ റാണി പൊളിച്ചെഴുതുന്നു. പുരുഷനാകും മുൻപ് മനുഷ്യനാകാൻ നോക്ക് എന്ന റാണിയുടെ വാചകം ചിത്രം പ്രതിനിധാനം ചെയ്യുന്ന രാഷ്ട്രീയത്തിന്റെ സംഗ്രഹം കൂടിയാണ്.

രാധികാആപ്തെ അവതരിപ്പിച്ച ലാജ്ജോ ഇന്ത്യൻ സമൂഹത്തിൽ ഒരുപക്ഷേ ഏറ്റവും കൂടുതൽ അപഹസിക്കപ്പെടുന്ന സ്ത്രീവിഭാഗത്തിന്റെ പ്രതിനിധിയാണ്. അമ്മ എന്ന ആദർശബിംബത്തെ ഒരു വശത്ത് പ്രതിഷ്ഠിക്കുമ്പോൾ അമ്മയാകാൻ കഴിയാത്തവൾ ഈ ആദർശ സ്ത്രീത്വത്തിന്റെ മറുപുറത്തെ ഇരുട്ടിലേക്ക് തള്ളിമാറ്റപ്പെടുന്നുകൂടിയുണ്ട്. അനപത്യത എന്നത് ആണിനും സംഭവിക്കാം എന്ന തിരിച്ചറിവുപോലുമില്ലാതെയാണ് പലപ്പോഴും വന്ധ്യയായ സ്ത്രീ സമൂഹത്തിന്റെ നിന്ദയ്ക്ക് പാത്രമാകുന്നത്. നിന്റെ ഭർത്താവിനായിക്കൂടെ വന്ധ്യത എന്ന ബിജ്‌ലിയുടെ ചോദ്യം പോലും ലാജ്ജോക്ക് പുതിയ അറിവാണ്. മുജ്ജന്മപാപങ്ങളുടെ പട്ടികയിൽ പെടുത്തുന്ന വന്ധ്യതയെ മറ്റൊരു പുരുഷനിലൂടെ മറികടക്കാൻ പോലും ലാജ്ജോ ശ്രമിക്കുന്നത് തന്നിൽ സമൂഹം ചാർത്തിയ മുദ്രയെ മായ്ച്ചുകളയാനാണ്. വന്ധ്യ എന്ന പേരിൽ നിരന്തരം മർദ്ദിച്ചിരുന്ന ഭർത്താവ്, സ്വന്തം ഊഷരത മൂലമുള്ള അപകർഷതയാണ് തന്നിൽ അടിച്ചേൽപ്പിച്ചിരുന്നത് എന്ന തിരിച്ചറിവ് ലാജ്ജോയെ സ്വതന്ത്രയാക്കുന്നു. ദുഖിതരായ രണ്ട് സ്ത്രീകൾക്ക് പരസ്പരം ഐക്യപ്പെടാൻ ശരീരവും ഒരു മാധ്യമമാകാം എന്ന സൂചന ലാജ്ജോയും റാണിയും തമ്മിലുള്ള ഏറെ വിവാദമായ രംഗം സൂചിപ്പിക്കുന്നുണ്ട്.

സുർവീൻ ചൗള അവതരിപ്പിച്ച ബിജ്‌ലി ഒരേ സമയം പുരുഷാധിപത്യ പ്രവണതകളെ നിശിതമായി ചോദ്യം ചെയ്യുന്നതും അതേസമയം പോപ്പുലർ സിനിമ ലക്ഷ്യംവെയ്ക്കുന്ന പുരുഷകാമനകളെ തൃപ്തിപ്പെടുത്താൻ കെൽപ്പുള്ളതുമായ കഥാപാത്രമാണ്. കാഴ്ചാവിപണി ആവശ്യപ്പെടുന്ന ഒരു കഥാപാത്രത്തെ ഉപയോഗിച്ചുതന്നെ അത്തരം ഒരു വിപണിയെ വിമർശിക്കുകയാണ് ഈ കഥാപാത്രത്തിലൂടെ സംവിധായിക ചെയ്യുന്നത്. ആട്ടക്കാരിയും ലൈംഗികതൊഴിലാളിയുമായ ഈ കഥാപാത്രത്തെ അതിനൊത്ത കടുംചായത്തിൽ തന്നെയാണ് വരച്ചുവെച്ചിട്ടുള്ളതും. അവനവൻ കണ്ടെത്തുന്ന ആനന്ദങ്ങളുടെ കാർണിവൽ ആക്കി ജീവിതത്തെ മാറ്റാമെന്ന് ലാജ്ജോയേയും റാണിയെയും പഠിപ്പിക്കുന്നത് ബിജ്‌ലിയാണ്. മാറ്റങ്ങളുടെ ചാലകശക്തിയാവാൻ വീടുകങ്ങളിൽ ഒതുങ്ങുന്നവളെക്കാൾ സമൂഹം പുറംതള്ളിയവൾക്കാണ് എളുപ്പമെന്ന സൂചനകൂടി ബിജ് ലി നൽകുന്നുണ്ട്.

പാർച്ച്ഡിലെ ആൺ കഥാപാത്രങ്ങൾ കേന്ദ്രകഥാപാത്രങ്ങളായ സ്ത്രീകൾ പ്രതിനിധാനം ചെയ്യുന്ന അനുഭവ, അനുഭൂതി ലോകങ്ങളുടെ മറുപുറത്ത് നിൽക്കുന്നവരാണ്. കിഷൻ ഒഴികെയുള്ള കഥാപാത്രങ്ങൾ ആണധികാര ലോകം നൽകുന്ന പ്രത്യേകാവകാശങ്ങൾ നിലനിർത്താൻ നിരന്തരം ശ്രമിക്കുന്നവരാണ്. മൊബെയിൽ ഫോണും ടിവിയുമൊക്കെ ചീത്തയാക്കുന്ന പെണ്ണുങ്ങളെക്കുറിച്ചാണ് അവരുടെ

ആകുലതകൾ. നശീകരണ പ്രവർത്തികളിലേർപ്പെടുന്ന ആൺകുട്ടികളെ അവരുടെ വിദൂര കാഴ്ചയിൽ പോലും വരുന്നുമില്ല. റാണിയുടെ മകനായ ഗുലാബ് എന്ന കഥാപാത്രത്തിലൂടെ പുരുഷകേന്ദ്രീകൃത വ്യവസ്ഥയിൽ സമൂഹത്താലും കൂട്ടുകാരാലും ആൺസ്വത്വം എങ്ങനെ നിർണ്ണയിക്കപ്പെടുന്നു എന്ന് സുവ്യക്തമായി ആവിഷ്കരിക്കുന്നുണ്ട്. കൗമാര പ്രായത്തിലുള്ള ഇത്തരം സ്വാധീനങ്ങൾ പുരുഷകേന്ദ്രീകൃത വ്യവസ്ഥയുടെ കാവലാളായി ആൺകുട്ടിയെ മാറ്റുന്നു. പക്വതയെത്തും മുൻപ് ഭർത്താവായും, കുടുംബത്തിന്റെ അധികാരിയായും മാറാൻ ശ്രമിക്കുന്ന കൗമാരക്കാരനാണ് ഗുലാബ്. രതി എന്നാൽ ഭാര്യയെ കീഴടക്കലാണെന്നും പണം കൊടുത്തുവാങ്ങാൻ കിട്ടുന്ന കൗതുകങ്ങളാണ് യഥാർത്ഥ ലൈംഗികതയെന്നും അവനുൾപ്പെട്ട ആൺകൂട്ടം തെറ്റിദ്ധരിക്കുകയും തെറ്റിദ്ധരിപ്പിക്കുകയും ചെയ്യുന്നു. ആൺതുണയില്ലാതെ നരകിച്ചുജീവിക്ക് എന്ന് അമ്മയേയും ഭാര്യയേയും ഭീഷണിപ്പെടുത്തി ഇറങ്ങിപ്പോകുമ്പോൾ പുറംലോകത്ത് കിട്ടാൻ പോകുന്ന സ്വാതന്ത്ര്യം വ്യാജമാണെന്ന് അവൻ തിരിച്ചറിയുന്നേയില്ല. ഗുലാബിന്റെ കൗമാരവിഹ്വലതകളെ പൂർണ്ണമായും പ്രതിഫലിപ്പിച്ചുകൊണ്ട് റിഡി സെൻ എന്ന നാടകപ്രവർത്തകൻ കൂടിയായ നടൻ മികവുകാട്ടുന്നു.

പുരുഷാധിപത്യലോകത്തിന് സമാന്തരമായി സ്ത്രീകളുടെ മാത്രമായ ഒരു ലോകം സാധ്യമാണ് എന്ന ആശയമാണ് ആത്യന്തികമായി പാർച്ഡ് മുന്നോട്ടുവെയ്ക്കുന്നത്. അത്തരം ഒരു സമാന്തര ജീവിതത്തെ കൂടിച്ചേരലിന്റെ, ആനന്ദാനുഭൂതികളുടെ ഒരു കാർണിവൽ ആക്കി മാറ്റാനാകും എന്ന സന്ദേശം ഇന്ത്യൻ സിനിമയുടെ നടപ്പുരീതികളെ അടിപടലെ ഖണ്ഡിക്കുന്നുമുണ്ട്. കൂടിച്ചേർന്ന് ദുഖിക്കുന്ന സ്ത്രീകളെ നാമേറെ കണ്ടിട്ടുണ്ടെങ്കിലും കൂടിച്ചേർന്നു ആനന്ദിക്കുന്ന പെണ്ണുങ്ങൾ നമുക്ക് ഒട്ടും പരിചിതരല്ല. സ്ത്രീ സംഭാഷണങ്ങളിൽ സ്വാഭാവികമായി കടന്നുവരുന്ന, വരാവുന്ന ഒന്നല്ല ലൈംഗികത സംബന്ധിച്ച ഫലിതങ്ങൾ എന്ന പൊതുബോധത്തെയും പാർച്ഡ് നിരാകരിക്കുന്നുണ്ട്. എല്ലാ തെറികളുടെയും അടിസ്ഥാനം സ്ത്രീവിരുദ്ധതയാണ് എന്ന തിരിച്ചറിവിൽ ആൺ വിരുദ്ധതെറികൾ കണ്ടെത്തുന്ന രംഗവും ഇന്ത്യൻ സിനിമയിൽ സമാനതകൾ ഇല്ലാത്തതാണ്.

ചിത്രത്തെ സംബന്ധിച്ചുണ്ടായ വിവാദങ്ങളും തുടർന്നുണ്ടായ സംവാദങ്ങളും സിനിമയിൽ പെണ്ണുടലിന്റെ പ്രതിനിധാനത്തെക്കുറിച്ച് ചർച്ചകൾക്ക് വഴി തുറന്നിരുന്നു. രാധികാആപ്തെയുടെ നഗ്നരംഗങ്ങൾക്കുവേണ്ടിയുള്ള തിരയുന്നവർ, തന്റെ പേരിനോട് ഹോട്ട് എന്ന് ചേർത്ത് തിരയാത്തത് എന്തുകൊണ്ട് എന്ന് കിഷൻ എന്ന കഥാപാത്രത്തെ അവതരിപ്പിച്ച സുമീത് വ്യാസ് ചോദിക്കുന്നുണ്ട്. പെണ്ണുടലിന്റെ

അനാവരണം ആണധികാര സമൂഹത്തിന്റെ ഒളിഞ്ഞുനോട്ടപ്രവണതകളെ തൃപ്തിപ്പെടുത്തുന്നതെങ്ങനെ എന്നതിന് ഇതിലും നല്ല ഉദാഹരണം വേറെയില്ല. ടിവി ഷോയ്ക്കിടെ കറുത്ത നിറത്തെചൊല്ലി റാണിയെ അവതരിപ്പിച്ച തനിഷ്ഠ ചാറ്റർജി നേരിട്ട അധിക്ഷേപപരമായ പരാമർശങ്ങൾ നിറം, ജാതി എന്നിവയ്ക്ക് ഇന്ത്യൻ സമൂഹത്തിലുള്ള പ്രാമുഖ്യത്തെക്കുറിച്ചും ചർച്ചകൾക്ക് കാരണമായിരുന്നു. രാജസ്ഥാനിലെ വരണ്ടുണങ്ങിയ ഗ്രാമീണദൃശ്യങ്ങൾ പകരുന്ന കാഴ്ചയിലെ വ്യത്യസ്തത ചിത്രത്തിന് മാറ്റ് കൂട്ടുന്നുണ്ട്. കഥയ്ക്ക് അനുഗുണമായ ദൃശ്യഭാഷയുടെ ഗുണപരമായ സ്വാധീനം പലരംഗങ്ങളിലും പ്രകടവുമാണ്.

പാർച്ഡ് തീർച്ചയായും മഹത്തായ ഒരു ചലച്ചിത്രാവിഷ്കാരമല്ല. ലാജ്ജോ രതിയിലേർപ്പെടുന്ന ബിജ്‌ലിയുടെ രഹസ്യ കാമുകൻ, ലാജ്ജോയുടെ ഭർത്താവ് തീപ്പിടിച്ചുമരിക്കുമ്പോൾ പൊട്ടിത്തകരുന്ന മഹിഷാസുരൻ തുടങ്ങി ഒട്ടേറെ നാടകീയ രംഗങ്ങൾ ജനപ്രിയതയ്ക്കായി ഉൾപ്പെടുത്തുകയും ചിത്രത്തെ ദുർബലമാക്കുകയും ചെയ്തിട്ടുണ്ട്. പുരുഷാധിപത്യലോകത്ത് പോരാടി തങ്ങളുടെ ഇടം നേടിയെടുക്കുന്നതിന് പകരം, സമാന്തരമായ ഒരു പെണ്ണുലകം സൃഷ്ടിക്കുന്നത് സ്ത്രീ നേരിടുന്ന പ്രശ്നങ്ങൾക്ക് ശാശ്വത പരിഹാരമാകുമോ എന്നതും ചിന്തിക്കപ്പെടേണ്ട വിഷയം തന്നെ. ഇത്തരം പരിമിതികൾ നിലനിൽക്കുമ്പോൾ തന്നേയും യാഥാസ്ഥിതിക സമൂഹത്തെ ആശ്രയിക്കേണ്ടതില്ലാത്ത തനതായ, സ്ത്രീജീവിതം സാധ്യമാണ് എന്ന തികച്ചും രാഷ്ട്രീയമായ പ്രതീക്ഷ പാർച്ഡ് മുന്നോട്ടുവെയ്ക്കുന്നുണ്ട്.

പെണ്ണനുഭവങ്ങൾക്ക്
ഓഫ്സൈഡ് വിളിക്കുമ്പോൾ

കുട്ടിക്കാലത്തെ പെണ്ണനുഭവങ്ങളിൽ ഒരിക്കലെങ്കിലും കേൾക്കാതെ പോകാത്ത പ്രയോഗമായിരിക്കും 'അവിടെ പെണ്ണുങ്ങൾക്ക് പോകാൻ പറ്റില്ല' എന്നത്. നിർബന്ധങ്ങൾക്കും പിടിവാശികൾക്കുമനുസരിച്ച് ഉപദേശമായും, ഭീഷണിയായുമൊക്കെ പല അവസരങ്ങളിൽ പലഭാവത്തിൽ ഇതേവാചകം ആവർത്തിക്കപ്പെട്ടിട്ടുണ്ടാവും. തിരക്കുള്ള പൂരപ്പറമ്പുകളോ, ആളുകൾ മുട്ടിയുരുമ്മി നീങ്ങും വിധം തിങ്ങിനിറഞ്ഞ ചന്തയോ, കളിമൈതാനങ്ങളോ ഒക്കെയാവാം ഇങ്ങനെ പരാമർശിക്കപ്പെടുന്ന സ്ത്രീസൗഹൃദമല്ലാത്ത ഇടങ്ങൾ. സ്ഥലം മാത്രമല്ല കാലവും ഇങ്ങനെ പുരുഷനുമാത്രമുള്ളത് എന്ന് വിഭാജിക്കപ്പെടുന്നുണ്ട്.സൂര്യനസ്തമിച്ചു കഴിഞ്ഞാൽ നാല് ചുവരുകൾക്കപ്പുറത്തെ ലോകം പെണ്ണിന് അപ്രാപ്യമാകുന്നു. ഈ വിഭജനത്തിന്റെ നേർക്കാഴ്ച്ചയാവുകയാണ് ജാഫർ പനാഹി സംവിധാനം ചെയ്ത ഓഫ്സൈഡ് എന്ന ചിത്രം. സ്ത്രീവിരുദ്ധമായ ഒരു സാമൂഹ്യാന്തരീക്ഷം പൊതുവിടങ്ങളെ അവളിൽ നിന്ന് കവർന്നെടുക്കുന്നതെങ്ങനെ എന്നാണ് ലളിതമായ ഒരു പ്രമേയ പരിസരത്തെ മുൻനിർത്തി പനാഹി ആവിഷ്കരിക്കുന്നത്.

ഇറാനും ബഹറിനും തമ്മിലുള്ള ലോകകപ്പ് യോഗ്യതാഫുട്ബോൾ മത്സരം കാണാനെത്തുന്ന പെൺകുട്ടികൾക്കുണ്ടാകുന്ന അനുഭവങ്ങളാണ് സിനിമയുടെ പ്രമേയം. ഈ അനുഭവങ്ങൾ എന്തുകൊണ്ട് പ്രസക്തമാകുന്നു എന്നാൽ ഇറാനിൽ സ്ത്രീകൾക്ക് സ്റ്റേഡിയത്തിൽ പോയി ഫുട്ബോൾ കാണാൻ അനുവാദമില്ല. സ്ത്രീകളായ ധാരാളം ഫുട്ബോൾ പ്രേമികളുള്ള ഇറാനിൽ ഫുട്ബോൾ മത്സരം കാണാനെത്തുന്ന അവരെ അറസ്റ്റ് ചെയ്ത് മാറ്റുകയാണ് പതിവ്. പിതൃകേന്ദ്രീകൃത വ്യവസ്ഥ നിലനിൽക്കുന്ന സമൂഹങ്ങളിലെല്ലാം സ്ത്രീകളുടെ കായിക രംഗത്തെ പങ്കാളിത്തത്തെ പരിമിതപ്പെടുത്താൻ പൊതുബോധം കാരണമാകുന്നു. എന്നാൽ മിഡിൽ ഈസ്റ്റ് രാജ്യങ്ങളിൽ കായിക മത്സരങ്ങളുടെ നേർക്കാഴ്ച പോലും പെണ്ണിന് നിഷേധിക്കപ്പെടുന്നു. കാഴ്ച നിഷേധിക്കപ്പെട്ട അമ്പത് ശതമാനത്തിന്റെ അസാന്നിധ്യത്തിലാണ് ഒരു രാജ്യത്തിന്റെ

കായിക മുന്നേറ്റങ്ങൾ അരങ്ങേറുന്നത് . ഫുട്ബോൾ മത്സരം കാണാൻ ആൺ വേഷത്തിൽ പോയി പിടിക്കപ്പെട്ട പനാഹിയുടെ സ്വന്തം മകളുടെ അനുഭവമാണ് സിനിമക്ക് കാരണമായത്. 1981 മുതൽ ഇറാനിലെ ഫുട്ബോൾ സ്റ്റേഡിയങ്ങളിൽ സ്ത്രീകൾക്ക് പ്രവേശനമില്ല. 2012 ൽ വോളി ബോളിലേക്ക് കൂടി ഈ നിരോധനം വ്യാപിപ്പിക്കുകയും ചെയ്തു. സ്ത്രീകളും പുരുഷന്മാരും ഒന്നിച്ച് കായികഇനങ്ങളിൽ പങ്കെടുക്കാനും ഇറാനിലെ നിയമങ്ങൾ അനുവദിക്കുന്നില്ല. സ്റ്റേഡിയത്തിലെ അന്തരീക്ഷം സ്ത്രീ കൾക്ക് നേരെയുള്ള അക്രമങ്ങൾക്ക് കാരണമാകുമെന്നും, അവിടെ ഉപയോഗിക്കുന്ന അശ്ലീല പരാമർശങ്ങൾ അവർ കേൾക്കേണ്ടി വരും എന്നുമുള്ള വിചിത്രന്യായമാണ് കാരണമായി അവതരിപ്പിക്കപ്പെടുന്നത്. സ്ത്രീകൾക്ക് യാത്രാനിയന്ത്രണമുള്ള, തൊഴിൽ അടക്കമുള്ള അവരുടെ സാമൂഹ്യാവകാശങ്ങൾ നിഷേധിക്കപ്പെട്ടിരിക്കുന്ന ഇറാനിലെ സാമൂ ഹ്യാവസ്ഥയെ ഒരു ഫുട്ബോൾ മാച്ചിന്റെ അന്തരീക്ഷത്തിൽ പ്രശ്നവ ത്കരിക്കുകയാണ് പനാഹി ചെയ്യുന്നത്.

ഇറാനും ബഹറിനും തമ്മിലുള്ള ലോകകപ്പ് യോഗ്യതാ മത്സരം കാണാനെത്തി പിടിക്കപ്പെടുന്ന ആറുപെൺകുട്ടികളാണ് സിനിമയിലെ പ്രധാന കഥാപാത്രങ്ങൾ. ആൺ വേഷത്തിലല്ലാതെ സ്റ്റേഡിയ ത്തിൽ പ്രവേശിക്കാൻ സാധ്യമല്ലാത്തതിനാൽ അവരെല്ലാം വേഷപ്ര ച്ഛന്നരാണ്. സ്ത്രീയെ പൊതുബോധമനുസരിച്ചുള്ള മൃദുല ഭാവങ്ങളോട്ടുകൂ ടിയ ഏക സ്ത്രൈണ സ്വത്വമായി കാണാതെ ഈ പെൺകുട്ടികളെ എല്ലാവരേയും വ്യത്യസ്തമായ സ്വഭാവസവിശേഷതകളോടെയാണ് പനാഹി അവതരിപ്പിക്കുന്നത്. സിഗരറ്റ് വലിക്കുന്ന, തറുതല പറയാൻ മടിക്കാത്ത, ഒരു സാഹചര്യത്തിലും പതറാതെ നിൽക്കുന്ന പെൺകുട്ടി, ഫുട്ബോൾ കളിക്കാരിയായ, പട്ടാളക്കാരെ പറ്റിച്ച് രക്ഷപ്പെട്ടിട്ടും, അവരുടെ ജോലിപോകുമെന്നോർത്ത് മടങ്ങിയെത്തുന്ന പെൺകുട്ടി,

സ്റ്റേഡിയത്തിനകത്തെത്താൻ പട്ടാളവേഷമിടുന്ന കുസൃതിക്കാരിയായ പെൺകുട്ടി തുടങ്ങി അമ്മാവനെ കാണാതെ കരയുന്ന പെൺകുട്ടി വരെ വിവിധ സ്വഭാവക്കാരാണ് ഈ ആറുപേർ. അവർക്ക് പ്രത്യേകിച്ച് പേരുകൾ പോലും പനാഹി നൽകുന്നില്ല. സ്ത്രീയെ ഒരു പൊതുവർഗ്ഗം മാത്രമായി പരിഗണിക്കുന്ന സാമൂഹ്യവ്യവസ്ഥയെയാണ് ഈ പേരില്ലായ്മ സൂചിപ്പിക്കുന്നത്. അവരുടെ പേരുകൾ അവരെ കൈകാര്യം ചെയ്യുന്ന സൈനികരെ സംബന്ധിച്ചിടത്തോളം പ്രസക്തമാകുന്നില്ല, അവരുടെ കണ്ണിൽ ആ പെൺകുട്ടികൾ വെറും പെണ്ണുങ്ങൾ മാത്രമാണ്.

പുരുഷലോകം സ്ത്രീയോട് പെരുമാറുന്നതെങ്ങനെ എന്നവിഷ്കരിക്കുമ്പോൾ പനാഹി ഏകപക്ഷീയമായ മുൻവിധികളിലേക്ക് പോകുന്നില്ല. ചിത്രത്തിലെ ആദ്യത്തെ പെൺകുട്ടി സ്റ്റേഡിയത്തിലേക്ക് വരുന്ന ബസിൽ പലരും അവളെ സ്ത്രീയാണെന്ന് തിരിച്ചറിയുന്നുണ്ട്. അവർ അത് അനുഭാവപൂർവ്വം അവഗണിക്കുന്നു. അവരെ തടഞ്ഞുവെക്കുന്ന പട്ടാളക്കാർക്കും സ്ത്രീകൾ കളികാണുന്നതിനോട് എതിർപ്പൊന്നുമില്ല. തങ്ങളുടെ ജോലി അതായത് കൊണ്ട് മാത്രമാണ് പട്ടാളക്കാർ അവരെ തടഞ്ഞുവെക്കുന്നത്. പെൺകുട്ടികൾ രക്ഷപ്പെട്ടാൽ തങ്ങളുടെ നിർബന്ധിത സൈനിക സേവനകാലം നീണ്ടുപോകും എന്നതാണ് അവരുടെ പ്രധാന പ്രശ്നം. പലപ്പോഴും തങ്ങളുടെ പ്രശ്നങ്ങൾ ചർച്ച ചെയ്തും, പെൺകുട്ടികൾക്ക് കളി കണ്ട് തത്സമയ വിവരണം നൽകിയും, യാത്രക്കിടെ ദാഹിക്കുമ്പോൾ ജ്യൂസ് വാങ്ങി നൽകിയും ഉത്തരവാദിത്വത്തോടെ ബാത്ത്റൂമിലേക്ക് കൊണ്ടുപോയുമെല്ലാം അവർ അനുഭാവം കാണിക്കുന്നുണ്ട്. മൂത്രപ്പുരയിൽ നിന്ന് ഓടിരക്ഷപ്പെട്ട പെൺകുട്ടി പട്ടാളക്കാർക്കെതിരെ നടപടിയുണ്ടാകും എന്ന് ഭയന്ന് തിരികെ വരുന്നതും അവർ തമ്മിൽ ശത്രുതാപരമായ അന്തരീക്ഷമില്ലാത്തത് കൊണ്ട് തന്നെയാണ്. വിജയാഘോഷത്തിനുള്ള വെടിക്കോപ്പുകൾ കൈവശം വെച്ചതിനു അറസ്റ്റ് ചെയ്ത് പെൺകുട്ടികൾക്കൊപ്പം കൊണ്ടുപോകുന്ന ചെറുപ്പക്കാരൻ ആദ്യം അത് അപമാനമായി കരുതുന്നുവെങ്കിലും പിന്നീട് അവരുമായി സൌഹൃദത്തിലാകുന്നു. ഒടുവിൽ ഇറാന്റെ ലോകകപ്പ് പ്രവേശനം എല്ലാരുമൊന്നിച്ച് ആഘോഷിക്കും വിധം ഒരു സമഭാവം അവർക്കെല്ലാമിടയിൽ ഉടലെടുക്കുന്നുണ്ട്. കളി വെറും കളിയല്ലാതെ മാനുഷികമായ കൂട്ടായ്മയുടെ ഉറവയായിത്തീരുന്നത് സിനിമ മനോഹരമായി വരച്ചുകാട്ടുന്നു.എന്നാൽ സമൂഹത്തിന്റെ സ്ത്രീവിരുദ്ധ മനോഭാവത്തെ ഗൌരവപൂർവ്വം തുറന്നുകാട്ടാതെ മധ്യവർത്തി സമീപനമാണ് സംവിധായകൻ സ്വീകരിക്കുന്നത്.മകളെ തിരഞ്ഞെത്തുന്ന പിതാവ് ചോദിക്കുന്ന നിന്നെ ഇതിനാണോ കോളേജിൽ വിട്ടത്, ഞാനെത്ര കഷ്ടപ്പെട്ടാണ് നിന്നെ പഠിപ്പിക്കുന്നത്, നിനക്കെന്തിന്റെ കുറവാണ്

തുടങ്ങിയ ചോദ്യങ്ങൾ പിതൃകേന്ദ്രീകൃത വ്യവസ്ഥിതി നിരന്തരം സ്ത്രീകളോട് ചോദിച്ചുകൊണ്ടേയിരിക്കുന്നത് തന്നെയാണ്. നിനക്ക് വേണ്ടതെല്ലാം ഞാൻ തരാം, പകരം നിന്റെ സ്വാതന്ത്ര്യം ഞാനെടുക്കും എന്ന നിലപാട് പുരുഷാധിപത്യ സമൂഹം ആവർത്തിച്ചു കൊണ്ടേയിരിക്കും. എന്നാൽ ശക്തമായി സ്ത്രീകളുടെ സാമൂഹ്യാവകാശങ്ങൾക്കെതിരെ നിൽക്കുന്ന കഥാപാത്രങ്ങൾ സിനിമയിൽ കടന്നുവരുന്നില്ല, അത്തരക്കാർ കൂടിയുള്ളതാണല്ലോ ഇറാനിലെ സമൂഹം. സ്ത്രീക്കെതിരായ സാമൂഹ്യനിയമങ്ങൾ സൃഷ്ടിക്കപ്പെടുന്നതിൽ ഭരണകൂടത്തിനൊപ്പം തന്നെ സമൂഹത്താൽ സൃഷ്ടിക്കപ്പെടുന്ന പോതുബോധത്തിനും പങ്കുണ്ട്. ഈ പങ്കിനെ സിനിമ ഗൌരവമായി പരിഗണിക്കുന്നില്ല.

രസകരമായ പലരംഗങ്ങളും ചിത്രത്തിന്റെ കഥാപരിസരത്തിനു മാറ്റുകൂട്ടുന്നു. പെൺകുട്ടികളെ നിരീക്ഷണത്തിൽ സൂക്ഷിച്ച ഇത്തിരി സ്ഥലത്ത്.ഒരു ഫുട്ബോൾ ടീമിന്റെ ലൈനപ്പ് അവർ സൃഷ്ടിക്കുന്ന രംഗം ഇത്തരത്തിലൊന്നാണ്. ഫുട്ബോൾ കാണുന്നതിനെതിരെ പെൺകുട്ടികളെ അറസ്റ്റ് ചെയ്ത പട്ടാളക്കാരെക്കൂടി തങ്ങളുടെ ഈ കളിക്കളത്തിൽ ചേർത്തുനിർത്താൻ അവർക്ക് കഴിയുന്നു. മൂത്രപ്പുരയിലേക്കുള്ള യാത്രക്കിടെ പെൺകുട്ടി താൻ ഒരു ഫുട്ബോൾ കളിക്കാരിയാണെന്ന് പറഞ്ഞ് സ്വന്തം അനുഭവങ്ങൾ പങ്കുവെക്കുന്നതും സ്ത്രീകളുടെ ടീമിനെപ്പറ്റി പട്ടാളക്കാരൻ ചോദിച്ചുമനസ്സിലാക്കുന്നതും ഇതിനോട് സമാനമായൊരു രംഗമാണ്. അതിനിടെ സ്റ്റേഡിയത്തിലെ ആരവങ്ങളിലേക്ക് അവളുടെ മനസ്സ് പറക്കുന്നത് കാണാം. പട്ടാളക്കാരുടെ വിവരണങ്ങളിൽ നിന്ന് പ്രിയപ്പെട്ട കളിക്കാരുടെ ചലനങ്ങൾ ഭാവനയിൽ സങ്കൽപ്പിക്കുന്നതും പലരംഗങ്ങളിലും ആകർഷകമായി ചിത്രീകരിച്ചിരിക്കുന്നു.

ജപ്പാനുമായുള്ള ഫുട്ബോൾ മത്സരത്തിനിടെ ബഹളത്തിൽ മരിച്ചുപോയ സുഹൃത്തിന്റെ ഓർമ്മയിലാണ് ആദ്യത്തെ പെൺകുട്ടി മത്സരം കാണാനെത്തുന്നത്. കാണികളിലെ അവന്റെ ഒഴിവിനെ തന്റെ സാന്നിധ്യം കൊണ്ട് പൂരിപ്പിക്കാനാണ് അവൾ ശ്രമിക്കുന്നത്. അന്ന് മരിച്ചുപോയ ഏഴുപേർക്കും വേണ്ടി ഏഴു പൂത്തിരികൾ കത്തിച്ച് അവൾ വിജയമാഘോഷിക്കുന്നു. ഫുട്ബോളിനായി മരിച്ചവർക്ക് അതിനേക്കാൾ മികച്ചൊരു ശ്രദ്ധാഞ്ജലി എങ്ങനെയാണ് നൽകാനാവുക. ചിത്രത്തിൽ അഭിനയിച്ച ആറുപെൺകുട്ടികളുടെയും സ്വഭാവ സവിശേഷതകളിലേക്ക് സിനിമ അശ്രദ്ധമെന്നോണം കണ്ണോടിക്കുന്നുണ്ട്. പലതരം പെണ്ണുണ്ടെന്നും പെണ്ണ് എന്ന ഒറ്റവർഗ്ഗീകരണത്തിൽ സ്ത്രീയെ ഒതുക്കുന്നതിന്റെ പരിമിതികളെന്തെന്നും ചിത്രത്തിലെ കഥാപാത്രങ്ങളെ നിരീക്ഷിച്ചാൽ വ്യക്തമാവും.തന്റേടവും കുസൃതിയും ഭയവും ദുഃഖവും അലിവും എല്ലാമിടകലരുന്ന പെൺഭാവങ്ങളാണ് ചിത്രത്തെ ഹൃദ്യമായ

ദൃശ്യാനുഭവമാക്കുന്നത്. പുകവലിക്കുന്ന പെൺകുട്ടിയെ അവതരിപ്പിച്ച ഷായിസ്റ്റ ഇറാനിയുടെ അഭിനയം പ്രത്യേക പരാമർശം അർഹിക്കുന്നു. 2006 ലെ ലോകകപ്പിന് മുൻപുള്ള ഇറാൻ -ബഹറിൻ മത്സരം നടന്ന സ്റ്റേഡിയത്തിനു സമീപം തന്നെയാണ് പനാഹി സിനിമ ചിത്രീകരിച്ചത്. കളിയിലെ ജയപരാജയങ്ങളനുസരിച്ച് രണ്ട് വ്യത്യസ്തക്ലൈമാക്സുകളും നിശ്ചയിക്കപ്പെട്ടിരുന്നു. ഫുട്ബോൾ എന്ന ലിംഗ,വർണ്ണ,വർഗ്ഗാതീതമായ വികാരത്തെ മതിൽക്കെട്ടുകൾ ഭേദിച്ച് പടരുന്ന പെൺകുട്ടികളുടെ ആവേശത്തിലൂടെ അവതരിപ്പിക്കാൻ പനാഹിക്ക് കഴിയുന്നു.

എന്നാൽ പ്രശ്നത്തെ പ്രേക്ഷകനു മുന്നിലെത്തിക്കുക എന്നതിനപ്പുറം സാമൂഹ്യവിമർശനത്തിന്റെ തലത്തിലേക്ക് സിനിമ ഉയരുന്നില്ല. പൗരുഷം-സ്ത്രൈണം എന്നിങ്ങനെ സ്വഭാവ സവിശേഷതകളെ വേർതിരിച്ചുവെക്കുന്ന സാമൂഹ്യവ്യവസ്ഥയിലാണ് യഥാർത്ഥത്തിൽ പ്രശ്നങ്ങളുടെ അടിവേരുള്ളത്. സ്പോർട്സ് സ്ത്രീക്കന്യമായ ഒരു മേഖലയായി പരിഗണിക്കപ്പെടുന്നതിനൊപ്പം, വേഗത, ആക്രമണോത്സുകത എന്നിവയൊന്നും അവൾക്ക് ചേർന്ന ഭാവങ്ങളല്ലെന്നും സമൂഹം വിധിയെഴുതുന്നു. അവൾ വീട്ടിനകത്തെ ജീവിതത്തിനിണങ്ങിയ സ്ത്രൈണ സവിശേഷതകൾ ഉള്ളവളാകണമെന്ന് പ്രതീക്ഷിക്കപ്പെടുന്നു. ഈ ചട്ടക്കൂടുകൾ ലംഘിക്കാൻ ശ്രമിക്കുന്ന സ്ത്രീകളെ സമൂഹം നിരന്തരം വേട്ടയാടും. സമൂഹത്തിന്റെ ഈ ആധിപത്യ സ്വഭാവത്തെ വളരെയേറെ നേർപ്പിച്ചാണ് പനാഹി അവതരിപ്പിക്കുന്നത്. എന്നിട്ട് പോലും ഇറാനിൽ ചിത്രം നിരോധിക്കപ്പെട്ടു. ഫുട്ബോൾ കാണാൻ സ്ത്രീകൾക്കുള്ള വിലക്കിന് ഇപ്പോഴും മാറ്റമൊന്നുമില്ല. ഇക്കഴിഞ്ഞ മാർച്ചിൽ ഫിഫ പ്രസിഡന്റ് ഗിയാനി ഇൻഫാന്റിനോ ഇറാൻ സന്ദർശിച്ചപ്പോൾ മത്സരം കാണാനെത്തിയ മുപ്പത്തഞ്ച് സ്ത്രീകളെ അറസ്റ്റ് ചെയ്തിരുന്നു. പരിമിതമായ ജനാധിപത്യ അവകാശങ്ങൾ പോലും ലഭിക്കാൻ ഇറാനിലെ സ്ത്രീകൾ ഇനിയും പോരാടേണ്ടിയിരിക്കുന്നു. ശാരീരികമായ അധ്വാനത്തിന്റെ, കൈകാലുകൾ സ്വതന്ത്രമായി ചലിപ്പിക്കുന്നതിന്റെ, സ്റ്റേഡിയത്തിൽ എല്ലാവർക്കുമൊപ്പം മത്സരം കാണുന്നതിന്റെ ആനന്ദങ്ങൾ സമൂഹത്തിന്റെ നേർപകുതിക്ക് നിഷേധിക്കപ്പെടുന്നതിലെ അനീതി ലോകത്തിന്റെ ശ്രദ്ധയിലെത്തിക്കുന്നു ഓഫ്സൈഡ്. ഇനിയുമെത്ര പതിറ്റാണ്ടുകൾ കഴിഞ്ഞാലും ഒരുപക്ഷേ ഈ ചിത്രം പ്രസക്തമാകുന്നതും അത് കൊണ്ട് തന്നെയാവും.

പുരുഷവിലാപങ്ങൾക്ക്
ഒരു ഇറാനിയൻ ഭാഷ്യം

പിതൃകേന്ദ്രീകൃത വ്യവസ്ഥിതി മുന്നോട്ട് വെക്കുന്ന ജീവിതശാസനങ്ങളിൽ കുടുങ്ങിപ്പോകുന്ന സ്ത്രീജീവിതങ്ങൾ ചർച്ച ചെയ്യുന്ന സിനിമകൾ പലഭാഷകളിലും ചിത്രീകരിക്കപ്പെടുകയും വ്യാപകമായി ചർച്ചചെയ്യപ്പെടുകയും ചെയ്തിട്ടുണ്ട്, അല്ലെങ്കിൽ രാഷ്ട്രീയ സിനിമയുടെ പ്രിയപ്പെട്ട വിഷയങ്ങളിൽ പ്രധാനപ്പെട്ട ഒന്നാണത് എന്നുതന്നെ പറയാം. ഇത്തരം ഒരു വ്യവസ്ഥിതിയിൽ സ്ത്രീയുടെ സംരക്ഷകൻ എന്ന ചുമതല അഥവാ ഭാരം പുരുഷനിലുണ്ടാക്കുന്ന മാനസിക സംഘർഷങ്ങൾ ഏറെയൊന്നും സിനിമകൾക്ക് വിഷയമാക്കപ്പെട്ടിട്ടില്ല. ഭാര്യയോടുള്ള, അവളുടെ സംരക്ഷണം എന്ന തന്റെ ഉത്തരവാദിത്വം നിർവ്വഹിക്കാൻ കഴിയാതെപോയി എന്ന പുരുഷന്റെ ആധി ദമ്പതികൾ തമ്മിലുള്ള ബന്ധത്തിൽ വരുത്തുന്ന ആഴത്തിലുള്ള വിള്ളലുകളാണ് അസ്ഗർഫർഹാദി സംവിധാനം ചെയ്ത ഇറാനിയൻ ചിത്രം ദി സെയിൽസ്മാൻ ആവിഷ്കരിക്കുന്നത്. സംസ്കൃതചിത്തനായ മനുഷ്യൻ എന്ന നിലയ്ക്കുള്ള അയാളുടെ സാമൂഹികാസ്തിത്വത്തെ അപ്രതീക്ഷിതമായ ഒരു സംഭവം എങ്ങനെ മാറ്റിമറിക്കുന്നു എന്ന് കൂടി ഈ സിനിമക്ക് വിഷയമാകുന്നുണ്ട്. മികച്ചവിദേശഭാഷാചിത്രത്തിനുള്ള 2017 ലെ ഓസ്കാർ അവാർഡ് നേടിയതോടെ അഞ്ച് വർഷത്തിനിടെ രണ്ട് തവണ ഈ അവാർഡ് നേടിയ സംവിധായകനായി അസ്ഗർഫർഹാദി മാറി.

യാഥാസ്ഥിതിക, മതകേന്ദ്രീകൃത സാമൂഹ്യവ്യവസ്ഥ സ്ത്രീയുടെ സ്ഥാനവും അവളെ എപ്രകാരം പുരുഷൻ തന്റേതുമാത്രമായി സംരക്ഷിച്ച് സൂക്ഷിക്കണമെന്നും കൃത്യമായി നിർവചിച്ചുവെച്ചിട്ടുണ്ട്. ആധുനിക കാലഘട്ടത്തിൽ നഗരങ്ങളിലെ സ്ത്രീകൾ ഭൗതികമായെങ്കിലും ഇത്തരം ചട്ടക്കൂടുകളിൽ നിന്ന് പുറത്തുകടക്കുന്നുണ്ട്. അത് കൊണ്ടാണ് വീട്ടിനു പുറത്തുപോയി ജോലിചെയ്യാനും സെയിൽസ്മാനിലെ നായിക റാണയെപ്പോലെ നാടകത്തിൽ അഭിനയിക്കാനുമെല്ലാം സാധിക്കുന്നത്. പക്ഷേ ആന്തരികമായി അവളെയും കുടുംബവ്യവസ്ഥിതിയെ തന്നേയും ചൂഴ്ന്നുനിൽക്കുന്ന നിയമസംഹിതകൾക്ക് കാര്യമായ മാറ്റമൊന്നും ഇന്നും

സംഭവിച്ചിട്ടില്ല.സ്ത്രീയുടെ വിശുദ്ധി എന്ന സങ്കൽപ്പവും, അത് സംരക്ഷിക്കേണ്ടവനാണ് അവളുടെ പുരുഷൻ എന്ന സങ്കൽപ്പവും ഉള്ളടരുകളിൽ നിലനിൽക്കുന്നിടത്തോളം അതിനെക്കുറിച്ചുള്ള ആശങ്കകളും സംശയങ്ങളും അവർ തമ്മിലുള്ള വിനിമയങ്ങളെ ബാധിക്കാതിരിക്കില്ല.

സ്ത്രീ-പുരുഷ ബന്ധങ്ങൾക്കുള്ളിൽ രൂപപ്പെടുന്ന ന്യൂനമർദ്ദമേഖലകളും അവയുടെ തുടർച്ചയായ അസ്വസ്ഥതകളും ഇറാനിയൻ സംവിധായകനായ അസ്ഗർ ഫർഹാദിയുടെ പ്രിയപ്പെട്ട വിഷയമാണ്. മികച്ച വിദേശഭാഷാചിത്രത്തിനുള്ള 2012 ലെ ഓസ്കാർ നേടിയ എ സെപ്പറേഷൻ എന്ന ചിത്രത്തിന്റെ മറ്റൊരു ശൈലിയിലുള്ള തുടർച്ച എന്ന് അത് കൊണ്ട് തന്നെ സെയിൽസ്മാൻ എന്ന ചിത്രത്തെ കാണാവുന്നതാണ്. അപ്രതീക്ഷിതമായ ഒരു സംഭവം മതി ജീവിതത്തെ മാറ്റിമറിക്കാൻ എന്ന് ചിത്രം കാണിച്ചു തരുന്നു. ഭാര്യയുടെ വിശുദ്ധിയെക്കുറിച്ചുള്ള ആകുലതയ്ക്കൊപ്പം ആക്രമകാരിയായ മറ്റൊരു പുരുഷനിൽ നിന്ന് അവളെ സംരക്ഷിക്കുന്നതിൽ പരാജയപ്പെട്ടു എന്ന കുറ്റബോധം കൂടി ചേരുമ്പോൾ അത് എമാദിന്റെയും റാണയുടേയും സ്വസ്ഥദാമ്പത്യത്തിൽ വിള്ളലുകൾ വീഴുന്നു. സിനിമയുടെ തുടക്കത്തിൽ തന്നെ തൊട്ടപ്പുറത്തെ പുതിയ കെട്ടിടത്തിന്റെ പൈലിംഗ് പണികളെത്തുടർന്ന്

തകർന്നുവീഴാനൊരുങ്ങുന്ന ബഹുനിലക്കെട്ടിടം കാണിക്കുന്നുണ്ട്. കഥാഗതിപുരോഗമിക്കുമ്പോൾ സിനിമയിലെ കേന്ദ്രകഥാപാത്രങ്ങൾക്കിടയിൽ രൂപപ്പെടാൻ പോകുന്ന വിടവിന്റെ ആമുഖമാകുന്നു ഈ രംഗം.

സാഹിത്യാധ്യാപകനായ എമാദ്(ഷഹാബ് ഹൊസൈനി) ഭാര്യ റാണയ്ക്കൊപ്പം(തരാനേ അലിദൂസ്തി) സ്വസ്ഥജീവിതം നയിക്കുന്നയാളാണ്. കുട്ടികളുടെ പ്രിയപ്പെട്ട അധ്യാപകനാണയാൾ എന്ന് തുടക്കത്തിലെ ക്ലാസ് റൂം രംഗങ്ങൾ കൃത്യമായിത്തന്നെ സൂചിപ്പിക്കുന്നുണ്ട്. മാത്രമല്ല ഭാര്യക്കൊപ്പം ആർതർ മില്ലറുടെ ഡെത്ത് ഓഫ് എ സെയിൽസ്മാൻ എന്ന നാടകത്തിലെ കേന്ദ്രകഥാപാത്രത്തെ അവതരിപ്പിക്കുന്ന നടൻ കൂടിയാണ് അയാൾ. വിള്ളൽവീണ അപാർട്ട്മെന്റിൽ നിന്ന് സഹനടനായ സുഹൃത്തിന്റെ അപ്പാർട്ട്മെന്റിലേക്ക് താൽക്കാലികമായി എമാദിനും റാണയ്ക്കും താമസം മാറേണ്ടി വരുന്നു. അപഥസഞ്ചാരിണി (ഇറാനിലും അപഥസഞ്ചാരിണികളുണ്ട് !) എന്ന് അപ്പാർട്ട്മെന്റിലെ മറ്റുള്ളവർ കരുതുന്ന സ്ത്രീയായിരുന്നു അവിടത്തെ മുൻതാമസക്കാരി. ആ സ്ത്രീയുടെ സാധനങ്ങൾ അവിടെയുള്ളത് തുടക്കം മുതലേ എമാദിനേയും റാണയേയും അസ്വസ്ഥരാക്കുന്നുണ്ട്. എമാദ് തിരിച്ചെത്താൻ വൈകിയ ഒരു ദിവസം അപരിചിതനാൽ റാണ ആക്രമിക്കപ്പെട്ടതോടെ സിനിമ മറ്റൊരു ദിശയിലേക്ക് മാറുന്നു. ആക്രമകാരി ഉപേക്ഷിച്ചുപോയ ട്രക്ക് അടക്കമുള്ള വസ്തുക്കളെ പിൻതുടർന്നു അയാളിലേക്കെത്താൻ എമാദ് നടത്തുന്ന ശ്രമങ്ങളും തുടർസംഭവങ്ങളുമാണ് ചിത്രത്തിന്റെ പ്രത്യക്ഷ ഇതിവൃത്തം.

ത്രില്ലർ രൂപത്തിലാണ് കഥ പുരോഗമിക്കുന്നതെങ്കിലും സാധാരണ ത്രില്ലറുകൾ അനുഭവിപ്പിക്കുന്ന, അല്ലെങ്കിൽ അനുഭവിപ്പിക്കേണ്ടതെന്ന് കരുതപ്പെടുന്ന പിരിമുറുക്കമോ, നാടകീയതയോ സെയിൽസ്മാന്റെ ആഖ്യാനശൈലിയെ തെല്ലും സ്വാധീനിക്കുന്നില്ല. അസ്ഗർ ഫർഹാദിയുടെ പതിവ് ശൈലിക്കനുസൃതമായി ,കഥാപാത്രങ്ങളുടെ സൂക്ഷ്മഭാവ ചിത്രണങ്ങളിലൂന്നി, സ്വാഭാവികതയുടെ ഒഴുക്കോടെ ചിത്രത്തിന്റെ ദൃശ്യഭാഷ മുന്നോട്ട് പോകുന്നു. നാടകീയ സംഭാഷണങ്ങൾക്കുപകരം ഗൃഹാന്തരീക്ഷത്തിലെ സ്വാഭാവിക വിനിമയങ്ങളിലൂടെയും മൊബൈൽഫോൺ സംഭാഷണങ്ങളിലൂടെയും ഒക്കെയാണ് സിനിമ ആവിഷ്കരിക്കപ്പെടുന്നത്. പൊതുവേ സിനിമകൾ വിജയിയായ ഗുണവാനായ നായകന്റെ പക്ഷത്ത് നിൽക്കുമ്പോൾ അസ്ഗർഫർഹാദിയുടെ കഥാപാത്രങ്ങൾ കൃത്യമായി കറുപ്പിലോ വെളുപ്പിലോ പരസ്പരം വേർതിരിച്ച് നിർത്തപ്പെട്ടവരല്ല. കറുപ്പും വെളുപ്പും ഇടകലരുന്ന അനേകം വർണ്ണഭേദങ്ങൾ അവർക്ക് സ്വന്തം. ചിത്രത്തിലെ നായകനായ എമാദ് തുടക്കത്തിൽ ആവിഷ്കരിക്കപ്പെടുന്നത് പരോപകാരതല്പരനായ

സഹിഷ്ണുവായ ഒരാളായാണ്. തന്റെ ജീവിതത്തെ സംബന്ധിച്ച ആത്മവിശ്വാസം ആ കഥാപാത്രത്തിന്റെ ശരീരഭാഷയിലും സംഭാഷണങ്ങളിലും തെളിഞ്ഞുനിൽക്കുന്നുമുണ്ട്. പൊളിഞ്ഞുവീഴാൻ തുടങ്ങുന്ന കെട്ടിടത്തിൽ നിന്ന് ശയ്യാവലംബിയായ ചെറുപ്പക്കാരനെ രക്ഷിക്കുന്നതും, ടാക്സികാറിൽ വെച്ച് അപമര്യാദയായി പെരുമാറുന്ന സ്ത്രീയെ സഹിഷ്ണുതയോടെ കാണുന്നതുമെല്ലാം അയാളിലെ നായകഭാവത്തിന്റെ പ്രത്യക്ഷങ്ങളാണ്.

പ്രതിസന്ധിയിൽ ഒരു മനുഷ്യൻ എങ്ങനെപെരുമാറുന്നു എന്നതാണ് അയാളുടെ ആന്തരസത്തയുടെ യഥാർത്ഥ രൂപത്തെ വെളിവാക്കുന്നത്. ഭാര്യക്കുനേരെയുണ്ടാകുന്ന ആക്രമണം എമാദിനെ പാടേ മാറ്റിമറയ്ക്കുന്നു. സംശയാലുവും ക്ഷമയില്ലാത്തവനുമായി അയാൾ മാറുന്നത് കഥാപാത്രത്തിന്റെ ശരീരഭാഷയിലുള്ള മാറ്റത്തിലൂടെ ഷഹാബ് ഹുസൈനി ആവിഷ്കരിക്കുന്നുണ്ട്. ഈ സൂക്ഷ്മാഭിനയം അദ്ദേഹത്തിന് കാൻ ചലച്ചിത്രമേളയിൽ മികച്ചനടനുള്ള പുരസ്കാരം നേടിക്കൊടുക്കുകയും ചെയ്തു.കുനിഞ്ഞ തോളും ചുളിഞ്ഞപുരികങ്ങളും അശ്രദ്ധമായ വേഷവിധാനങ്ങളുമായി തന്റെ മാനസികസംഘർഷങ്ങൾ അയാൾ ശരീരത്തിലും പകർത്തി വെക്കുന്നു. റാണ ആക്രമിക്കപ്പെട്ടതിനു ശേഷമുള്ള ക്ലാസ് റൂം രംഗം കഥാപാത്രത്തിന്റെ അത് വരെയുള്ളതിന്റെ എതിർ ധ്രുവത്തിലേക്കുള്ള തകിടം മറിച്ചിലിനു ദൃശ്യഭാഷ്യമൊരുക്കുന്നു. ഭാര്യയെ ആക്രമിച്ചയാളെ കണ്ടെത്തുമ്പോൾ അയാളുടെ ശാരീരിക അവസ്ഥപോലും പരിഗണിക്കാതെ പ്രതികാരം എന്ന ഒറ്റലക്ഷ്യത്തിലേക്ക് തരം താണുപോകുന്നുണ്ട് എമാദ് എന്ന നായകൻ. അതിനും മുൻപേ പുറത്തുപറയാൻ പറ്റാത്തതെന്തെങ്കിലും അന്ന് സംഭവിച്ചോ എന്ന് ഭാര്യയോട് വീണ്ടും വീണ്ടും അന്വേഷിക്കുന്നുമുണ്ട് അയാൾ.

ആക്രമിക്കപ്പെട്ട റാണയാകട്ടെ അപ്രതീക്ഷിതമായ അത്തരമൊരു സംഭവം ഉണ്ടാക്കുന്ന മാനസികാഘാതത്തിൽ നിന്ന് മുക്തയാകുന്നേയില്ല. ആക്രമിക്കപ്പെട്ട ബാത്ത് റൂമിനകത്തും വീടിനകത്തും ഒറ്റക്ക് നിൽക്കാനാവാത്ത അവളുടെ ശ്വാസംമുട്ടൽ അപ്രതീക്ഷിതമായി ഇരയാക്കപ്പെടുന്നവളുടെ സ്വാഭാവിക പ്രതികരണം മാത്രമാണ്. ഇതും എമാദിന്റെ നിസ്സഹായതയേയും കുറ്റബോധത്തേയും വർദ്ധിപ്പിക്കുന്നു. എമാദിന്റേയും റാണയുടേയും ആന്തരമൂല്യങ്ങൾ വേർപിരിയുന്നത് ആക്രമിയോടുള്ള പ്രതികരണത്തിലാണ്. കുറ്റക്കാരനെങ്കിലും അയാളുടെ അവസ്ഥപരിഗണിച്ച് ക്ഷമിക്കാൻ റാണ തയ്യാറാകുന്നുണ്ട്. എമാദാവട്ടെ പ്രതികാരത്തിലൂടെ തന്റെ നഷ്ടപൌരുഷം വീണ്ടെടുക്കാനാണ് അബോധമായി ശ്രമിക്കുന്നത്. സ്ത്രീയും പുരുഷനും ആശയപരമായി വേറിട്ടുനിൽക്കുന്നത് ഒരുപക്ഷേ ഇത്തരം അബോധ പ്രതികരണങ്ങളിൽ തന്നെയാവാം.

ചിത്രത്തിന്റെ ഭാഗമായി ആർതർ മില്ലറിന്റെ ഡെത്ത് ഓഫ് എ സെയിൽസ്മാൻ എന്ന നാടകത്തിലെ രംഗങ്ങൾ കടന്നുവരുന്നുണ്ട്. കഥാഗതിയുമായി തുടക്കത്തിൽ അതിനെ ബന്ധിപ്പിക്കാൻ കഴിയില്ലെങ്കിലും പതുക്കെപ്പതുക്കെ എമാദ് എന്ന പരാജിതനു സമാന്തരമായി വില്ലി ലോമാന്റെ കഥ മാറാൻ തുടങ്ങുന്നു. കൂടാതെ, സിനിമയുടെ അന്ത്യത്തോടടുക്കുമ്പോൾ റാണയെ ആക്രമിച്ച വൃദ്ധനായ സെയിൽസ്മാന്റെ കഥയുമായി നാടകം പ്രത്യക്ഷത്തിൽ തന്നെ ബന്ധപ്പെടുന്നുണ്ട്. നൈറ്റ് ഗൌണിനുപകരം പുറംകുപ്പായമടക്കം ധരിച്ച് അഭിനയിക്കേണ്ടി വരുന്ന ഇറാനിലെ സാമൂഹ്യവ്യവസ്ഥ കഥാഗതിയുടെ ഭാഗമായി പരോക്ഷമായി പരാമർശിക്കപ്പെടുന്നുണ്ട്. ചടുലവും നാടകീയവുമായ രംഗങ്ങളോ , വ്യത്യസ്ഥമായ ഷോട്ടുകളോ ഒന്നും ഉപയോഗിക്കാതെ തന്നെയാണ് സിനിമ അതിന്റെ ഇതിവൃത്തത്തോട് ആത്യന്തം നീതിപുലർത്തുന്നത്. പ്രകാശം നിറഞ്ഞ സ്റ്റേജിൽ ഒഴിഞ്ഞുകിടക്കുന്ന ഫർണിച്ചറുകളുടെ ദൃശ്യത്തിൽ നിന്ന് തുടങ്ങുന്ന സിനിമ, വിളക്കണയുന്ന മുറിയിലെ ഒഴിഞ്ഞ ഫർണിച്ചറുകളിൽ അവസാനിക്കുന്നു, ഈ രണ്ട് രംഗങ്ങൾക്കിടയിൽ കൃത്യമായി വിന്യസിക്കപ്പെട്ട ആന്തരസംഘർഷങ്ങളാണ് ദി സെയിൽസ്മാന്റെ ആത്മാവ്.

പലായനത്തിന്റെയും അതിജീവനത്തിന്റെയും ദൃശ്യഭൂപടം

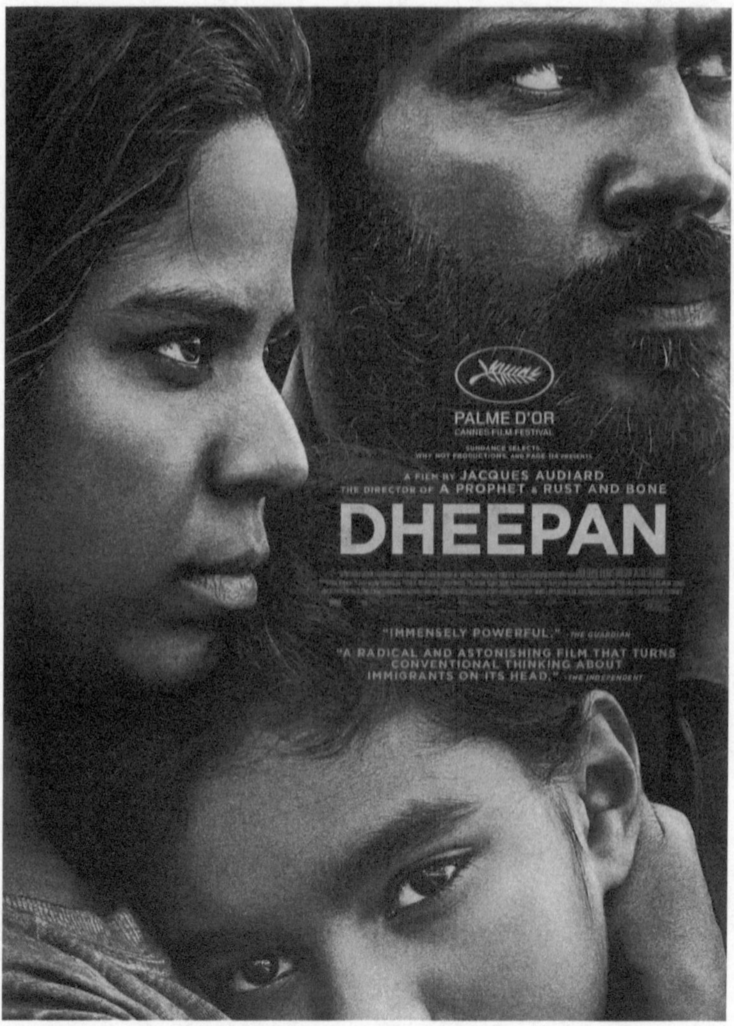

മരുഭൂമിയുടെ വെയിലിനെ മധുരഫലങ്ങളായി പാകപ്പെടുത്തിയ ഒരു ഈന്തപ്പനയെ സൈബീരിയയിലെ തണുപ്പിലേക്ക് പറിച്ചുനട്ടാൽ എങ്ങനെയുണ്ടാവും? മനുഷ്യന്റെ കഥയും ഒട്ടും വ്യത്യസ്ഥമല്ല. വേരറ്റു പോകുന്ന വേദനകൾക്കപ്പുറം ഇന്നോളമറിയാത്ത സാഹചര്യങ്ങളോട് പൊരുത്തപ്പെടാനുള്ള ശ്രമങ്ങളും ജീവിതത്തെ സങ്കീർണ്ണമാക്കാതെയും മുരടിപ്പിക്കാതെയും തരമില്ല, ഉറപ്പിച്ചുനിർത്താൻ വേരുകളില്ലാത്ത മൂടി ല്ലാത്താളിയല്ലല്ലോ മനുഷ്യന്റെ ജീവിതം. എങ്കിലും, ആത്യന്തികമായി ജീവിതമെന്നത് നിലനിൽപ്പിനായുള്ള ജീവന്റെ പോരാട്ടം ആയത്കൊണ്ട് തന്നെ ഏത് മരുഭൂമിയിലും ദുർബലമെങ്കിലും, വേരുകൾ പൊടിക്കാതിരിക്കുന്നുമില്ല. അഭയാർഥിജീവിതം എന്നാൽ വിട്ട്പോരേണ്ടി വന്ന നാടിന്റെ കൊളുത്തിവലിക്കുന്ന ഓർമ്മകൾ മാത്രമല്ല, പരിചിതമല്ലാത്ത ഒഴുക്കിൽ കാലൂന്നി നിൽക്കാനുള്ള ശ്രമങ്ങൾ കൂടിയാണെന്ന് ഓർമ്മിപ്പിക്കുന്നു 'ദീപൻ'.

ദുരിതങ്ങളിൽ നിന്നുള്ള പലായനത്തിന്റെ ഭാഗമായി, പരസ്പരം അറിയാത്ത മൂന്നുപേർ, സാഹചര്യം കൊണ്ട് ഒരു കുടുംബമായി തുന്നിച്ചേർക്കപ്പെടുന്നതും തുടർന്നുള്ള അതിജീവനശ്രമങ്ങളുമാണ് ജാക്ക് ഓദിയാദ് സംവിധാനം ചെയ്ത ദീപൻ ആവിഷ്കരിക്കുന്നത്. അതോടൊപ്പം തന്നെ വ്യക്തികൾ എന്ന നിലയ്ക്കുള്ള അവരുടെ അന്യത്വം ഉണ്ടാക്കുന്ന സംഘർഷങ്ങളും വിഷയമാകുന്നു. അരനൂറ്റാണ്ടോളമായി തുടർന്നിരുന്ന ശ്രീലങ്കയിലെ ആഭ്യന്തര വംശീയ പ്രശ്നങ്ങൾ മരണത്തിലേക്കും, പലായനത്തിലേക്കും തള്ളിവിട്ട പതിനായിരങ്ങളുണ്ട്. കേട്ടറിവുമാത്രമുണ്ടായിരുന്ന, ഒരുപക്ഷേ കേട്ടുകേൾവിപോലുമില്ലാത്ത നാടുകളിൽ രാഷ്ട്രീയാഭയം തേടിപ്പോകുന്ന ശ്രീലങ്കൻ തമിഴ് അഭയാർഥികളുടെ പ്രതിനിധികളാണ് ദീപനായി വേഷം മാറുന്ന ശിവദാസനും യാളിനിയും ഇല്ലയാളും. വിദേശത്തേക്ക് രക്ഷപ്പെടുന്നതിനായി മരിച്ചുപോയ ഒരു കുടുംബത്തിന്റെ കുപ്പായത്തിലേക്ക് കൂടുമാറുന്ന അപരിചിതർ. ഫ്രാൻസിലെത്തുന്ന ദീപൻ മയക്കുമരുന്ന് കച്ചവടക്കാരാൽ

നയിക്കപ്പെടുന്ന ഒരു പാർപ്പിടസമുച്ചയത്തിൽ കെയർടേക്കർ ആയി ജോലിനേടുന്നു. ഒരു കുടുംബം എന്ന പുറംതോടിനുള്ളിൽ പുറംലോകത്ത് നിന്ന് മറഞ്ഞിരിക്കുമ്പോഴും അവരുടെ ആന്തരലോകങ്ങൾ തമ്മിൽ ശക്തമായി വികർഷിക്കുന്നുണ്ട്. ഇംഗ്ലണ്ടിലെ കസിനടുത്തേക്ക് രക്ഷപ്പെടാൻ ആഗ്രഹിക്കുന്ന യാളിനിയുടെ കണ്ണും മനസ്സും എപ്പോഴും അദൃശ്യമായ ഏതോ എമർജൻസി എക്സിറ്റ് തേടിക്കൊണ്ടിരിക്കുന്നു. ഇല്ലയാളാവട്ടെ നഷ്ടമായ മാതാപിതാക്കളെ യാളിനിയിലും ദീപനിലും തിരയുന്നു. രക്ഷപ്പെടാനുള്ള അവസരം എന്ന നിലയ്ക്ക് അവളെ കൂടെകൂട്ടുന്നെങ്കിലും താനഭിനയിക്കുന്ന അമ്മവേഷത്തോടു കൂറുപുലർത്താൻ യാളിനിക്ക് കഴിയുന്നേയില്ല. സ്വയം നിർമ്മിച്ച രഹസ്യയറയ്ക്കകത്ത് ഭാര്യയുടെയും മക്കളുടേയും ചിത്രം ഒളിച്ചുസൂക്ഷിക്കുന്നുവെങ്കിലും താനഭിനയിക്കുന്ന കുടുംബനാഥന്റെ വേഷത്തെ യാഥാർഥ്യമാക്കാനും അതുവഴി തന്റെ അരക്ഷിതാവസ്ഥകളെ നേരിടാനും ദീപൻ ശ്രമിക്കുന്നുണ്ട്. താനെത്തിപ്പെട്ടയിടത്തെ തന്റെ വീടാക്കിമാറ്റാനും സാഹചര്യങ്ങളാൽ കൂട്ടിച്ചേർക്കപ്പെട്ടവരെ സ്വന്തം കുടുംബമായി രൂപപ്പെടുത്തിയെടുക്കാനും അയാൾ ശ്രമിക്കുന്നു. അവസാനഘട്ടത്തിൽ ദീപനെ ആയുധമെടുപ്പിക്കുന്നതും അയഥാർത്ഥമായ ആ തനത് ലോകത്തെ സംരക്ഷിക്കാനുള്ള ആഗ്രഹമാണ്. ഇരുട്ടിൽ തെളിയുന്ന പൂമ്പാറ്റവെളിച്ചം, തലയിൽ ഘടിപ്പിച്ച കളിപ്പാട്ടവുമായി തെരുവോരവിൽപ്പനയിലേർപ്പെട്ട ദീപനായി മാറുന്നത് സിനിമയിലെ ഏറ്റവും മനോഹരമായ ദൃശ്യമാണ്.

അപരത്വത്തിന്റെ അപരിചിതത്വവും, അപകർഷതയും കേന്ദ്രകഥാപാത്രങ്ങളായ മൂന്ന് പേർക്കും ഭാരമായി പേറേണ്ടിവരുന്നുണ്ട്. വീണാലും വേദനിച്ചാലും ചിരിക്കുന്ന നാട്ടിൽ നിന്ന് വന്നവൾക്ക് ചിരി പരിഹാസമായി കാണുന്ന നാടിനോട് പൊരുത്തപ്പെടാനാവാതെ വരുന്നത് സ്വാഭാവികമാണല്ലോ. ദീപനെ മയക്കുമരുന്ന് കച്ചവടക്കാർ മൌഗ്ലി എന്ന് വിളിക്കുന്നതും രൂപപരവും സ്വത്വപരവുമായ അപരത്വത്തിനുമേൽ പടുത്തുയർത്തിയ വംശീയവെറി കൊണ്ടാണ്. യാളിനി ജോലിചെയ്യുന്നിടത്തെ മയക്കുമരുന്ന് കച്ചവടക്കാരൻ മാത്രമാണ് ഈ അപരത്വത്തെ കൗതുകത്തോടെ സ്വാഗതം ചെയ്യുന്നത്. തമിഴിലും ഫ്രെഞ്ചിലുമായി പരസ്പരം ഭാഷയറിയാതെ അവർ സംവദിക്കുന്നത് ചിത്രത്തിലെ മറ്റൊരു നല്ല രംഗമാണ്. ആത്മസംഘർഷത്തിലായ ദീപൻ പുലികളുടെ പടപ്പാട്ട് പാടുന്നതും യാളിനിയുടെ ഗണപതിസ്തുതിയുമൊക്കെ ഒരേ സമയം ഈ അപരത്വത്തെ എതിർത്ത് തോൽപ്പിക്കാനുള്ള ശ്രമങ്ങളുടെ ഭാഗവും അതേ സമയം സ്വന്തം അപരസ്വത്വത്തെ മുറുകെപ്പിടിക്കാനുള്ള ആഗ്രഹത്തിന്റെ ബഹിർസ്ഫുരണവുമാണ്.

സമാധാനമുള്ള അന്തരീക്ഷം കൊതിച്ച് എത്തിയ ഇവരുടെ ജീവിതം അതേ സമുച്ചയത്തിൽതാമസിക്കുന്ന മയക്കുമരുന്ന് കച്ചവടക്കാർ തമ്മിലുള്ള സംഘർഷം മൂലം വീണ്ടും അശാന്തമാകുന്നു. വെടിയൊച്ചകളിൽ നിന്ന് രക്ഷപ്പെടാൻ കടൽതാണ്ടിയവർക്ക് വെടിയൊച്ചകളുടെ നടുവിൽ നടുങ്ങി നിൽക്കേണ്ടിവരുന്നു. കെയർടേക്കറുടെ ജോലി ആസ്വദിച്ചു തുടങ്ങുന്ന ദീപനെ ഈ സംഘർഷം വീണ്ടും പാളം തെറ്റിക്കുന്നുണ്ട്. മാത്രമല്ല താൻ അഴിച്ചുവെച്ച പുലിപ്പോരാളി വേഷത്തിലേക്ക് ആകർഷിക്കാൻ ഭൂതകാലത്തിന്റെ പ്രേതങ്ങൾ തേടിവരുന്നുമുണ്ട്. വെടിനിർത്തൽ മേഖലയ്ക്ക് സ്വയം അതിർത്തിവരയ്ക്കുന്ന അയാൾ ഭൂതത്തിന്റേയും വർത്തമാനത്തിന്റേയും അശാന്തികളിൽ നിന്ന് വേറിട്ട ഒരു തുരുത്ത് സൃഷ്ടിക്കാനാണ് ശ്രമിക്കുന്നത്. തന്നെ സംബന്ധിച്ചിടത്തോളം എല്ലാ യുദ്ധങ്ങളും അവസാനിച്ചിരിക്കുന്നു എന്ന് പറയുന്നെങ്കിലും ജീവിതം അശാന്തമാകുന്ന ഘട്ടത്തിൽ അയാൾ വീണ്ടും ആയുധമെടുക്കുന്നു. സിനിമ ഏറ്റവും ദുർബലമാകുന്നതും ഒരു റിവഞ്ച് മൂവിയായി തരംതാഴുന്നതും അതിന്റെ അവസാന രംഗങ്ങളിലാണ്. തുടർന്ന് അവരുടെ ജീവിതത്തിനുണ്ടാകുന്ന സാംസ്കാരികവും, സ്വത്വപരവുമായ ഉയർച്ചയെ വിശ്വസനീയമായി അവതരിപ്പിക്കാൻ സംവിധായകന് കഴിയുന്നുമില്ല.

പ്രധാന കഥാപാത്രങ്ങളെ അവതരിപ്പിച്ച മൂന്നുപേരും തങ്ങൾ പുതുമുഖങ്ങളാണ് എന്നതിന്റെ യാതൊരു സൂചനയും നൽകുന്നില്ല. ദീപനെ അവതരിപ്പിച്ച ആന്റണി ദാസൻ യേശുദാസൻ മുൻ ഈഴപ്പോരാളിയും എഴുത്തുകാരനും സാമൂഹ്യപ്രവർത്തകനുമാണ്. അത് കൊണ്ട് തന്നെ ദീപൻ എന്നകഥാപാത്രത്തിന്റെ ഭാവതലങ്ങൾ അദ്ദേഹം പൂർണ്ണമായും അനായാസമായും കയ്യാളുന്നുണ്ട്. യാളിനിയെ അവതരിപ്പിച്ച കാളീസ്വരി ശ്രീനിവാസനും ഇല്ലയാളായ ക്ലോഡിൻ വിനസിതമ്പിയും തങ്ങളുടെ ഭാഗം ഭംഗിയാക്കുന്നുണ്ട്. മനോവിചാരങ്ങളുടെ ആഴങ്ങളിലേക്കും വിഷാദത്തിന്റെ നേർത്തമൂടുപടങ്ങളിലേക്കും ഊർന്നിറങ്ങുന്ന പശ്ചാത്തലസംഗീതവും ചിത്രത്തിന്റെ പ്രമേയത്തിന് മാറ്റുകൂട്ടുന്നു. കാൻ ഫിലിം ഫെസ്റ്റിവലിൽ പാം ഡി ഓർ പുരസ്കാരം അടക്കം നിരവധി ബഹുമതികൾ ഈ ചിത്രം നേടിയിരുന്നു.

പൊടുന്നനെ ആരാലോ തട്ടിത്തെറിപ്പിക്കപ്പെടുന്ന ജീവിതത്തെ ലഭ്യമായ എല്ലാ കഷണങ്ങളും പെറുക്കിവെച്ച് പൂർണ്ണമാക്കാൻ, അങ്ങനെ അതിജീവിക്കാൻ സഹജമായ വാസന മനുഷ്യനുണ്ട്. ആ ചെറുത്തുനിൽപ്പുകളുടെ വ്യത്യസ്ഥമായ ഒരു ഭൂമികയിലുള്ള ആവിഷ്കാരം എന്നത് തന്നെയാണ് ദീപനെ പ്രസക്തമാക്കുന്നത്.

ജീവിതത്തിന്റെ
രണ്ട് കരകൾ തമ്മിൽ

'എത്ര നിർവ്വികാരമിപ്പുതുതാം തലമുറ' എന്ന് പിൻ തലമുറക്കാരനെ നോക്കി അത്ഭുതം കൂറിയത് മലയാളത്തിന്റെ പ്രിയകവി വൈലോപ്പിള്ളി ശ്രീധരമേനോനാണ്. കടന്നുപോകുന്ന ഓരോ തലമുറയും തനിക്കുപിമ്പേ വരുന്നവരെ നോക്കി എത്ര വിചിത്രവും വിഭിന്നവുമാണ് അവരുടെ താല്പര്യങ്ങളും തെരഞ്ഞെടുപ്പുകളുമെന്ന് നീരസം കലർന്ന അമ്പരപ്പോടെ നോക്കാതിരുന്നിട്ടുണ്ടാവില്ല. കാലം മനുഷ്യനുമേൽ പ്രവർത്തിക്കുന്നത് ഇത്തരം തുടർച്ചകളിലൂടെയാണ്. അച്ഛനും മകനും തമ്മിലാകുമ്പോൾ ഈ അത്ഭുതവും അമ്പരപ്പും ആന്തരിക സംഘർഷങ്ങളുടെ മറ്റൊരു തലത്തിലേക്ക് നീങ്ങുന്നു. രണ്ട് തലമുറകളിൽ, രണ്ട് ലോകങ്ങളിൽ, രണ്ട് ജീവിത നിലപാടുകളിൽ നില കൊള്ളുന്ന അച്ഛനും മകനും തമ്മിലുള്ള രാഗദ്വേഷ സമ്മിശ്രമായ ബന്ധത്തിന്റെ കഥയാണ് പലസ്തീനിയൻ സംവിധായിക ആൻ മേരി ജാസിർ സംവിധാനം ചെയ്ത ചിത്രം. വാജിബ് പറയുന്നത്. കേരള അന്താരാഷ്ട്ര ചലച്ചിത്രമേളയിൽ മികച്ച ചിത്രത്തിനുള്ള സുവർണ്ണചകോരം നേടിയ ചിത്രമായിരുന്നു വാജിബ്.

വാജിബിന്റെ പ്രമേയപരിസരത്തെ പൊതുവായി മൂന്നായി തിരിക്കാം. അച്ഛനും മകനും തമ്മിലുള്ള ബന്ധ-വിചരിത്തികളാണ് ചിത്രത്തിന്റെ ഒന്നാം ധാര. ഇസ്രയേൽ-പാലസ്തീൻ പ്രശ്നത്തെക്കുറിച്ചുള്ള വീക്ഷണങ്ങളിലെ വൈരുധ്യങ്ങൾ രണ്ടാമത്തെ പ്രമേയപരിസരമൊരുക്കുന്നു. യാഥാസ്ഥിതികവും-ആധുനികവുമായ കാഴ്ച്ചപ്പാടുകൾ തമ്മിലുള്ള ആന്തരിക വൈരുധ്യങ്ങളാണ് ചിത്രത്തിലെ മൂന്നാമത്തെ ഇഴയാകുന്നത്. തന്റെ അനിയത്തിയുടെ വിവാഹവുമായി ബന്ധപ്പെട്ട് ഇറ്റലിയിൽ നിന്ന് ഇസ്രയേലിലെ നസറേത്തിലെത്തുന്ന ഷാദിയും പിതാവ് അബു ഷാദിയുമാണ് വാജിബിലെ പ്രധാന കഥാപാത്രങ്ങൾ. ഇസ്രായേലിന്റെ അറബ് തലസ്ഥാനം എന്നാണ് നസറേത്ത് അറിയപ്പെടുന്നത്. വാജിബ് എന്ന പേർഷ്യൻ പദം കൊണ്ട് അർത്ഥമാക്കുന്നത് പോലെ ബന്ധുക്കളോട്ടും സുഹൃത്തുക്കളേയും മകളായ അമലിന്റെ വിവാഹത്തിന് ക്ഷണിക്കാൻ വേണ്ടിയാണ് അബു ഷാദി ഇറ്റലിയിൽ നിന്നെത്തിയ

മകനേയും കൂട്ടി പുറപ്പെടുന്നത്. വാജിബ് എന്നാൽ നിർബന്ധമായും അനുഷ്ഠിക്കേണ്ട കടമ എന്നാണർത്ഥം.പഴയ തലമുറയിൽപ്പെട്ട അബു ഷാദിക്ക് അത്തരം കടമകൾ തന്റെ സാമൂഹ്യജീവിതത്തിന്റെ അവിഭാജ്യ ഘടകമാണ്. സ്കൂൾ അധ്യാപകനായ അയാൾക്ക് ആ പ്രദേശത്തെ എല്ലാവരുമായും പരിചയവും അടുപ്പവുമുണ്ടെന്നു യാത്ര യിലുടനീളം അയാളേറ്റുവാങ്ങുന്ന അഭിവാദനങ്ങൾ സൂചിപ്പിക്കുന്നു. ഇറ്റലിയിൽ ജീവിക്കുന്ന മകന് ഇത്തരം ആചാരങ്ങൾ അനാവശ്യമായ സമയം കൊല്ലലാണ്. തന്റെ ജോലിയേയും താമസിക്കുന്ന രാജ്യത്തേ യും പറ്റിയുള്ള തെറ്റിദ്ധാരണകളെ പിതാവ് തിരുത്താത്തത് അയാളെ പ്രകോപിപ്പിക്കുന്നത് കാണാം. മകനെക്കുറിച്ച് ഊതിവീർപ്പിച്ച ഒരു ചിത്രം നിർമ്മിച്ച് അഭിമാനം കൊള്ളുന്ന പിതാവ് നമ്മുടെ അടുത്ത പരിചയത്തിൽപ്പെട്ട ആരോ ആണെന്ന് ഇടയ്ക്കിടെ തോന്നിപ്പോകും.

യൂറോപ്പിൽ ജീവിക്കുന്ന മകനെ തിരിച്ച് വന്ന് നാട്ടിൽ സ്ഥിരതാമ സമാക്കാൻ പിതാവ് പ്രത്യക്ഷമായും പരോക്ഷമായും പ്രേരിപ്പിക്കുന്നു. അതിന് അദ്ദേഹം കാണുന്ന മാർഗ്ഗമാണ് ബന്ധത്തിലോ സുഹൃദ് വലയ ത്തിലോ ഉള്ള ഏതെങ്കിലും പെൺകുട്ടിയുമായി അയാളുടെ വിവാഹം നടത്തുക എന്നത്. മകനാവട്ടെ കൂട്ടുകാരിയോടൊത്താണ് ഇറ്റലിയിൽ താമസിക്കുന്നത് എന്ന് മാത്രമല്ല, വിവാഹത്തിലൂടെ ആ ബന്ധത്തിന്റെ ഊഷ്മളത ഇല്ലാതാക്കാൻ ആഗ്രഹിക്കുന്നുമില്ല. തിരിച്ചെത്തുമ്പോൾ ഓരോരുത്തരും തിരിച്ചറിഞ്ഞ് സ്നേഹത്തോടെ അഭിവാദ്യം ചെയ്യു ന്നതാണ് മടങ്ങിവരുന്നതിലെ സന്തോഷമെന്ന് ഒരിടത്ത് അയാൾ പറയുന്നുണ്ട്. അത്രമേൽ നാട് അയാളിൽ നിന്ന് ഇറങ്ങിപ്പോയിരിക്കുന്നു. വല്ലപ്പോഴുമൊരിക്കൽ സന്ദർശിച്ച് മടങ്ങിപ്പോകാനുള്ള ഗൃഹാതുരതക ളുടെ കൂട് മാത്രമാണ് ഷാദിക്ക് നാട്. എന്നാൽ അച്ഛന് താൻ നിത്യവും നിലനിന്ന് പുലരേണ്ട ജീവിത യാഥാർത്ഥ്യമാണത്. അവിടത്തെ ബന്ധ ങ്ങളാണ് വേരുകളെന്ന പോലെ ജീവിതത്തിൽ അയാളെ ഉറപ്പിച്ചു നിർത്തുന്നത്. അച്ഛനും മകനും തമ്മിലുള്ള വൈരുദ്ധ്യങ്ങളുടെ മറ്റൊരു സ്രോതസ്സ് മകനും അമ്മയുമായുള്ള ബന്ധമാണ്. മക്കളെ അച്ഛനൊപ്പം വിട്ട് മറ്റൊരാൾക്കൊപ്പം അമേരിക്കയിലേക്ക് പോയ അമ്മയുമായി മകൻ ഊഷ്മളമായ ബന്ധം സൂക്ഷിക്കുന്നുണ്ടെങ്കിലും അബു ഷാദിക്ക് ഒരിക്കലും അവരോട് പൊറുക്കാൻ കഴിഞ്ഞിട്ടില്ല. തനിക്കൊരിക്കലും ഒത്തുപോകാനാവാത്ത ജീവിതത്തിൽ നിന്ന് ഇറങ്ങിപ്പോയ അമ്മയോട് മകന് ബഹുമാനമേയുള്ളൂ, എന്നാൽ രണ്ടുമക്കൾക്ക് വേണ്ടി താനു പേക്ഷിച്ച ജീവിതത്തെ മകൻ തിരിച്ചറിയാതെ പോകുന്നു എന്നാണ് അച്ഛന്റെ പരാതി.

അമേരിക്കയിൽ ഭർത്താവിനൊപ്പം താമസിക്കുന്ന അമ്മ മകളുടെ വിവാഹത്തിന് എത്തുമോ എന്നതാണ് മറ്റൊരു ആശങ്ക. ഭർത്താവ് ആസന്നമരണാവസ്ഥയിലായതിനാൽ അമ്മക്ക് എത്താൻ കഴിയുമോ എന്നുറപ്പില്ല എന്ന് മകൻ അറിയിക്കുമ്പോൾ അച്ഛന്റെ നിയന്ത്രണം വിട്ടുപോകുന്നു. മകളുടെ വിവാഹത്തിന് കൂടി അമ്മ എത്തിയില്ലെങ്കിൽ സമൂഹം എന്ത് പറയും എന്ന ചിന്തയാണ് അയാളെ അസ്വസ്ഥനാക്കുന്നത്. താൻ ജീവിക്കുന്ന സമൂഹവും അതിലെ ബന്ധങ്ങളുമായി അത്രമേൽ ഇഴചേർക്കപ്പെട്ടതാണ് അയാളുടെ ജീവിതം. മുൻഭാര്യ എത്തുന്നതിനായി അവരുടെ ഭർത്താവ് കുറേക്കാലം കൂടി ജീവനോടിരിക്കട്ടെ എന്ന് പ്രാർഥിക്കുകയല്ലാതെ എന്തുചെയ്യാനാവും എന്നാണ് കാലങ്ങളായി ഊറിക്കൂടിയ വെറുപ്പോടെ അബു ഷാദി പറയുന്നത്. പിന്നീട് അയാൾ മരിച്ചു എന്നറിഞ്ഞപ്പോൾ ഇനിയെങ്കിലും അവൾക്ക് വരാമല്ലോ എന്ന് ആശ്വസിക്കുന്നുമുണ്ട്. കുടുംബത്തിന്റെ കെട്ടുകൾ പൊട്ടിച്ച് പുറത്തുപോയ സ്ത്രീയെ അവിടത്തെ സമൂഹം എങ്ങനെയാണ് കാണുന്നത് എന്ന്, കല്യാണം ക്ഷണിക്കാൻ പോയപ്പോൾ ഷാദി കേട്ട സംഭാഷണം സൂചിപ്പിക്കുന്നു. കാലാകാലങ്ങളായി നേരിട്ട ആ അപമാനത്തിന്റെ കൈപ്പാവണം അബു ഷാദിയിൽ വെറുപ്പായി ഉറഞ്ഞുകൂടുന്നത്. എന്നാൽ വിവാഹവുമായി ബന്ധപ്പെട്ട് മകൾ പരിഹസിക്കപ്പെടാതിരിക്കാൻ ഭാര്യയുടെ സാന്നിധ്യം അയാളെ സംബന്ധിച്ചിടത്തോളം ആവശ്യമാണ് താനും. അവിടെയാണ് പ്രായോഗികവാദിയായ അതെ സമയം മകളോട് സ്നേഹമുള്ള പിതാവ് വെളിപ്പെടുന്നത്.

പ്രായോഗികതയും ആദർശവും തമ്മിലുള്ള സംഘർഷം കൂടിയാണ് അച്ഛനും മകനും തമ്മിലുള്ള ആശയസംഘട്ടനം. യാഥാസ്ഥിതികമായ ഒരു സമൂഹത്തിൽ ജീവിച്ച് അബു ഷാദി അതിന്റെ രീതികളോട് പൂർണ്ണമായും പൊരുത്തപ്പെട്ടിട്ടുണ്ട്. അവിടെ സംഘർഷങ്ങളില്ലാതെ ജീവിച്ചുപോകാൻ ആവശ്യമായ ബന്ധങ്ങൾ നിലനിർത്തുക എന്നത് അയാളുടെ പ്രഥമ പരിഗണനയാണ്. മകനാവട്ടെ തന്റെ ആദർശത്തിന്റെ പാതയിൽ നിന്ന് വ്യതിചലിക്കാൻ ഒട്ടും തയ്യാറല്ല. പാലസ്തീൻ അനുകൂല പോരാട്ടങ്ങളെ പിന്തുണച്ചതിന്റെ പേരിൽ ചോദ്യം ചെയ്യപ്പെട്ടപ്പോഴാണ് അച്ഛൻ മകനെ ഇറ്റലിയിലേക്ക് നാട് കടത്തുന്നത്. ഇക്കാര്യത്തിൽ മകന് അച്ഛനോട് ഒരിക്കലും ക്ഷമിക്കാൻ കഴിയുന്നില്ല എന്നത് അയാളുടെ വാക്കുകളിലും പെരുമാറ്റങ്ങളിലും വ്യക്തമാണ്. ഇറ്റലിയിൽ ഷാദി കാമുകിയെ തിരഞ്ഞെടുക്കുന്നത് പോലും അയാളുടെ രാഷ്ട്രീയത്തിന്റെ ഭാഗമായേ കാണാനാവൂ. പാലസ്തീൻ ലിബറേഷൻ ഓർഗനൈസേഷനിൽ അംഗമായിരുന്ന, ഇറ്റലിയിലേക്ക് നാട് കടത്തപ്പെട്ട പലസ്തീനിയൻ ബുദ്ധിജീവിയുടെ മകളാണ് ഷാദിയുടെ കാമുകി. അവരുടെ ഓർമ്മകളിൽ തിരിച്ചെത്താൻ എളുപ്പമല്ലാത്ത ജന്മനാടാണ്

പലസ്തീൻ. അവിടേക്കുള്ള മടങ്ങിവരവ് അവരുടെ ഗൃഹാതുരതയുടെ ഭാഗമാണെന്നു ഷാദിയും കാമുകിയുമായുള്ള ഫോൺ സംഭാഷണം സൂചിപ്പിക്കുന്നു. പ്രവാസി മലയാളികളുടെ ഗൃഹാതുരതകൾ ഈ രംഗം ഓർമ്മിപ്പിക്കും. എന്നാൽ അബു ഷാദി ഇതിനെ നാട് ഉപേക്ഷിച്ചവരുടെ നാടിനോടുള്ള മമത എന്ന് വിമർശനബുദ്ധിയോടെയാണ് കാണുന്നത്. മകന്റെ കാമുകിയോടുള്ള അച്ഛന്റെ എതിർപ്പ് അവളുടെ പിതാവിന്റെ രാഷ്ട്രീയത്തോടുള്ള വിയോജിപ്പ് കൂടിയാണ്. തന്റെ മകനിൽ നിന്ന് നാടുകടത്തലിലൂടെ താൻ അകറ്റാൻ ശ്രമിച്ച രാഷ്ട്രീയത്തിന്റെ മടങ്ങിവരവായാകണം അബു ഷാദി അതിനെ കാണുന്നത്. അയാളുടെ പ്രഥമ പരിഗണന കുഴപ്പങ്ങളിൽ നിന്നകന്ന് മകന്റെ സ്വസ്ഥമായ ജീവിതം മാത്രമാണ്. മകന്റെ ബന്ധത്തെ എതിർക്കുന്നത് അയാളിലെ യാഥാസ്ഥിതികനൊപ്പം പ്രായോഗികവാദി കൂടിയാണെന്ന് സിനിമയുടെ കഥാഘടന വ്യക്തമാക്കുന്നു. വഴിയിൽ നായ്ക്കുട്ടിയെ വണ്ടിയിടിക്കുമ്പോൾ അതിനെ എന്ത് ചെയ്യണം എന്ന് സന്ദേഹിക്കുന്ന മകനെ പെട്ടെന്ന് വണ്ടിയെടുത്ത് അവിടെനിന്ന് രക്ഷപ്പെടാൻ അച്ഛൻ പ്രേരിപ്പിക്കുന്ന രംഗവും ഈ വൈരുധ്യങ്ങളുടെ മറ്റൊരു ഉദാഹരണമാണ്. പ്രായോഗികതയും സൌന്ദര്യാത്മകതയും തമ്മിലുള്ള സംഘർഷവും ചിത്രത്തിൽ കാണാം. പഴക്കമുള്ള, ചരിത്രം ഉറങ്ങുന്ന കെട്ടിടങ്ങളും തെരുവുകളും പ്ലാസ്റ്റിക് കസേരകളും ടാർപോളിൻ ഷീറ്റുകളും കൊണ്ട് വികൃതമാക്കുന്നു എന്ന് ആർക്കിടെക്റ്റ് കൂടിയായ മകൻ പരാതിപ്പെടുമ്പോൾ അതാണ് ചിലവ് കുറഞ്ഞതും പ്രായോഗികവും എന്ന് അച്ഛൻ മറുപടി പറയുന്നിടത്ത് ചിത്രത്തിന്റെ ആശയം സംഗ്രഹിക്കപ്പെടുന്നു. ഒരു ബന്ധുവീട്ടിൽ അപ്രതീക്ഷിതമായി മറ്റൊരു ബന്ധുവിനെ കണ്ടുമുട്ടുമ്പോൾ അയാൾക്കുള്ള ക്ഷണക്കത്ത് വണ്ടിയിലുണ്ടെന്നും എടുത്തുകൊണ്ട് വരാനും അബു ഷാദി ആവശ്യപ്പെടുമ്പോൾ അങ്ങനെയൊരു കത്ത് കാണാനില്ലെന്ന് തിരച്ചിലിന് ശേഷം മകൻ അറിയിക്കുന്നു. കത്ത് കയ്യിലുണ്ടായിരുന്നു എന്ന് ഭാവിച്ച് പുതിയ വിലാസമെഴുതിയ കത്തുമായി അച്ഛൻ തിരിച്ചെത്തുകയാണ്. ഈ രംഗം ചിത്രം കൈകാര്യം ചെയ്യുന്ന ആശയത്തെ അതിസൂക്ഷ്മമായി വാചാലതകളില്ലാതെ എങ്ങനെ ആവിഷ്കരിക്കാമെന്നതിന് നല്ല ഉദാഹരണമായി മാറുന്നു.

ജൂതനായ ഒരാളെ കല്യാണത്തിനു ക്ഷണിക്കാൻ പോകാൻ അച്ഛൻ ആവശ്യപ്പെടുമ്പോഴാണ് മകന്റെ എതിർപ്പ് പൂർണ്ണ രൂപത്തിൽ പുറത്ത് വരുന്നത്. ഇസ്രായേലിന്റെ ചാരനാണ് അയാളെന്നും അങ്ങനെ വൃത്തികെട്ട ഒരാളെ ക്ഷണിക്കേണ്ടതില്ലെന്നും മകൻ പറയുന്നു. സ്കൂളിലെ ജോലി നിലനിർത്താൻ അയാളെ ക്ഷണിക്കേണ്ടത് ആവശ്യമാണെന്നാണ് അച്ഛൻ മറുപടി പറയുന്നത്. തന്നെക്കുറിച്ച് അധികൃതർക്ക്

വിവരം നൽകി ചോദ്യം ചെയ്യാനിടയാക്കിയ അയാളെ ക്ഷണിക്കാൻ തയ്യാറല്ലെന്ന് മകൻ വണ്ടിയിൽ നിന്ന് ഇറങ്ങിപ്പോകുന്നു. ഇങ്ങനെ തലമുറകൾ തമ്മിലുള്ള ആശയസംഘട്ടനത്തിന്റെ നേർക്കാഴ്ചകളാണ് ചിത്രത്തിലെ മിക്കവാറും രംഗങ്ങളിൽ ആവിഷ്കരിക്കപ്പെടുന്നത്.

അറബ് പാരമ്പര്യം എന്നാൽ ഇസ്ലാമിക പാരമ്പര്യമാണെന്ന മുൻവിധി പൊതുവേയുണ്ട്. എന്നാൽ ചിത്രത്തിൽ ആവിഷ്കരിക്കപ്പെടുന്നത് അറബ് ക്രിസ്ത്യൻ കുടുംബങ്ങളാണ്. നസ്രേത്തിലെ നല്ലൊരു വിഭാഗം താമസക്കാർ അറബ് ക്രിസ്ത്യാനികളാണ്. മതപരം എന്നതിനേക്കാൾ സാംസ്കാരികമാണ് പല ശീലങ്ങളും ആചാരങ്ങളുമെന്ന് ചിത്രം കാണിച്ചു തരുന്നു. നസ്രേത്തിന്റെ ഭൂമിശാസ്ത്രത്തെ കാമറ, യാത്രക്കിടെ പലയാവർത്തി കാഴ്ചക്കാരന് പരിചയപ്പെടുത്തും. അതിന്റെ പ്രൌഢമായ ഭൂതകാലത്തെ ആ ഭൂമിശാസ്ത്രത്തിൽ വായിച്ചെടുക്കാം.ചിത്രത്തിൽ ഒരു രംഗത്തിൽ വന്നുപോകുന്ന ഷാദിയുടെ കസിനായ കഥാപാത്രം, കാഴ്ചപ്പാടിലും ജീവിതരീതിയിലും ആധുനികവത്കരിക്കപ്പെട്ട എന്നാൽ പിതാവിനോടുള്ള കടമ നിർവഹിക്കുന്ന മിടുക്കിയും ആത്മവിശ്വാസമുള്ളവളുമായ ആധുനിക അറബ് സ്ത്രീയെയാണ് പ്രതിനിധീകരിക്കുന്നത്. പലസ്തീനിനുമേലുള്ള ഇസ്രായേലിന്റെ കടന്നുകയറ്റങ്ങൾ ഗാസയെക്കുറിച്ചുള്ള റേഡിയോ വാർത്തകളിലൂടെ അനുഭവവേദ്യമാക്കുന്നു. പ്രധാന പ്രതിപാദ്യം എന്തുതന്നെയായാലും ഇസ്രയേൽ- പലസ്തീൻ സംഘർഷങ്ങളിൽ നിന്ന് പലസ്തീൻ സിനിമക്ക് മാറിനിൽക്കാൻ ആകില്ലല്ലോ.

വാജിബ് ഒരു റോഡ് മൂവി കൂടിയാണ്. അബു ഷാദിയുടെ വിശ്വസ്തനായ പഴഞ്ചൻ വണ്ടിയിലുള്ള യാത്രയാണ് സിനിമയുടെ ഏറെ ഭാഗവും. വിവിധ സ്ഥലങ്ങളേയും മനുഷ്യരേയും കടന്നുപോകുന്ന യാത്രയിലെന്നപോലെ വന്നുപോകുന്ന കഥാപാത്രങ്ങൾ ഒരിക്കലും ആവർത്തിക്കപ്പെടുന്നില്ല. ചിത്രത്തിലെ പ്രധാനകഥാപാത്രങ്ങളെ അവതരിപ്പിച്ചത് യഥാർത്ഥ ജീവിതത്തിലും അച്ഛനും മകനുമായ മൊഹമ്മദ് ബക്രിയും സാലെ ബക്രിയുമാണ്. ഇത് അവർ തമ്മിലുള്ള രസതന്ത്രത്തെ കൂടുതൽ സൂക്ഷ്മവും ഹൃദ്യവുമാക്കുന്നുണ്ട്. ഏറെക്കാലത്തിനുശേഷമുള്ള മടങ്ങി വരവായതിനാൽ, അച്ഛനും മകനും തമ്മിലുള്ള സംഘർഷം തുടക്കത്തിൽ വളരെ പതിഞ്ഞ സ്ഥായിയിലാണ്. പിന്നീട് അത് മുറുകി മുറുകി പൊട്ടിത്തെറിയിലേക്കും, പിന്നീട് അനിവാര്യമായ ഐക്യപ്പെടലിലേക്കും പതുക്കെ പരിണമിക്കുന്നു. ജീവിതത്തിന്റെ ഈ അനിവാര്യ താളമാണ് സിനിമയുടെയും താളം.

കൊടുങ്കാറ്റിനു മുൻപും ശേഷവും

അൻപത് വർഷം നീണ്ട വൈവാഹിക ബന്ധത്തിനുശേഷം വിധവയാക്കപ്പെട്ട സ്ത്രീയെ മലയാള സിനിമ എങ്ങനെയാവും ആവിഷ്കരിക്കുക? ആഗ്രഹിച്ചതൊന്നും തരാത്ത ജീവിതത്തെ കുറ്റത്തഫലിതവുമായി ഒറ്റക്ക് നേരിടുന്ന ധൈര്യവതി ആയിട്ടായിരിക്കില്ല എന്നുറപ്പ്. ബാംഗ്ലൂർ ഡേയ്സിലെ കൽപ്പന അവതരിപ്പിച്ച അമ്മക്കഥാപാത്രം നമുക്ക് തമാശ മാത്രമായി മാറുന്നതും അത്തരമൊരു അനുഭവലോകം നമ്മുടെ സമൂഹം വാർത്തുവെച്ച ആദർശബിംബങ്ങളിൽ നിന്ന് വിഭിന്നമായത് കൊണ്ട് തന്നെയാണ്. എന്നാൽ ഹിരോകാസു കൊരീദ സംവിധാനം ചെയ്ത ആഫ്റ്റർ ദി സ്റ്റോം എന്ന ജാപ്പനീസ് ചിത്രത്തിൽ കുടുംബം, ജീവിതം, വാർദ്ധക്യം എന്നിവയെക്കുറിച്ചുള്ള സങ്കൽപ്പങ്ങളെ അട്ടിമറിച്ചുകൊണ്ട്, യഥാർത്ഥത്തിൽ മനുഷ്യജീവിതം എങ്ങനെയൊക്കെയാണ് വാർപ്പുമാതൃകകളിൽ നിന്ന് വ്യത്യസ്ഥമാകുന്നത് എന്ന് കാണിച്ചുതരുന്നുണ്ട് കിരിൻ കികി അവതരിപ്പിച്ച യോഷികോ എന്ന അമ്മക്കഥാപാത്രം.

അച്ഛന്റെ സാധനങ്ങൾ എന്ത് ചെയ്തു എന്ന മകന്റെ ചോദ്യത്തിന് അതൊക്കെ എപ്പോഴേ എടുത്തുകളഞ്ഞു എന്ന് അമ്മ പറയുമ്പോൾ അൻപത് വർഷത്തെ വിവാഹജീവിതത്തിനു ശേഷമോ എന്നാണ്(ഒരു പക്ഷേ നമ്മളെപോലെ പാരമ്പര്യവാദിയായ) മകൻ ചോദിക്കുന്നത്. അൻപത് വർഷമായി എന്നതിൽ തന്നെയാണ് അതിന്റെ കാരണം എന്ന അമ്മയുടെ മറുപടി വിവാഹം കുടുംബം എന്നീ സ്ഥാപനവത്കരിക്കപ്പെട്ട വ്യവസ്ഥകളെ പ്രശ്നവത്കരിക്കുന്നുണ്ട്. നാടകീയരംഗങ്ങളുടെ പിൻബലം ഒട്ടുമില്ലാതെ കുറുത്തഹാസ്യത്തിന്റെ അകമ്പടിയോടെ കുടുംബത്തിനകത്തും വ്യക്തിസത്തയിലും അദൃശ്യമായി തിളച്ചുമറിയുന്ന സംഘർഷങ്ങളെ ആവിഷ്കരിക്കുന്നു ആഫ്റ്റർ ദ സ്റ്റോം.

ആദ്യരചന തന്നെ വിജയിച്ച ഒരെഴുത്തുകാരൻ ജീവിതകാലം മുഴുവൻ ഒരുപക്ഷേ അറിയപ്പെടുക അതിന്റെ പേരിലാകും. അതിനെ അതിലംഘിക്കുന്ന മറ്റൊന്ന് സൃഷ്ടിക്കുക എന്ന ബാധ്യതയും ഭീമമായ

പ്രതീക്ഷകളും അയാളെ നിശബ്ദതയിലേക്ക് തള്ളിവിട്ടെന്നും വരാം. ജീവിതത്തെ ധീരമായി നേരിടാനുള്ള വൈമുഖ്യവും, കുറുക്കുവഴികൾ തേടുന്ന സ്വഭാവവുംകൂടിയാവുമ്പോൾ അയാൾ സ്വന്തം പരാജയത്തെ കാലേക്കൂട്ടി സ്വീകരിക്കുകയുമാണ്. ആഫ്റ്റർ ദി സ്റ്റോമിലെ കേന്ദ്രകഥാപാത്രം റയോട്ട ഇത്തരത്തിൽ പരാജിതന്റെ വേഷം ശരീരത്തിലും സ്വത്വത്തിലും സ്വയം വരിച്ചയാളാണ്. ആദ്യത്തെ നോവൽ വൻവിജയമാവുകയും ശ്രദ്ധേയമായ പുരസ്കാരങ്ങൾ നേടുകയും ചെയ്തശേഷം പതിനഞ്ച് വർഷമായി അയാൾ മറ്റൊന്നും എഴുതിയിട്ടില്ല, സ്വന്തം ജീവിതത്തിന്റെ നിരാശകൾ ഭിത്തിയിൽ രേഖപ്പെടുത്തിവെക്കുന്ന ദിനസരിക്കുറിപ്പുകളല്ലാതെ.

നോവൽ എഴുതാനുള്ള ഗവേഷണം എന്ന ന്യായീകരണത്തിൽ അയാൾ ജോലിചെയ്യുന്നത് ഒരു ഡിറ്റക്ടീവ് ഏജൻസിയിലാണ്. സ്വന്തം ഇണകളുടെ രഹസ്യം കണ്ടെത്താനെത്തുന്നവരെ ചൂഷണം ചെയ്തും കണ്ടെത്തിയ രഹസ്യങ്ങൾ ഉപയോഗിച്ച് മറുഭാഗത്ത് നിന്ന് പണം നേടിയും ജീവിക്കുന്ന, ഏതാനും നാൾ മുൻപ് മരിച്ചുപോയ അച്ഛന്റെ ശേഖരത്തിൽ പണയം വെയ്ക്കാനോ വിൽക്കാനോ പറ്റിയതെന്തെങ്കിലുമുണ്ടോയെന്ന് അമ്മയറിയാതെ തിരയുന്ന റയോട്ട എല്ലാഅർത്ഥത്തിലും നായകസങ്കൽപ്പത്തിന്റെ മറുപുറത്ത് നിൽക്കുന്ന പരാജിതനാണ്. അച്ഛനിൽ നിന്ന് പൈതൃകമായിക്കിട്ടിയ ചൂതാട്ടലഹരിയും, കള്ളം പറഞ്ഞ് പിടിച്ചുനിൽക്കുന്ന സ്വഭാവവും അയാളെ മറ്റുള്ളവർക്ക് മുന്നിലെന്നതിനേക്കാൾ സ്വയം പരിഹാസ്യനാക്കുന്നുണ്ടെങ്കിലും അതിൽ നിന്ന് കരകയറാൻ അയാൾക്ക് താല്പര്യവുമില്ല. സ്വന്തം ഭാര്യയേയും

കാമുകനേയും രഹസ്യനിരീക്ഷണത്തിന് വിധേയനാക്കി നിരാശയിലാഴുന്ന അയാളോട് സഹപ്രവർത്തകൻ ചോദിക്കുന്നത് ഇതിന്റെ ആവശ്യമുണ്ടായിരുന്നോ എന്നാണ്. പ്രശസ്തമായ കോമിക് സീരീസിനുവേണ്ടി കഥയെഴുതാനുള്ള ക്ഷണം നിരസിക്കുന്നത് അയാളിൽ ഒളിഞ്ഞിരിക്കുന്ന അഭിമാനിയോ മടിയനോ എന്ന് പ്രേക്ഷകനും സംശയിച്ചുപോകും.

മകനെ അവന്റെ പരാജയങ്ങളെക്കുറിച്ച് ബോധാവാനാക്കാൻ നേരിട്ടും അല്ലാതേയും ശ്രമിക്കുന്നുണ്ട് അമ്മ. ഈ ചെടി ഹൈസ്കൂൾ കാലത്ത് നീ നട്ടതാണ്, പക്ഷേ ഇത് വരെ പൂത്തിട്ടും കായ്ച്ചിട്ടുമില്ല എന്നും, നീ നിന്റെ അച്ഛന്റെപോലെ നല്ല നുണയനല്ല എന്നും അമ്മ ഇടയ്ക്കിടെ മകനോട് പറയുന്നുണ്ട്. ചിലപ്രതിഭകൾ വൈകിയാണ് പൂക്കുക എന്നാണ് മകൻ തന്റെ പരാജയത്തെ ന്യായീകരിക്കുന്നത്. നഗരത്തിലെ ഹൗസിംഗ് കോംപ്ലക്സിലെ ചെറിയ ഫ്ലാറ്റിൽ താമസിക്കുന്ന അമ്മയുടെ ആഗ്രഹം ഇത്തിരിക്കൂടി മെച്ചമായ മൂന്നുമുറി അപ്പാർട്ട്മെന്റിലേക്ക് മാറുക എന്നതാണ്. തന്റെ മകനെക്കൊണ്ടോ മകളെക്കൊണ്ടോ അത് സാധ്യമല്ല എന്നറിയുമ്പോഴും നിരാശയാവാതെ തന്റെ കൂട്ടുകാരും, സംഗീത പഠനവുമായി ജീവിതത്തെ അതിന്റെ എല്ലാ നന്മകളോടെയും തിന്മകളോടെയും അവർ സ്വീകരിക്കുന്നുണ്ട്. മകനുമായി പിരിഞ്ഞ് മറ്റൊരു ജീവിതം നയിക്കുന്ന മരുമകളെപ്പോലും മുൻവിധികളില്ലാതെ നോക്കിക്കാണാനും സ്വീകരിക്കാനും അവർക്ക് കഴിയുന്നുമുണ്ട്. അമ്മയും മകളും, അമ്മയും മരുമകളും ആയുള്ള സംഭാഷണരംഗങ്ങൾ അവരുടെ ആന്തരസത്തയെ തടസ്സങ്ങളില്ലാതെ പ്രകാശിപ്പിക്കുന്നതാണ്. പൂമ്പാറ്റരൂപത്തിൽ തേടിയെത്തിയ ഭർത്താവിനോട് കുറേക്കാലത്തേക്ക് എന്നെ തിരഞ്ഞുവരേണ്ട എന്ന് പറയാൻ മാത്രം ജീവിതാഭിമുഖ്യം ഏകാന്തവാർധക്യത്തിലും അവർക്ക് സ്വന്തം. ഇങ്ങനെ

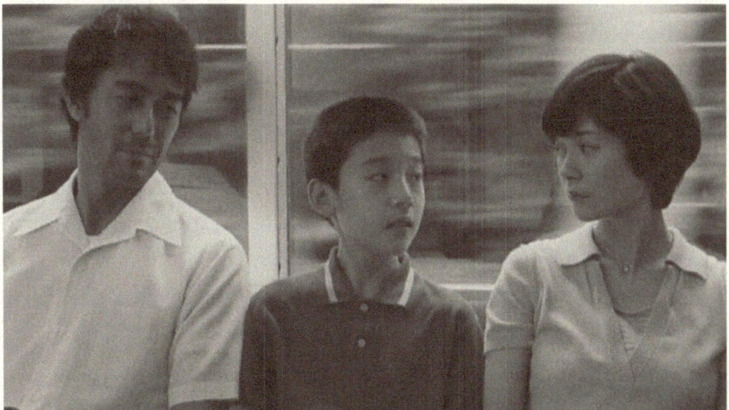

ചിന്തയിലും ജീവിതത്തിലും മകൻ അമ്മയുടെ നേർവിപരീതമായി വഴി തിരിയുന്നു.

ചിത്രത്തിലില്ലെങ്കിലും റയോട്ടയുടെ കഥകൾ തുടങ്ങുന്നതും തുടരുന്നതും അയാളുടെ അച്ഛനിൽ നിന്നാണ്. ചൂതാട്ടത്തോടുള്ള കമ്പവും കുറുക്കുവഴികളിലൂടെയുള്ള ജീവിതവും മാത്രമാണ് അയാൾ മകന് പൈതൃകമായി കൈമാറുന്നത്. മകന്റെ ട്യൂമർ ഓപ്പറേഷന് വേണ്ടി എന്നുപോലും കള്ളം പറഞ്ഞു കടം വാങ്ങാൻ മടിയില്ലാത്ത അച്ഛന്റെ മകനായ റയോട്ടയും അച്ഛനിൽ നിന്ന് വേറിട്ട് നടക്കേണ്ടതിനുപകരം അച്ഛനിലേക്ക് തന്നെ തിരിഞ്ഞുനടക്കുകയും തന്റെ ശീലങ്ങൾ സ്വന്തം മകനിലേക്ക് കൂടി പകരാൻ ശ്രമിക്കുകയും ചെയ്യുന്നു. റയോട്ടക്ക് ആത്മാർത്ഥമായ സ്നേഹമുള്ളത് സ്വന്തം മകനോട് മാത്രമാണ്. മകനാവട്ടെ അച്ഛന് പരാജിതനാണെന്ന് മനസ്സിലാക്കിയിട്ടും അയാളെ സ്നേഹിക്കുകയും അയാൾക്കൊപ്പം കഴിയാൻ ഇഷ്ടപ്പെടുകയും ചെയ്യുന്നു. ഒരുപക്ഷേ കുട്ടിയായ റയോട്ടയും അത്രത്തോളം നിഷ്കളങ്കനും സ്നേഹസമ്പന്നനുമായിരുന്നിരിക്കാം എന്ന് മകനായ ഷിംഗോ സൂചിപ്പിക്കുന്നുണ്ട്.

ചിത്രത്തിലെ സ്ത്രീകളെല്ലാം പ്രായോഗികമതികളാണെങ്കിലും റയോട്ടയുടെ ഭാര്യയായ ക്യോക്കോ അതിന്റെ മൂർത്തീഭാവമാണ്. പണത്തിനു മാത്രം പ്രാധാന്യം നൽകുന്ന സ്ത്രീ എന്ന് ഒറ്റനോട്ടത്തിൽ തോന്നാമെങ്കിലും അത്രത്തോളം ലളിതമായി ക്യോകോയെ അടയാളപ്പെടുത്താനാവില്ല. കാമുകനോടുംറയോട്ടയുടെ അമ്മയോടും മുൻഭർത്താവിനെപ്പറ്റി സംസാരിക്കുന്ന ക്യോകോയുടെ സൂക്ഷ്മഭാവങ്ങൾ പാളംതെറ്റിപ്പോയജീവിതത്തെ തിരിച്ച് കരയ്ക്കെത്തിക്കാൻ

ശ്രമിക്കുന്ന, സ്വന്തം ദുർബലവശങ്ങൾ മറച്ചുവെച്ച് ധീരയായി ജീവിക്കുന്ന പുതിയകാല സ്ത്രീയെയാണ് വെളിവാക്കുന്നത്. കാലം മാറി, ഇപ്പോൾ ഇണയുടെ പിന്നാലെ ഡിറ്റക്ടീവിനെ അയക്കുന്നത് പുരുഷൻമാരാണെന്ന് ഡിറ്റക്ടീവ് ഏജൻസിയുടമ പറയുമ്പോൾ മാറിയ കാലത്തെ സ്ത്രീയുടെ അഭിരുചികളെയും സ്വാതന്ത്ര്യത്തേയും ഭീതിയോടെ കാണുന്ന, അവൾക്കൊപ്പമെത്താൻ കിതയ്ക്കുന്ന പുരുഷനെ സംവിധായകൻ കൃത്യമായി തിരിച്ചറിയുന്നുണ്ടെന്നു കാണാം.

അഭിനയിച്ച എല്ലാവരും സ്വന്തം ഭാഗം ഭംഗിയാക്കി എന്നതും സിനിമയുടെ വിജയമാണ്. ചിത്രം ആവശ്യപ്പെടുന്ന നാടകീയത ഒട്ടുമില്ലാത്ത, വൈകാരിക ഭാവങ്ങളെ സൂക്ഷ്മാഭിനയത്തിലൂടെ വെളിവാക്കുന്ന രീതി പിൻപറ്റാൻ അഭിനേതാക്കൾക്ക് കഴിഞ്ഞിട്ടുണ്ട്. അമ്മയെ അവതരിപ്പിച്ച കിരിൻ കികി, നായകനായ ഹിരോഷി ആബെ എന്നിവർ സ്വന്തം ശരീരഭാഷപോലും കഥാപാത്രത്തിന് അനുഗുണമായി പരിവർത്തിപ്പിച്ചിട്ടുണ്ട്. റയോട്ടയുടെ താഴ്ന്നതോളുകൾ അയാൾ മനസ്സിലേറ്റുന്ന പരാജ

അപൂർവ്വ സുന്ദരമായ
ഒരു പെണ്മയുടെ കഥയിലേക്ക്....

തന്റെ മുൻ ഭർത്താവായ ഓർലാന്റോയുടെ മരണശേഷം, അയാളുടെ പങ്കാളിയായിരുന്ന മറീനയെ സോണിയ വിശേഷിപ്പിക്കുന്നത് കിമെറ എന്നാണ്. ആടിന്റെ ഉടലും സിംഹത്തിന്റെ തലയും പാമ്പിന്റെ വാലുമുള്ള ഭീകരജീവിയായി മറീനയെ കാണാനുള്ള ഒരേയൊരു കാരണം അവർ ഒരു ട്രാൻസ്ജന്റർ ആണ് എന്നതാണ്. ഉടലും ഉയിരും തമ്മിലുള്ള പൊരുത്തക്കേടുകൾക്കിടയിൽ പൊള്ളുന്ന, ജീവിതത്തിന്റെ അരികുകളിലേക്ക് അക്ഷരാർത്ഥത്തിൽ തന്നെ അടിച്ചോടിക്കപ്പെടുന്ന ട്രാൻസ്ജെന്റർ വ്യക്തികളുടെ കഥകൾ നമുക്കൊക്കെ സമീപകാലത്തെങ്കിലും പരിചിതമായിട്ടുണ്ട്. എന്നാൽ ഒരു ട്രാൻസ് വുമൺന്റെ പ്രണയജീവിതം, അതിന്റെ വൈകാരിക തലങ്ങൾ ഒന്നും നമുക്ക് പരിചിതമല്ല. മികച്ച വിദേശഭാഷാചിത്രത്തിനുള്ള ഓസ്കാർ നേടിയ ചിലിയൻ ചിത്രം എ ഫന്റാസ്റ്റിക്ക് വുമൺ വേറിട്ടുനിൽക്കുന്നത് അതിശയോക്തിയും നാടകീയതകളുമില്ലാതെ ട്രാൻസ്ജന്റർ ജീവിതത്തിന്റെ വൈകാരിക അരക്ഷിതത്വങ്ങളെ അവതരിപ്പിച്ചുകൊണ്ടാണ്.

എക്കാലത്തെയും മോശപ്പെട്ട ചിത്രങ്ങളിലൊന്നായി തിരഞ്ഞെടുക്കപ്പെട്ട 1953 ലെ ഗ്ലെൻ ഓർ ഗ്ലെൻഡയിൽ തുടങ്ങുന്നു, ട്രാൻസ്-ലൈംഗികതയുടെ സിനിമയിലെ ആവിഷ്കാര ചരിത്രം. സിനിമയുടെ സംവിധാനത്തെക്കുറിച്ചുള്ള വിലയിരുത്തൽ എന്ത് തന്നെയായാലും ട്രാൻസ്ജെന്റർ-ക്രോസ്ഡ്രസർ സാമൂഹികാവസ്ഥയെ ചിത്രീകരിക്കുന്നതിൽ ഗ്ലെൻ ഓർ ഗ്ലെൻഡ വിജയിച്ചതായി കാണാനാവും. 1982ൽ വീണ്ടും റിലീസ് ചെയ്യപ്പെട്ട ചിത്രം ശ്രദ്ധനേടുകയും ഗൗരവമുള്ള ഒരു സൃഷ്ടിയായി വിലയിരുത്തപ്പെടുകയും ചെയ്യുന്നുണ്ട്. 1972 ലെ ഡോക്യുമെന്ററി ചിത്രം ലെറ്റ് മീ ഡൈ എ വുമൺ, 1999 ൽ പുറത്തിറങ്ങിയ ബോയ്സ് ഡോണ്ട് ക്രൈ, 2003 ലെ ബയോപിക് ബ്യൂട്ടിഫുൾ ബോക്സർ, 2011 ലെ ഫ്രഞ്ച് ചിത്രമായ ടോം ബോയ്, 2011 ൽ തന്നെ പുറത്തിറങ്ങിയ പെഡ്രോ അൽമൊദോവറിന്റെ ദി സ്കിൻ ഐ ലിവ് ഇൻ, രണ്ട് ട്രാൻസ്ജെന്റർ ലൈംഗികതൊഴിലാളികളുടെ കഥ പറഞ്ഞ 2015 ലെ

ടാൻജറിൻ എന്നിവയൊക്കെ ട്രാൻസ്ജെന്റർ ജീവിതത്തിന്റെ വിവിധ തലങ്ങളെ ആവിഷ്കരിക്കുന്നതായി കാണാം. ഈ നിരയിലേക്കാണ് മുൻചിത്രങ്ങളേക്കാൾ കുറേക്കൂടി പക്വമായ ചലച്ചിത്രഭാഷയുമായി എ ഫന്റാസ്റ്റിക്ക് വുമൺ കടന്നുനിൽക്കുന്നത്.

ഗ്ലെൻ ഓർ ഗെൻഡയുടെ പരസ്യവാചകം തന്നെ വാട്ട് ആം ഐ മെയിൽ ഓർ ഫീമെയിൽ എന്നാണ്. എന്നാൽ ഞാൻ ആണോ പെണ്ണോ എന്ന അസന്ദിഗ്ധത ഇന്നത്തെ ട്രാൻസ് മാനോ, ട്രാൻസ് വുമണോ ഇല്ല. വളർച്ചയുടെ ഒരു ഘട്ടത്തിൽ തങ്ങളുടെ ലിംഗസവി ശേഷത എന്താണോ അതിനെ അതായിത്തന്നെ തിരിച്ചറിയാനും, സമൂഹവുമായി മല്ലിട്ടാണെങ്കിലും നിലനിർത്താനും അവർ ശ്രമിക്കുന്നുണ്ട്. ഫന്റാസ്റ്റിക്ക് വുമണിലെ നായികക്കും താൻ സ്വയം ഉപേക്ഷിച്ച ഡാനിയേൽ എന്ന പുരുഷ സ്വത്വമല്ല തന്റേത് എന്നും, ലോകം എങ്ങനെ വിലയിരുത്തിയാലും മറീന വിദാൽ എന്ന സ്ത്രീയാണ് താനെന്നും പൂർണ്ണ ബോധ്യമുണ്ട്. ചോദ്യം ചെയ്യുന്ന പോലീസുകാർ, ഓർലാന്റോയുടെ കുടുംബാംഗങ്ങൾ തുടങ്ങിയവരെല്ലാം ഡാനിയേൽ ആയോ, പ്രകൃതിയുടെ വൈകൃത സൃഷ്ടിയായോ വിശേഷിപ്പിക്കുമ്പോഴും, സമചിത്തതയോടെ , പതറാതെ താൻ മറീനയാണെന്ന് ഉറച്ചുനിൽക്കാൻ അവർക്ക് കഴിയുന്നു. താൻ നോക്കുന്നത് എന്തിനെയാണ് എന്നറിയുന്നില്ല എന്ന് ഓർലാൻഡോയുടെ ഭാര്യയും, നീ എന്താണെന്ന് എനിക്ക് മനസ്സിലാകുന്നില്ല എന്ന് അവരുടെ മകനും പറയുമ്പോൾ ആ മനസ്സിലാകായ്ക മറീനയുടെതല്ല. പക്ഷേ മറ്റുള്ളവരുടെ മനസ്സിലാകായ്കയുടെ ഇര എപ്പോഴും മറീന മാത്രമാകുന്നു എന്നതാണ് കയ്പ്പുള്ള സാമൂഹ്യയാഥാർത്ഥ്യം.

സമൂഹത്തിന്റെ താല്പര്യം ട്രാൻസ്ജെന്റർ വ്യക്തിയുടെ ലൈംഗിക സവിശേഷതകളിലോ, ലൈംഗികപ്രക്രിയകളിലോ മാത്രമാണ് പൊതുവേ കേന്ദ്രീകരിക്കപ്പെടുന്നത്. സമൂഹത്തിനുമുന്നിൽ അവർ നിർണ്ണയിക്കപ്പെടുന്നതും മറ്റുള്ളവർക്ക് മുന്നിൽ അടയാളപ്പെടുത്തപ്പെടുന്നതും ലൈംഗികതയാൽ മാത്രമാണെന്ന് കാണാം. ലൈംഗികതയും സദാചാരവുമായി ബന്ധിപ്പിക്കപ്പെട്ടിരിക്കുന്ന സമൂഹങ്ങളിൽ അവരുടെ നിലനിൽപ്പ് അത്കൊണ്ട് തന്നെ ക്ലേശകരമായി മാറുന്നു. ലൈംഗികതയുമായി ബന്ധപ്പെട്ട തെറികൾ കൊണ്ടാണ് അവർ വിശേഷിപ്പിക്കപ്പെടുന്നതും ആക്രമിക്കപ്പെടുന്നതും. മറീനയുടെ ദേഹപരിശോധനക്കിടെ ഡോക്ടർ ആവശ്യപ്പെട്ടിട്ടും പുറത്തുപോവാതെ തുറിച്ചുനോക്കിയിരിക്കുന്ന ഡിറ്റക്ടീവായ സ്ത്രീ, ട്രാൻസ്ജെന്ററിന്റെ ലൈംഗികതയെപ്പറ്റിയുള്ള ആകാംക്ഷ മനസ്സിൽ സൂക്ഷിക്കുന്നസമൂഹത്തിന്റെയാകെ പ്രതിനിധിയാണ്. നീ എങ്ങനെ ഓർലാൻഡോക്കൊപ്പം എന്നെനിക്ക് ചിന്തിക്കാനാവുന്നില്ല എന്ന് അയാളുടെ മുൻഭാര്യ സോണിയ പറയുമ്പോഴും ലൈംഗികതയാണ് ആ ചിന്തിക്കാനാകായ്മയുടെ പ്രധാനകാരണം. ഒരു ട്രാൻസ് വുമണും സാധാരണ പുരുഷനും തമ്മിലുള്ള പ്രണയത്തെ ലൈംഗികത എന്ന ഒറ്റ വികാരത്തിലേക്ക് ചുരുക്കിക്കാണുകയാണ് മറ്റുള്ളവർ. ട്രാൻസ്ജെന്റർ ആയ വ്യക്തിയുടെ സൗഹൃദം, പ്രണയം, വിരഹം, ദുഃഖം എന്നിങ്ങനെയുള്ള സഹജവികാരങ്ങളെ സമൂഹം മറന്നുകളയുകയും അവരെ തങ്ങളിൽ നിന്ന് വിഭിന്നരായ വികൃതശരീരങ്ങൾ മാത്രമാക്കി അരികിലേക്ക് തള്ളുകയും ചെയ്യുന്നു. ഈ അരികുവത്കരണമാണ് ജീവിക്കാൻ മറ്റുപാധികൾ ഇല്ലാതെ അവരെ ലൈംഗികതൊഴിലാളികളാക്കുന്നത് എന്ന് സൗകര്യപൂർവ്വം മറന്നുകളയുന്നു. ഓർലാൻഡോയെ അഗാധമായി പ്രണയിക്കുന്ന, അയാളുടെ പെട്ടെന്നുള്ള മരണത്തിൽ പരിഭ്രാന്തയാകുന്ന, വരുംവരായ്കകളോർത്ത് ഭയക്കുന്ന, അയാളെ ഓർത്ത് ദുഖിക്കുന്ന, അന്ത്യോപചാരം അർപ്പിക്കാൻ വാശിയോടെ ശ്രമിക്കുന്ന, അയാളുടെ സമ്പാദ്യങ്ങളെല്ലാം വിട്ടുകൊടുക്കുന്ന മറീന, ഉടൽ മാത്രമല്ല അതിനുള്ളിൽ സ്പന്ദിക്കുന്ന സാധാരണമായ ഉയിർക്കൂടിയാണ് എന്ന് സിനിമ കാണിച്ചുതരുന്നു. അതേസമയം, അതിന് അതിവൈകാരികമായ ആവിഷ്കാരവഴികൾ പിന്തുടരുന്നില്ല എന്നതാണ് സിനിമയുടെ വിജയം.

ട്രാൻസ്ജെന്റർ ആയ വ്യക്തികൾ അവരുടെ ജന്മം കൊണ്ട് തന്നെ അധിക്ഷേപത്തിന് അർഹരാണ് എന്ന സമൂഹത്തിന്റെ ധാരണയെ സിനിമ കൃത്യമായിത്തന്നെ തുറന്നുകാട്ടുന്നുണ്ട്. മറീനയെ സംശയിക്കുന്ന ഡോക്ടർ, പോലീസ് ഉദ്യോഗസ്ഥൻ, ചോദ്യം ചെയ്യുന്ന വനിതാ

ഡിറ്റക്ടീവ്, ദേഹപരിശോധന നടത്തുന്ന ഡോക്ടർ തുടങ്ങിയവരൊക്കെ ഉത്തരവാദപ്പെട്ട സ്ഥാനങ്ങളിൽ ഇരുന്നുകൊണ്ട് മറീനയുടെ അസ്തിത്വത്തെ സംശയത്തോടെ കാണുകയും, ട്രാൻസ്ജെന്റർ എന്നാൽ കുറ്റവാളി എന്ന മുൻവിധിയോടെ അവരെ കൈകാര്യം ചെയ്യുകയും ചെയ്യുന്നു. ഓർലാൻഡോയുടെ കുടുംബാംഗങ്ങളാവട്ടെ അതിക്രൂരമായി അധിക്ഷേപിക്കുകയും ദേഹോപദ്രവം ഏൽപ്പിക്കുകയും ചെയ്യുന്നു. തന്റെ പങ്കാളിയായിരുന്ന, മരണത്തിന് തൊട്ടുമുൻപ് വരെ തന്റേതായിരുന്ന ഓർലാൻഡോയുടെ മരണാനന്തര ചടങ്ങിനെത്തുന്ന മറീനയെ അപമാനിച്ചയക്കുന്നതും, ധനികനും ടെക്സ്റ്റൈൽ വ്യാപാരിയുമായിരുന്ന അയാളുടെ പേരിന് കളങ്കം വരാതിരിക്കാൻ എല്ലായിടത്തുനിന്നും മാറി നിൽക്കാനാവശ്യപ്പെട്ട് ശാരീരികമായി ഉപദ്രവിക്കുന്നതും ചിത്രത്തിൽ കാണാം. അതെ സമയം മറീനയെ ആത്മാർഥമായി തന്നെ പ്രണയിക്കുകയും , പങ്കാളിയായി അംഗീകരിച്ച് കൂടെ താമസിപ്പിക്കുകയുമാണ് ഓർലാൻഡോ ചെയ്യുന്നത്. അവർ തമ്മിലുള്ള പ്രണയരംഗങ്ങൾ സാധ്യമായ എല്ലാ ഊഷ്മളതയോടും കൂടിത്തന്നെ ചിത്രീകരിക്കപ്പെട്ടിട്ടുണ്ട്. മെറീനയുടെ സംഗീതാധ്യാപകൻ,അവർ പണിയെടുക്കുന്ന ഭക്ഷണശാലയുടമയായ സ്ത്രീ, സഹോദരന്റെ തെരഞ്ഞെടുപ്പിനെ അംഗീകരിക്കുന്ന ഓർലാൻഡോയുടെ സഹോദരൻ തുടങ്ങി അപൂർവ്വം പേരാണ് അവരോട് സാധാരണ മനുഷ്യരോട് എന്നപോലെ പെരുമാറുന്നത്.

പെട്ടെന്നുണ്ടാകുന്ന പങ്കാളിയുടെ മരണം ഏല്പിക്കുന്ന ഷോക്ക് മാത്രമല്ല, അത് ഇല്ലാതാക്കുന്ന സുരക്ഷിതത്വവും, പ്രായോഗിക ബുദ്ധിമുട്ടുകളും കൂടി ചിത്രം ആവിഷ്കരിക്കുന്നു. ഓർലാൻഡോയോടല്ലാതെ അയാളുടെ

സ്ഥാവരജംഗമ വസ്തുക്കളോട് ആഭിമുഖ്യം പുലർത്താത്ത, അയാളുടെ ഭാര്യയോട് മര്യാദയോടെ മാത്രം പെരുമാറുന്ന മറീന പലരംഗങ്ങളിലും മനുഷ്യാന്തസ്സിന്റെ ഉദാത്ത മാതൃകയാകുന്നുണ്ട്. അങ്ങനെയാണ് ചിത്രത്തിന്റെ തലക്കെട്ട് സൂചിപ്പിക്കുമ്പോലെ അവർ ഏറ്റവും സുന്ദരിയായ സ്ത്രീയായി മാറുന്നത്. മെറീനയുടെ മനോവിചാരങ്ങളെ ഒരു സ്വപ്നത്തിലെന്നോണം മനോഹരമായാണ് ആവിഷ്കരിക്കുന്നത്. തെരുവിൽ കൊടുങ്കാറ്റിനോട് എതിരിടുന്ന മറീനയും, അവളുടെ ദുഃഖനിമിഷങ്ങളിൽ അരികത്ത് പ്രത്യക്ഷപ്പെടുന്ന ഓർലാൻഡോയുമെല്ലാം മാജിക്കൽ ആയ ഒരു തലത്തിലേക്ക് ആഖ്യാനത്തെ ഉയർത്തുന്നു. പ്രവചനസുസാധ്യമായ കഥാഗതിയല്ല. ആഖ്യാനത്തിലെ ആർജ്ജവവും സത്യസന്ധതയുമാണ് ചിത്രത്തെ വേറിട്ടുനിർത്തുന്നത്. മനോഹരമായ പശ്ചാത്തലസംഗീതം സിനിമയുടെ വൈകാരിക ഉയർച്ചതാഴ്ച്ചകൾക്കൊപ്പം സഞ്ചരിച്ച് പ്രതിപാദനത്തെ ശക്തിപ്പെടുത്തുന്നതും കാണാം. സിനിമയുടെ ശക്തി മറീനയായി ജീവിച്ച ഡാനിയേല വേഗ ഹെർനാന്റസ് എന്ന നടിയാണ്. ഓസ്കാർ പുരസ്കാരച്ചടങ്ങിൽ പ്രസന്റർ ആകുന്ന ആദ്യട്രാൻസ്ജന്റർ വ്യക്തിയായി അവർ ചരിത്രം കുറിച്ചു. സിനിമയുടെ ഏതാണ്ട് മുഴുവൻ സമയവും ക്യാമറ അവരുടെ മുഖത്ത് കേന്ദ്രീകരിക്കപ്പെടുന്നു എന്നത് നടിയിൽ അർപ്പിക്കുന്ന ഭാരം ചെറുതല്ല. ആ വെല്ലുവിളിയെ നേരിട്ട് മെറീനയുടെ ആനന്ദങ്ങളെ, സന്ദിഗ്ധതകളെ, വൈകാരിക അരക്ഷിതാവസ്ഥകളെ, അഭിനയിച്ചുഫലിപ്പിക്കാൻ കഴിഞ്ഞതാണ് അവരുടെ വിജയം. മികച്ചനടിക്കുള്ള ഓസ്കാർ പട്ടികയിൽ ശക്തമായി സാന്നിധ്യമറിയിക്കാനും അവർക്ക് കഴിഞ്ഞു.

ഗ്ലെൻ ഓർ ഗ്ലെൻഡയിൽ പാട്രിക് എന്ന പട്രീഷ്യ തന്റെ സ്ത്രൈണസ്വത്വത്തോടെ മറവ് ചെയ്യപ്പെടാനായി ആത്മഹത്യചെയ്യുമ്പോൾ മറീന ഒറ്റക്ക് തിരിച്ചുനടക്കുന്നത് ജീവിതത്തിലേക്കാണ്. തന്റെ ശക്തിയായ സംഗീതത്തെ പിന്തുടർന്ന് ആത്മവിശ്വാസം തുളുമ്പുന്ന ഗായികയായി സ്റ്റേജിൽ നിറയുന്ന മറീനയിലാണ് ചിത്രം അവസാനിക്കുന്നത്. അവിടെ അതിജീവനത്തിന്റെ സംഗീതം ചിത്രത്തിൽ നിന്ന് മനസ്സിലേക്കും പടരുന്നു.

ഐസ്‌ലാന്റിലെ ആടുജീവിതം

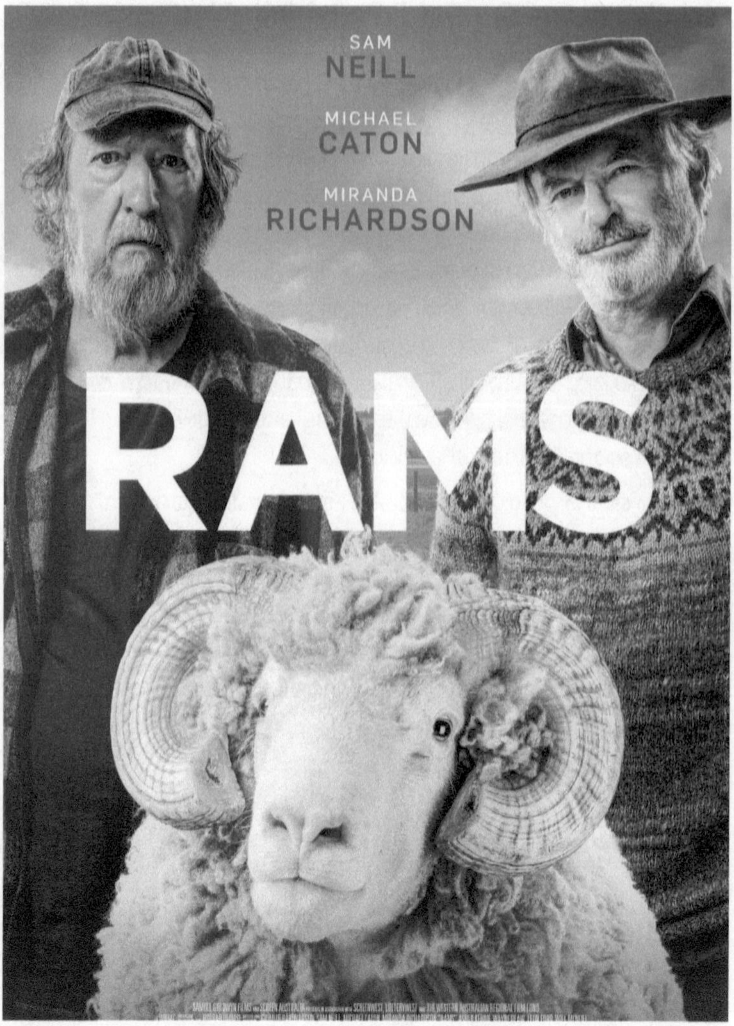

ദൗർഭാഗ്യത്തിന്റെ വലയിൽ കുരുങ്ങിയ നജീബിന്റെ, ആടുകൾക്കൊപ്പമുള്ള പ്രവാസജീവിതത്തിന്റെ കഥ പറഞ്ഞ ബെന്യാമിന്റെ നോവൽആട്ജീവിതം ആവിഷ്കരിച്ചത് മലയാളിക്ക് ഏറെയൊന്നും പരിചയമില്ലാത്ത ഇടയജീവിതത്തിന്റെ ആകുലതകളും നിസ്സഹായതയുമായിരുന്നു. മരുഭൂമിയിൽ ഒറ്റപ്പെട്ടുപോയ നജീബിന് തുണയും ആശ്വാസവുമായത് ആടുകളാണ്. മണൽക്കാട്ടിലെ നജീബിന്റെ ഏകാന്തജീവിതത്തെ ഒറ്റമരത്തണൽ പോലുമില്ലാത്ത ഐസ്ലാന്റിലെ വിജനതാഴ്വരകളിലേക്ക്, മഞ്ഞിൽ മരവിച്ചവന്യതകളിലേക്ക് പറിച്ചുനട്ടത് എന്ന് ഒറ്റനോട്ടത്തിൽ തോന്നാവുന്ന സിനിമയാണ് ഐസ്ലാന്റ്-ഡെന്മാർക്ക് സംയുക്തസംരംഭമായ റാംസ്. വടക്കൻ ഐസ്ലാന്റിലെ വിജനമായ താഴ്വരയിൽ ചെമ്മരിയാടുകളെ വളർത്തി ജീവിക്കുന്ന സഹോദരന്മാരാണ് ഗുമ്മിയും കിഡിയും. അവിവാഹിതരായ അവർ തമ്മിൽ കാരണമെന്തെന്ന് വെളിപ്പെടാത്ത ശത്രുത നിലനിൽക്കുന്നുണ്ട്. നാൽപ്പത് വയസ്സുണ്ട് അവരുടെ ഈ നിശബ്ദയുദ്ധത്തിന്. വളർത്തുനായയാണ് അത്യാവശ്യഘട്ടങ്ങളിൽ ഇരുവർക്കുമിടയിൽ സന്ദേശവാഹകനാകുന്നത്. അവിവാഹിതരും ജീവിതസായാഹ്നത്തിൽ എത്തിയവരുമായ ഇവരുടെ അടുത്ത ബന്ധുക്കൾ തങ്ങൾ വളർത്തുന്ന ചെമ്മരിയാടുകൾ മാത്രമാണ്. ഓരോന്നിനേയും പേരിട്ടുവിളിച്ചും തലോടി ഓമനിച്ചും അവർ തങ്ങളുടെ ഏകാന്ത ജീവിതം തുടരുന്നു. ഒരേവംശാവലിയിൽ നിന്നുത്ഭവിച്ച അവരുടെ ചെമ്മരിയാടുകൾ തലമുറകളായി അവരുടെ കുടുംബം കൈമാറുന്ന തനത് വർഗ്ഗത്തിൽ പെട്ടവയാണ്. ചെമ്മരിയാടുകൾ തമ്മിലുള്ള മത്സരത്തിൽ സമ്മാനം നേടുന്ന കിഡിയുടെ ആടിനെ ചികിത്സകണ്ടെത്തിയിട്ടില്ലാത്ത സ്ക്രാപ്പീ എന്ന മാരകമായ പകർച്ചവ്യാധിബാധിക്കുന്നു. ആടുകളെ കൊന്നൊടുക്കാൻ ഉത്തരവിടുകയും, നടപ്പാക്കുകയും ചെയ്യുന്ന അധികാരികളിൽ നിന്ന് തങ്ങളുടെ തനത് ആട് വർഗ്ഗത്തെ രക്ഷിക്കാൻ ഗുമ്മി നടത്തുന്ന ശ്രമങ്ങളും, അത് സഹോദരന്മാർ തമ്മിലുള്ള ബന്ധത്തിൽ വരുത്തുന്ന

മാറ്റങ്ങളുമാണ് റാംസിലൂടെ സംവിധായകനായ ഗ്രിമുർ ഹകനാർസൻ ആവിഷ്കരിക്കുന്നത്. ബഹളംകൂട്ടിയും തോക്കെടുത്തുമാണ് എടുത്തുചാട്ടക്കാരനായ കിഡി ആടുകളെ കൊല്ലാനെത്തുന്ന ഉദ്യോഗസ്ഥരെ നേരിടുന്നതെങ്കിൽ, ശാന്തനായ ഗുമ്മി ബുദ്ധിപൂർവ്വമായ മറ്റൊരു വഴിയാണ് സ്വീകരിക്കുന്നത്. അതിനായി ഏറ്റവും പ്രിയപ്പെട്ട ആടുകളെ വെടിവെച്ച് കൊല്ലാൻ പോലും അയാൾ തയ്യാറാകുന്നു.

ഗുമ്മിയേയും കിഡിയേയും ഒഴിച്ച് നിർത്തിയാൽ ഐസ്ലാന്റിലെ സവിശേഷമായ പ്രകൃതിയാണ് ചിത്രത്തിലെ മുഖ്യകഥാപാത്രം. അഗ്നിപർവ്വതശിലയിൽ നിന്ന് രൂപംകൊണ്ട ഒറ്റമരംപോലുമില്ലാത്ത പുൽമേടുകൾ കഥാഗതി മുറുകുന്നതിനൊപ്പം, മഞ്ഞിന്റെ ചക്രവാളത്തോളം നീളുന്ന വെള്ളപ്പുതപ്പിലേക്ക് ഒളിക്കുന്നു. ഈ പ്രകൃതിയുടെ ഏകാന്തവിജനതയും, ഭീകരതയും ആവിഷ്കരിക്കുന്ന ലോംഗ് ഷോട്ടുകളാണ് ചിത്രത്തിൽ കൂടുതലും. അതേസമയം തന്നെ സംഭാഷണങ്ങളെക്കാൾ ഗുമ്മിയുടേയും കിഡിയുടേയും മുഖത്തെ സൂക്ഷ്മഭാവങ്ങൾ ഒപ്പിയെടുക്കുന്നതാണ് ചിത്രത്തിന്റെ കഥനരീതി. ഏകാന്തതയിൽ തങ്ങളിൽ ഒതുങ്ങി ജീവിക്കുന്നവർ സംഭാഷണം ആവശ്യത്തിനുമാത്രമായി ചുരുക്കുന്നതാണല്ലോ സ്വാഭാവികവും. പതിഞ്ഞതും ചിത്രത്തിന്റെ താളത്തോട് ചേർന്നുപോകുന്നതുമാണ് പശ്ചാത്തല സംഗീതം. പ്രകൃതിയേയും മനുഷ്യനേയും വിരുദ്ധ ദ്വന്ദ്വങ്ങളായിക്കണ്ട് അവ തമ്മിലുള്ള പോരാട്ടങ്ങൾ ആവിഷ്കരിക്കുന്ന സാധാരണരീതിയിൽ നിന്ന് വ്യത്യസ്ഥമായി തങ്ങൾ ജീവിക്കുന്ന ചുറ്റുപാടിനോടുള്ള സമരസപ്പെടലാണ് റാംസ് ആവിഷ്കരിക്കുന്നത്. സിനിമയുടെ അവസാനഭാഗത്ത് അവർ നടത്തുന്ന സാഹസയാത്രപോലും പ്രകൃതിയോടുള്ള വെല്ലുവിളിയായല്ല, മറിച്ച് തങ്ങൾക്ക് ഏറ്റവും പ്രിയപ്പെട്ടതും പ്രധാനപ്പെട്ടതുമായ ഒന്നിനെ സംരക്ഷിക്കാനുള്ള അവസാന ശ്രമമായേ കാണാനാകൂ. വളർത്തുമൃഗങ്ങളുമായുള്ള ആത്മബന്ധം കഴിഞ്ഞ തലമുറവരെയുള്ള മലയാളികളെ സംബന്ധിച്ചിടത്തോളം ഒട്ടും അത്ഭുതമല്ല. പശുവും ആടും കോഴിയും നായ്ക്കളുമെല്ലാം നമ്മുടെ കാർഷികകുടുംബങ്ങളിലെ അംഗങ്ങളായിരുന്നു. മനുഷ്യനൊപ്പം അവരും സുഖദുഃഖങ്ങൾ പങ്കിട്ട പോയകാലത്തെ ഓർമ്മിപ്പിക്കുന്നുണ്ട് റാംസ്. കമ്പിളികൊണ്ടുള്ള പ്രത്യേകരീതിയിലുള്ള സ്വെറ്ററുകൾ പോലും മുഖ്യ കഥാപാത്രങ്ങളായ സഹോദരന്മാരെ ആടുകൾ ഉൾപ്പെട്ട കൂട്ടത്തിന്റെ ഭാഗമായി കാണാൻ പ്രേരിപ്പിക്കുന്നു.

മൂന്നേകാൽ ലക്ഷത്തിൽ താഴെമാത്രം ജനസംഖ്യയുള്ള ഐസ്ലാന്റ് അടുത്തിടെ ലോകസിനിമാഭൂപടത്തിൽ സ്വന്തം സ്ഥാനം അടയാളപ്പെടുത്തിത്തുടങ്ങിയിട്ടുണ്ട്. കാൻ ചലച്ചിത്രമേളയിലെ പുതുആശയങ്ങളെ പ്രോത്സാഹിപ്പിക്കുന്ന അൺസർട്ടൻ റിഗാർഡ് വിഭാഗത്തിൽ

പുരസ്കാരം നേടിയിട്ടുണ്ട് ഈ ചിത്രം. കൂടാതെ ടോറന്റോ ഉൾപ്പടെ ഒട്ടേറെ ഫെസ്റ്റിവലുകളിൽ പ്രദർശിക്കപ്പെട്ടുകയും അംഗീകാരങ്ങൾ നേടുകയും ചെയ്തിട്ടുണ്ട്.പ്രധാനറോളുകൾ കൈകാര്യം ചെയ്ത രണ്ട് നടന്മാരും തങ്ങളുടെ കഥാപാത്രങ്ങളായി തന്നെയാണ് സിനിമയിൽ ജീവിക്കുന്നത്.

ഇടയജീവിതം, സഹോദരന്മാർ തമ്മിലുള്ള ശത്രുത, പ്രധാനപ്പെട്ട ചിലതിനുവേണ്ടിയുള്ള ബലിനൽകൽ, തുടങ്ങി ബൈബിൾ സംബന്ധമായ സൂചനകൾ ഈ സിനിമയിൽ ഏറെയുണ്ട്. ഏറെ അടുപ്പമുണ്ടായിരുന്ന രണ്ട് പേർ തമ്മിൽ, പിൽക്കാലത്ത് പുറമേ വൈരാഗ്യം നിലനിൽക്കുമ്പോഴും അകമേ സ്നേഹത്തിന്റെ കാണാനദികൾ നിശബ്ദമായി ഒഴുകുന്നുണ്ട്. തണുപ്പത്ത് മരവിച്ചുപോയ കിഡിയെ അവിടെക്കിടന്ന് മരിക്കാൻ വിടാതെ എസ്കവേറ്ററിൽ കോരിയെടുത്ത് ആശുപത്രിമുറ്റത്ത് കൊണ്ടുപോയി തട്ടുമ്പോൾ വിദ്വേഷത്തിന്റെ കയ്പ്പിൽ പൊതിഞ്ഞതാണെങ്കിലും സ്നേഹം തന്നെയാകണം അടിസ്ഥാന ചോദന. ഒടുക്കം തണുപ്പിൽ മരവിക്കുന്ന ഗുമ്മിക്ക് ശരീരംകൊണ്ട് ചൂടുപകർന്ന് സ്നേഹത്തിന്റെ ആ കടം കിഡി വീട്ടുന്നിടത്താണ് ചിത്രം പൂർണ്ണമാകുന്നത്. "മദ്ധ്യേയിങ്ങനെ കാണുന്ന നേരത്ത് മത്സരിക്കുന്നതെന്തിന് നാം വൃഥാ" എന്ന് തന്നെയാണ് ആപത്ഘട്ടത്തിൽ ഒരുമിക്കുന്ന സഹോദരന്മാർനമ്മോട് ചോദിക്കാതെ ചോദിക്കുന്നത്.

പഠനം

ജിതിൻ കെ സി

ഒരു സിനിമയുടെ പാഠം (text) സത്താപരമായി തിരിച്ചറിഞ്ഞുള്ള പുനരാവിഷ്കരണമാണ് നിരൂപണം. ആ പാഠം കാഴ്ചയുടെ അനുഭൂതികളെ തിരിച്ചറിയുകയും എന്നാൽ അത്ഭുതങ്ങൾ പ്രേക്ഷകർക്കായി മാറ്റിവെക്കുകയും വേണം. അങ്ങനെയാണ് ആഴത്തിലുള്ള ചലച്ചിത്ര പഠനങ്ങൾ സംഭവിക്കുന്നത്. നവമാധ്യമ കാലത്ത് പാഠം ചോരുന്ന, അത്ഭുതങ്ങൾ വെളിപ്പെടുത്തുന്ന റിവ്യൂകൾ മാത്രമായി ചലച്ചിത്ര നിരൂപണം ചുരുങ്ങി പോയിട്ടുണ്ട്. ഡോ. സംഗീത ചേനംപുല്ലിയുടെ പഠനങ്ങൾ വാസ്തവത്തിൽ ഒരു സിനിമയുടെ പാഠത്തിന്റെ ആഴങ്ങളെ തിരയുന്ന സർഗാത്മക രചനകളാണ്. എന്തുകൊണ്ടെന്നാൽ, ചട്ടക്കൂടുകളിലും ഫോർമാറ്റുകളിലും എഴുതപ്പെടുന്ന നിരൂപണങ്ങളുടെ കാലത്ത് ഒരു ചലച്ചിത്രത്തിന്റെ കാഴ്ചയും കാഴ്ചയെ മുൻനിർത്തിയുള്ള വായനയും തന്റെ പഠനങ്ങളിൽ അവർ നിലനിർത്തുന്നു. വായനക്ക് വേണ്ടിയുള്ള കാഴ്ചയേക്കാൾ കാഴ്ച കഴിഞ്ഞുള്ള വായനയാണ് ഈ പഠനങ്ങൾ.

ഒരു ചലച്ചിത്രാസ്വാദനത്തിന്റെ ആദ്യപടി കാഴ്ച തന്നെയാണ്. നാമെല്ലാം ചലച്ചിത്രം കാണുന്നു. എപ്പോഴാണ് ആ കാഴ്ച സർഗാത്മകമാവുന്നത്? അത് നമ്മുടെ സാമൂഹിക രാഷ്ട്രീയ പരിസരങ്ങളിലേക്ക് പുനർവായിക്കപ്പെടുമ്പോഴാണ്. അപ്പോഴാണ് പാഠത്തെ വിമർശനാത്മകമായി സമീപിക്കാൻ സാധിക്കുന്നത്. പൊതുബോധങ്ങളിൽ ആഹ്ളാദമുണ്ടാക്കുന്ന കാഴ്ചകളിലെ രാഷ്ട്രീയ അപകടങ്ങൾ ചൂണ്ടിക്കാണിക്കാൻ കഴിയുന്നത്. കാഴ്ചയുടെ ഈ ആഴങ്ങളെ തൊടുന്നതിന്റെ

നിരൂപണ ഉദാഹരണം, ആഴത്തിൽ ഉള്ള അത്ഭുതങ്ങളെയും ഞെട്ടിപ്പിക്കുന്ന സത്യങ്ങളെയും നമുക്ക് കാട്ടിത്തന്ന പാട്രീഷ്യോ ഗുസ്മാന്റെ പേൾ ബട്ടൺ വായനയിലൂടെ തുടങ്ങാം. പിനോഷെയുടെ ഫാസിസ്റ്റ ഭരണകൂടം നടത്തിയ കൊലപാതകങ്ങളിൽ മരിച്ചവരുടെ അടയാളം പേറുന്ന സമുദ്രാഴങ്ങൾ തിരയുന്ന ഡോക്യുമെന്ററി കാഴ്ചയാണ് ചിത്രം. ഡോ. സംഗീത ചേനംപുല്ലി, ഈ ചിത്രത്തിന്റെ വഴികളിലെ ജലത്തിന്റെ സാന്നിധ്യത്തെയും ആഖ്യാനത്തിലെ പ്രാധാന്യത്തെയും അവതരിപ്പിക്കുകയും ചെയ്യുക വഴി ഡോക്യുമെന്ററിയുടെ രണ്ടാം നരേഷനായി നിരൂപണ പാഠം മാറുന്നു. ചിത്രത്തിലെ ചലച്ചിത്രാത്മക ചിഹ്നം പേൾ ബട്ടന്റെ തിളക്കമാണ്. ഈ തിളക്കത്തെ സംവിധായകൻ ആകാശത്തിൽ തിളങ്ങുന്ന നക്ഷത്രങ്ങളുമായി കണ്ണിചേർക്കുന്നു. രണ്ട് ശൂന്യതകളിലെ (സമുദ്രവും ആകാശവും) തിളക്കത്തിനെ അത് നിർമിച്ച രക്തസാക്ഷികളുടെ ഉജ്ജ്വലമായ ഓർമ്മയായാണ് സംവിധായകൻ അടയാളപ്പെടുത്തുന്നത്. ഈ ദൃശ്യഭാഷയെ സമർത്ഥമായി പാഠത്തിൽ ഉൾച്ചേർത്തതാണ് സിനിമ തൊടുന്ന ആഴങ്ങളെ പഠനവും തൊടുന്നു എന്നതിന്റെ മികച്ച ഉദാഹരണം.

ഒരു ചലച്ചിത്ര പഠനത്തിന്റെ ആധികാരികത പൂർണമാവുന്നത് പലപ്പോഴും ആ പഠനത്തെ ചലച്ചിത്രം സംവദിക്കുന്ന ഏജൻസികൾ അഥവാ കർതൃത്വങ്ങൾ നോക്കുമ്പോഴാണ്. ഒരു പെൺസിനിമ ഡിമാൻഡ് ചെയ്യുന്നത് ഒരു പെൺവായന തന്നെയാണ്. ഏജൻസി റീഡിങ്ങിന്റെ കൃത്യമായ ഉദാഹരണം ഈ ലേഖന സമാഹരണത്തിലെ തന്നെ ഏറ്റവും മികച്ചതെന്ന് പറയാവുന്ന പഠനമായ 'മങ്ങിയും തെളിഞ്ഞും ഈ പെൺ നോവുകൾ' ആണ്. ഏസീം ഒസ്താഗ്ലു സംവിധാനം ചെയ്ത ക്ലെയർ ഒബ്സ്ക്യൂർ എന്ന അതിമനോഹര ചിത്രത്തിന്റെ, അത് നിർമിച്ച പരിസരങ്ങളെ മുഴുവനായും അവതരിപ്പിക്കുന്ന പഠനമാണ് ലേഖനം. ഏറ്റവും പ്രധാനം രണ്ട് വ്യത്യസ്ത സാഹചര്യങ്ങളിലുള്ള സ്ത്രീ കഥാപാത്രങ്ങളുടെ ആന്തരിക സംഘർഷങ്ങളെ അവതരിപ്പിച്ച ചിത്രത്തിലെ മങ്ങലുകളും തെളിച്ചങ്ങളും അതിന്റെ സാംസ്കാരിക പഠനം എന്ന നിലയിൽ ആവിഷ്കരിക്കാൻ ഡോ സംഗീതക്ക് കഴിഞ്ഞു എന്നതാണ്.

അസ്ഗർ ഫർഹാദി സംവിധാനം ചെയ്ത സെയിൽസ്മാനിലെ റാണ എന്ന ഭാര്യയായ/ആക്രമിക്കപ്പെട്ട/അപമാനിതയായ സ്ത്രീ കഥാപാത്രത്തെ,അവരുടെ സംഘർഷങ്ങളെ പിരിച്ചെഴുതാൻ കഴിയുന്നത് കർതൃത്വത്തെ പറ്റിയുള്ള വിശാലമായ ആലോചനകൾ എഴുത്തുകാരിയിൽ ഉള്ളതിനാലാണ്. സെയിൽസ്മാൻ എമാദിന്റെ മാനസിക സംഘർഷങ്ങളിലും സംഘർഷങ്ങളിലെ വൈരുധ്യങ്ങളിലും വായിക്കപ്പെട്ട

സിനിമയാണെന്നോർക്കണം. പക്ഷെ സത്താപരമായി ആ ചിത്രം നിൽക്കുന്ന ഒരു പൊസിഷൻ റാണയുടെ സംഘർഷങ്ങളുടേതാണ്. കർതൃത്വമില്ലാത്ത വായനകളാണ് സെയിസ്മാനെ എമാദിന്റെ സംഘർഷങ്ങൾക്ക് ചുറ്റും മാത്രം നിർത്തിയതും.

ലോക സിനിമകളും ഇന്ത്യൻ പ്രാദേശിക ചിത്രങ്ങളുമാണ് പഠനത്തിന് വിധേയമാക്കിയിട്ടുള്ളത്. അവയിലോരോന്നിന്റേയും തിരഞ്ഞെടുപ്പും സമാഹരണത്തെ വ്യത്യസ്തമാക്കുന്നു. പഠനവിധേയമാവുന്ന ചിത്രങ്ങളുടെ തിരഞ്ഞെടുപ്പിലും അവതരണത്തിലും സൂക്ഷ്മമായി കിടക്കുന്നത്, ആ ചിത്രങ്ങളെല്ലാം മനുഷ്യരുടെ ആന്തരികവും സാമൂഹികവുമായ സംഘർഷങ്ങളെ പറയുന്ന പ്രമേയങ്ങളാണ് എന്നതാണ്.

നോട്ടു നിരോധന കാലത്ത് ഇന്ത്യയെന്ന ജനാധിപത്യ രാജ്യത്ത്, നോട്ടു നിരോധനത്തിന്റെ ജാള്യത മറയ്ക്കാനായി ഉയർന്നു കേട്ട ഒരു സംവിധാനമാണ് ഡിജിറ്റൽ ഇന്ത്യ. ബഹുഭൂരിപക്ഷം വരുന്ന മധ്യ വർഗം അതേറ്റെടുക്കാനായി മുന്നോട്ടു വരികയുമുണ്ടായി രാജ്യത്തെ അരികുവത്കരിക്കപ്പെട്ട ഒരു ജനതയുടെ കഷ്ടപ്പാടുകൾ വിശേഷിച്ചും ഡിജിറ്റൽ കാലത്തിലേക്ക് അപ്രാപ്യമായ അവരുടെ ജീവിത സൗകര്യങ്ങളെക്കുറിച്ച് ഇന്ത്യയിൽ നിന്ന് ഒരു ചലച്ചിത്ര ശ്രമവും ഉണ്ടായില്ല. പക്ഷെ ലോകത്തെമ്പാടും ആഗോളീകരണവും മുതലാളിത്തവും അരികുകളിലെ മനുഷ്യരോട് എന്താണ് ചെയ്തിട്ടുള്ളതെന്ന് നിരന്തരം പറഞ്ഞുകൊണ്ടിരിക്കുന്ന ഒരു സംവിധായകന്റെ ചിത്രത്തെയും, ആ പറച്ചിലിന്റെ ആഴത്തെയും ഡോ. സംഗീത ഈ പഠനത്തിൽ ചേർക്കുന്നുണ്ട്. കെൻ ലോച്ച് സംവിധാനം ചെയ്ത ഐ ഡാനിയേൽ ബ്ലേക്ക് എന്ന ചിത്രത്തിന്റെ രാഷ്ട്രീയ സാമൂഹിക പരിസരങ്ങളെ വ്യക്തമായി അടയാളപ്പെടുത്താൻ പഠനത്തിന് സാധിച്ചിട്ടുണ്ട്. ഡിജിറ്റൽ ഇന്ത്യയും ഡാനിയൽ ബ്ലേക്കും തമ്മിൽ എന്ന ലേഖനം, പ്രേക്ഷകർ തിരിച്ചറിയേണ്ട ചില അനുഭവപരിസരങ്ങളെ എഴുതി വികസിപ്പിക്കുന്നുണ്ടെങ്കിൽ കൂടിയും അതിന്റെ രാഷ്ടീയ വികാസത്തെ കൃത്യമായി അടയാളപ്പെടുത്തുന്നു എന്നതിനാൽ പ്രസക്തമാണ്. ഒരു യു കെ ചിത്രത്തിനെ നമ്മുടെ ചരിത്രപരമായ ഒരു പ്രശ്നവുമായി കണ്ണി ചേർക്കുന്നിടത്ത് കേവലം താരതമ്യത്തിന്റെ മാത്രമല്ല, ലോകമെമ്പാടുമുള്ള മനുഷ്യരുടെ പ്രശ്നങ്ങളുടെ വ്യാപ്തിയെ സിനിമയിലെങ്ങനെ അടയാളപ്പെടുത്താൻ കെൻ ലോച്ചിന് സാധിച്ചു എന്നത് കൃത്യമായി കണ്ടെത്തുന്നതാണ് ലേഖനം.

പരേഷ് മൊകാഷിയുടെ എലിസബത്ത് ഏകാദശി ഇന്ത്യൻ ഇൻഡിപെൻഡന്റ് സിനിമകളിൽ ഏറ്റവും മനോഹരമായ ഒന്നാണ്. ആ ചിത്രത്തിന്റെയും സത്ത മനുഷ്യർ നടത്തുന്ന പോരാട്ടമാണ്. അതിനെ ഏറ്റവും നന്നായി അവതരിപ്പിക്കാൻ സാധിക്കുന്നത് അതിലെ കുട്ടികളുടെ

കാസ്റ്റിംഗ് വഴിയാണ്. ഒരു സൈക്കിൾ സംരക്ഷിക്കാനായി കുട്ടികൾ നടത്തുന്ന പോരാട്ടത്തിന്റെ യാത്രയെ രണ്ട് തരത്തിലാണ് ഡോ സംഗീത കാണുന്നത്. ഒന്ന് ഒരു പ്രശ്നത്തിന്മേൽ കുട്ടികളുടെ നിഷ്കളങ്കമായ ഇടപെടൽ. രണ്ട് ശാസ്ത്രത്തെ പറ്റിയുള്ള അവബോധം. ശാസ്ത്രാധ്യാപകനായ തന്റെ അച്ഛൻ വാങ്ങി തന്ന സൈക്കിൾ കട ബാധ്യത മൂലം വിൽക്കാൻ തീരുമാനിക്കുന്നു. അതിനെ സംരക്ഷിക്കുന്നത് ഒരേ സമയം സൈക്കിളിന്റെയും ശാസ്ത്രത്തിന്റെയും സംരക്ഷണമാണ്. ഈ ഭൗതിക വിചാരത്തിന്റെ വിശാലമായ ആലോചനയാണ് പഠനം.

ആന്ദ്രേ സ്വേഗാൻസ്റ്റീവിന്റെ ലവ് ലെസ്സിലെ അലോഷി എന്ന കുട്ടിയുടെ സംഘർഷങ്ങളെ പറ്റിയുള്ള ആലോചനയും ഒരേ സമയം ഒരു സ്ത്രീപക്ഷ വായനക്കൊപ്പം ആ ചിത്രത്തിലെ പഠനത്തിലുണ്ട്. ഇത്തരത്തിൽ വളരെയധികം ചേർന്ന് കിടക്കുന്ന എന്നാൽ വ്യത്യസ്തരായ മനുഷ്യരെ പറ്റിയുള്ള ആലോചനകൾ പങ്കു വെക്കുന്ന ചിത്രങ്ങളും അവയുടെ രാഷ്ട്രീയ സാംസ്കാരിക പരിസരങ്ങളും ഈ പഠനങ്ങളുടെ ആഴങ്ങളുടെ സൂചകമാണ്.

മനുഷ്യർ സ്വയവും അവർക്കുമേലും നിർമ്മിച്ചതും വന്നുചേർന്നതുമായ ആന്തരിക സംഘർഷങ്ങളിൽ അവർക്കു ചുറ്റുമുള്ള മനുഷ്യരുടെയും സമൂഹത്തിന്റെയും രാഷ്ട്രീയവും സാംസ്കാരികവുമായ ഇടപെടലുകളുണ്ടെന്ന് ഈ പഠനങ്ങൾ പറയാൻ ശ്രമിക്കുന്നു. ഒരു ചലച്ചിത്രം അതിന്റെ ദൗത്യം പൂർത്തീകരിക്കുന്നത് വാസ്തവത്തിൽ ആ ചലച്ചിത്രം ഉൾപ്പെടുത്തുന്ന മനുഷ്യന്റെ രാഷ്ട്രീയവും സാംസ്കാരികവുമായ കണ്ണിചേരലിൽ നിന്ന് കൂടിയാണ്. അത് പൂർണമാകുന്നതാകട്ടെ അത്തരം മനുഷ്യരിൽ ആ ചലച്ചിത്രം പ്രവർത്തിച്ചു തുടങ്ങുമ്പോഴും. ഒരു ചലച്ചിത്രാവതരണത്തിന്റെ ചിലപ്പോൾ മങ്ങിയേക്കാവുന്ന ആ പൂർണതയിലേക്കുള്ള യാത്രക്ക് ഈ പഠനങ്ങൾ ഒരു തെളിച്ചമാണ്.

www.ingramcontent.com/pod-product-compliance
Lightning Source LLC
LaVergne TN
LVHW100832051026
849519LV00006B/2264